ബോധിപ്പതിപ്പ്

AF741783

അമ്പലപ്പുഴയും കുഞ്ചൻപെരുമകളും

Bodhi Books
Pathiyoor P.O., Kayamkulam
Alappuzha - 690508, Kerala, India
E-mail: bodhibooks03@gmail.com
Tel: +91 9447304886
UDYAM-KL-01-0028313

AMBALAPPUZHAYUM
KUNCHAN PERUMAKALUM
by **Kavalam Balachandran**
Research | Criticism / Malayalam

First Edition: May, 2023
First Published by Bodhi Books: October, 2023

Typesetting: Bodhi Books
Cover Design: Sebastian

ISBN: 978-81-19770-58-8

Price **Rs. 270**
Production No. B-B-164-2-150-11-23

Printed and bound in India by
Repro Mumbai

ബോധിപ്പതിപ്പ്

അമ്പലപ്പുഴയും കുഞ്ചൻപെരുമകളും

കാവാലം ബാലചന്ദ്രൻ

ബോധി ബുക്സ്
കായംകുളം - 690 508

കാവാലം ബാലചന്ദ്രൻ

കാവാലം കുന്നുമ്മയിൽ പിച്ചനാട്ടുവീട്ടിൽ പങ്കജാക്ഷിയമ്മയുടെയും ഹരിപ്പാട് ആയാപറമ്പിൽ ചിറയ്ക്കൽ വീട്ടിൽ ചന്ദ്രശേഖരൻനായരുടെയും മകനായി 1953 ഡിസംബറിൽ ജനിച്ചു. ഇംഗ്ലീഷ് ഭാഷാസാഹിത്യങ്ങളിൽ ബിരുദം. പൊതുമരാമത്തുവകുപ്പിൽ നിന്നു വിരമിച്ചു. ഭാര്യ സുധ. മക്കൾ ലക്ഷ്മി, ചിഞ്ചു. ജാമാതാക്കൾ രഞ്ജു ജി. നായർ, ദീപക് അഗസ്റ്റിൻ. പേരക്കിടാങ്ങൾ പൊന്നു, യദു, പാച്ചു. വിലാസം: കരുമാടി പി.ഒ, അമ്പലപ്പുഴ, ആലപ്പുഴ-688561 ഫോൺ. 9496302843 / 9544411567.

2010 ലെ ഡോ.കെ.ദാമോദരൻകവിതാപുരസ്കാരം (കൊല്ലം) 'ഒരു മദ്ധ്യവർത്തിയുടെ പച്ചയായ ജീവിതത്തിൽ നിന്ന്' എന്ന കവിതാസമാഹാരത്തിനും 2015-ലെ കേരളാസ്റ്റേറ്റ് ബുക്ക് മാർക്കിന്റെ സാഹിത്യ പുരസ്കാരം 'ലങ്ക' എന്ന നോവലിനും ലഭിച്ചിട്ടുണ്ട്. ഓച്ചിറ ശങ്കരൻകുട്ടി നവോത്ഥാനനർത്തകൻഫൗണ്ടേഷന്റെ2019-ലെ സാഹിത്യസപര്യാപുരസ്കാരം ലഭിച്ചിട്ടുണ്ട്.

കാവാലം ബാലചന്ദ്രന്റെ കൃതികൾ

സങ്കീർത്തനങ്ങൾ - കവിത/1993 ആഗസ്റ്റ്
(പുസ്തകപ്പുര, ആലപ്പുഴ)

പുത്രസാന്നിദ്ധ്യം - കവിത/1997
(സൂര്യകാന്തി ബുക്സ്, തകഴി)

ഒരു മദ്ധ്യവർത്തിയുടെ പച്ചയായ ജീവിതത്തിൽ നിന്ന്.. കവിത/2009
(സൂര്യ പബ്ലിക്കേഷൻസ്, നൂറനാട്)

റൂത്ത് - ഖണ്ഡകാവ്യം / 2010
(തിയോ ബുക്സ് കൊച്ചി)

അമ്മയുടെ പുണ്യം - ബാലകവിത/2010
(എസ്.പി.സി.എസ്/എൻ.ബി.എസ് കോട്ടയം)

ധ്യാനസിന്ദൂരം തൊട്ട വാക്കുകൾ- ലേഖനങ്ങൾ/2012
(ബി.ബുക്സ്, അമ്പലപ്പുഴ)

ചൊല്ലരങ്ങ് - കവിത/2012 (ബി.ബുക്സ്, അമ്പലപ്പുഴ)

അമ്പലപ്പുഴയും കുഞ്ചൻപെരുമകളും- ഗവേഷണം/നിരൂപണം/2013
(ബി.ബുക്സ്, അമ്പലപ്പുഴ)

ലങ്ക - നോവൽ/2015 (പുസ്തകപ്പുര, ആലപ്പുഴ)

നിശിതം നിർമ്മമം നിർദ്ദാക്ഷിണ്യം -നിരൂപണം/2016
(അസൻഡ് ബുക്സ്,കോട്ടയം)

പി.കുഞ്ഞിരാമൻനായർ-വാക്കുകളുടെ പൂക്കളം
കവിതാവലോകനം/2018/എച്ച്&സി, തൃശൂർ

ഇടശ്ശേരി കവിതകെട്ടുമ്പോൾ
കവിതാവലോകനം/2018/എച്ച്&സി, തൃശൂർ

ബൈബിൾനാമാവലി- നാമകോശം/2018
(പുസ്തകപ്പുര, ആലപ്പുഴ)

ഖണ്ഡനം മണ്ഡനം -സാഹിത്യവിമർശനം, 2021
(പുസ്തകപ്പുര, ആലപ്പുഴ)

കാവാലംബാലചന്ദ്രന്റെ കവിതകൾ -കവിതകൾ, 2021
(മാതൃഭൂമി ഇംപ്രിന്റ്സ്, കോഴിക്കോട്)

ലങ്ക
(ഇംഗ്ലീഷ് നോവൽ, 2021, നോഷൻ, ചെന്നൈ)

നിസ്തുലം നിഷാദതീവ്രം - ലേഖനങ്ങൾ, 2023
(സുജിലി പബ്ലിക്കേഷൻസ്, ചാത്തന്നൂർ, കൊല്ലം)

ഒത്തിരിക്കാലമായി അമ്പലപ്പുഴ കുഞ്ചൻനമ്പ്യാർസ്മാരക ത്തിന്റെ കാവലും സംരക്ഷണവും ആത്മാർപ്പണത്തോടെ, ഒര നുഷ്ഠാനം പോലെ ഏറ്റെടുത്താചരിച്ചുപോരുന്ന പ്രിയപ്പെട്ട പങ്കൻചേട്ടനുമായി ഒന്നിച്ചിരുന്നു വെറ്റിലചവച്ചു പറഞ്ഞു തീർക്കാതെവച്ചിരിക്കുന്ന വർത്തമാനങ്ങളുടെ സന്ധ്യകളാണ് ഈ പുസ്തകത്തിനു പിന്നിൽ നിറയുന്നത്. ഈ പുസ്തകം ഹൃദയപൂർവ്വം ഞാൻ **പങ്കൻചേട്ടനു** സമർപ്പിക്കുന്നു.

കാവാലം ബാലചന്ദ്രൻ

മുഖചിത്രം

അമ്പലപ്പുഴ സുരേഷ്വർമ്മ (ശീതങ്കൻ)തുള്ളൽവേഷത്തിൽ

ഓർമ്മയുറയ്ക്കും മുമ്പുതന്നെ എന്നെ വിട്ടുപോയ അമ്മ
പങ്കജാക്ഷിയമ്മയ്ക്ക്-
എന്നെ വളർത്തിയ അമ്മയുടെ അമ്മ
രുക്മിണിയമ്മയ്ക്ക്-
പത്തുവയസ്സുവരെ എന്നെ വളർത്തിയ
വലിയമ്മൂമ്മ കുഞ്ചിയമ്മയ്ക്ക്-

—

പ്രസാധകക്കുറിപ്പ്

ഏറെ വായിക്കപ്പെടുകയും ചർച്ചചെയ്യപ്പെടുകയും ചെയ്ത താണ് കാവാലം ബാലചന്ദ്രന്റെ അമ്പലപ്പുഴയും കുഞ്ചൻപെരുമകളും എന്ന ഈ വിശിഷ്ടഗ്രന്ഥം. ചെമ്പകശ്ശേരിയുടെ(അമ്പലപ്പുഴയുടെ) ചരിത്രത്തോടു ചേർത്തുനിർത്തി കുഞ്ചൻനമ്പ്യാരുടെ എഴുത്തുപെരു മയെ തുറന്നുപിടിക്കുന്ന കൃതി. നമ്പ്യാരുടെ കൃതികളിൽ ഇടപെട്ടി ട്ടുള്ള പ്രശസ്തരായ പല എഴുത്തുകാരും നിശിതമായി ചോദ്യം ചെയ്യ പ്പെടുന്നുണ്ട്. ഉള്ളൂർ, പി.കെ. നാരായണപിള്ള, കുട്ടികൃഷ്ണമാരാർ തുടങ്ങിയ മഹാരഥന്മാർവരെ വിമർശിക്കപ്പെടുന്നുണ്ട്. അത്യന്തം യുക്തിസഹമായ സമീപനം സ്വീകരിച്ചുകൊണ്ട് നമ്പ്യാരുടെ കാല ത്തെയും കൃതികളെയും ഗവേഷണചാതുരിയോടെ അളന്നെടുക്കാൻ ഗ്രന്ഥകാരൻ ശ്രമിച്ചിരിക്കുന്നു. നമ്പ്യാരുടെ തുള്ളൽക്കൃതികളും തുള്ളൽപൂർവ്വകൃതികളും പരിശോധനയ്ക്കെടുത്തിരിക്കുന്നു എന്ന സവിശേഷതയുള്ളതുകൊണ്ട് നമ്പ്യാർപഠിതാക്കൾ അവശ്യം കയ്യിൽ കരുതേണ്ട പുസ്തകമാണിതെന്നു പറയാൻ മടിക്കുന്നില്ല. നമ്പ്യാരെ ക്കുറിച്ചു മലയാളി വച്ചുപുലർത്തുന്ന പല ബോധ്യങ്ങളെയും തിരു ത്തിക്കുറിക്കുന്ന ഈ കൃതി പഠിതാക്കൾക്കും അദ്ധ്യാപകർക്കും ഏറെ വിലപ്പെട്ടതാണ്. ഈ പുസ്തകത്തിന്റെ ബോധിപ്പതിപ്പതിപ്പിറക്കാൻ അനുവാദം നൽകിയ ഗ്രന്ഥകർത്താവിനോടുള്ള നന്ദി രേഖപ്പെടു ത്തുന്നു. വളരെ സന്തോഷത്തോടെ ഈ അമൂല്യഗ്രന്ഥം വായനക്കാർക്കു സമർപ്പിക്കുന്നു.

(ആദ്യപതിപ്പിന്റെ ആമുഖം)

മുന്നെഴുത്ത്

കുഞ്ചൻനമ്പ്യാരുടെ കവിതയിൽ കേരളീയജീവിതത്തിന്റെ സാംസ്കാരിക മുദ്രകൾ ആഴത്തിൽ പതിഞ്ഞുകിടക്കുന്നുണ്ട്. ദ്രാവിഡത്തനിമകളെ നെഞ്ചോടു ചേർത്തുപിടിച്ചു കവിതകുറിച്ച ഒരു മഹാകവിയുടെ കവനസപര്യ അടുത്തറിയാൻ ശ്രമിച്ചപ്പോൾ, ആകെക്കൂടി ഒരു നോട്ടം അനിവാര്യമെന്നു വന്നു. അങ്ങനെ, ഈ പുസ്തകം.

ഹാസ്യകവിയെന്നു ചൊല്ലി 'മാർജിനലൈസ്'ചെയ്തു നിർത്താൻ പോന്ന കവി എന്നതിനപ്പുറം നമ്പ്യാരിൽ ചിലതൊക്കെയുണ്ടെന്ന തോന്നൽ പുസ്തകമെഴുത്തിനു ചോദനയായി. നമ്പ്യാരുടെ വാഴ്‌വിലും സാഹിതിയിലും ഇടപെട്ടിട്ടുള്ള പലരുടെയും നിഗമനങ്ങൾ യുക്തിസഹമായി പുനപ്പരിശോധിക്കണമെന്നുതോന്നിയതു മറ്റൊരു പ്രേരണയായി.

നമ്പ്യാർ ഭാഷയ്ക്കു ചെയ്ത സേവനം മറ്റേതൊരു കവി ചെയ്തതിലും കൂടുതൽ നിർണ്ണായകമാണെന്നുള്ള അടുത്തറിവ് അന്വേഷണവഴികളിൽ ഉദ്ദീപനമായി. നാട്ടുമൊഴിച്ചന്തങ്ങളെയും നാലഞ്ചു സാധാരണമനുഷ്യരെയും മലയാളി ആദ്യമായി കവിതയിൽ വായിച്ചതു നമ്പ്യാരിലാണെന്നു മനസ്സിലാക്കിയത് ആവേശമായി കൂട്ടുവന്നു. ഉള്ളൂരും വടക്കുംകൂറും ഭാഷയ്ക്കു പിതാവിനെ നിശ്ചയിച്ചവരും നമ്പ്യാർക്കവിതയുടെ അപപാഠങ്ങൾ പ്രചരിപ്പിക്കുന്നവരും നമ്പ്യാരുടെ കാലത്തെ ചെമ്പകശ്ശേരി ചരിത്രത്തിൽ വ്യാജം കലർത്താൻ ശ്രമിക്കുന്നവരും ഒക്കെ വിമർശനത്തിനു വിധേയരാകുന്നുണ്ട്. നിലപാടുകൾ സുതരാം വ്യക്തമാക്കുമ്പോൾ ആനുഷംഗികമായി കടന്നുവന്നതും ചിലവേള, ബോധപൂർവ്വമായി നടത്തിയിരിക്കുന്നതുമായ വിമർശനങ്ങൾക്കു ഖണ്ഡനപ്രതികരണങ്ങൾ പ്രതീക്ഷിക്കുന്നുണ്ട്.

തന്റെ പൊതുജീവിതത്തിന്റെ സജീവതയിൽ അറിയാതെ ഉൾച്ചേർന്നുനിൽക്കുന്ന നമ്പ്യാരെ മലയാളി അറിഞ്ഞുതുടങ്ങണമെന്നുള്ള തീവ്രമായ ഇച്ഛ ഈ പുസ്തകരചനയുടെ പിന്നിൽ വർത്തിച്ചിട്ടുണ്ട്.

നമ്പ്യാരെക്കുറിച്ചുള്ള മലയാളിയുടെ ബോദ്ധ്യങ്ങളിലേക്ക് എന്തെങ്കിലുമൊക്കെ കൂട്ടിച്ചേർക്കാൻ ഈ പുസ്തകത്തിനു കഴിയുമെന്നു വിശ്വസിക്കുന്നു.

അമ്പലപ്പുഴ
01.02.2013

കാവാലം ബാലചന്ദ്രൻ

(ആദ്യപതിപ്പിന്റെ പ്രവേശിക)

പ്രവേശിക

ഗാഢചിന്തയും പരന്ന വായനയുമുള്ള ശ്രീ.കാവാലം ബാലചന്ദ്രന്റെ പുസ്തകത്തിന് ഒരു പരിചയപ്പെടുത്തലിന്റെ അനിവാര്യതയുണ്ടോ എന്നു ഞാൻ സംശയിച്ചു. എന്നാൽ, കുഞ്ചൻ നമ്പ്യാരുടെ കൃതികളെക്കുറിച്ചുള്ള പല ധാരണകളും തിരുത്തപ്പെടേണ്ടതാണെന്നും ആ കൃതികൾ കുറേക്കൂടി ആഴത്തിൽ വായിക്കപ്പെടേണ്ടതാണെന്നുമുള്ള ചിന്ത ഈ കുറിപ്പെഴുതുന്നതിന് എന്നെ പ്രേരിപ്പിക്കുന്നു.

കാലത്തിന്റെയോ വിമർശനത്തിന്റെയോ കുത്തൊഴുക്കിൽപ്പെട്ടുലഞ്ഞുപോകാതെ, കാലപ്രവാഹത്തെ തങ്ങളിലൂടെ രേഖപ്പെടുത്താൻ അവസരമൊരുക്കിയ ചില കവികൾ മലയാളത്തിലുണ്ട്. വിളിപ്പേരുകൾക്കും വിശേഷണങ്ങൾക്കുമപ്പുറത്താണ് അവരുടെ സ്ഥാനം. അവരിലൊരാളാണ് മലയാളസാഹിത്യത്തിൽ നാട്ടുമലയാളം കൊണ്ടു ദീപസ്തംഭം തീർത്ത കുഞ്ചൻ നമ്പ്യാർ. 'അമ്പലപ്പുഴയും കുഞ്ചൻപെരുമകളും' എന്ന കൃതിയിലൂടെ ശ്രീ.കാവാലം ബാലചന്ദ്രൻ, നമ്പ്യാർപെരുമകളെ പരിചയപ്പെടുത്തുമ്പോൾ നമുക്കു ലഭിക്കുന്ന പുതുവെളിച്ചം നമ്പ്യാർകൃതികളുടെ പുനർവായനയ്ക്കു പ്രേരിപ്പിക്കാതിരിക്കില്ല.

ഗവേഷണപരവും ധ്യാനാത്മകവുമായ സുദീർഘവായനയുടെയും സൂക്ഷ്മാന്വേഷണത്തിന്റെയും വെളിച്ചം ഈ കൃതിയിൽ തൂളിവീണുകിടക്കുന്നതു നാം കാണുന്നുണ്ട്. ഒരു കവിയുടെ ഹൃദയമർമ്മത്തെ മറ്റൊരു കവി തൊട്ടറിയുന്നതിന്റെ അനുഭവതീവ്രത ഈ പുസ്തകത്തിന്റെ സവിശേഷതയാണ്. സാഹിത്യനിരൂപണത്തിനപ്പുറം, ഒരു കാലഘട്ടത്തിന്റെ ചരിത്രത്തിന്റെയും സംസ്കാരത്തിന്റെയും വിശകലനം കൂടിയാണ് ഈ ഗ്രന്ഥം.

പ്രധാനമായി മൂന്നു കാര്യങ്ങളാണ് ഈ കൃതിയിൽ പരാമർശിച്ചിരിക്കുന്നത്.

ഒന്ന്: നമ്പ്യാരെക്കുറിച്ചുള്ള ചരിത്രപരമായ വസ്തുതകൾ വളച്ചൊടിച്ച് ആ മഹാകവിയുടെ ജീവിതത്തെയും കൃതികളെയും അമ്പലപ്പുഴ(പഴയ ചെമ്പകശ്ശേരി)യുടെ ചരിത്രത്തെയും വികലമാക്കി ചിത്രീകരിക്കാനുള്ള ശ്രമങ്ങളെ ചോദ്യം ചെയ്യുകയും തിരുത്തുകയും ചെയ്യുന്നു.

രണ്ട്: നമ്പ്യാർകൃതികൾക്കു മേൽ ഉണ്ടായിട്ടുള്ള കടന്നുകയറ്റങ്ങൾ പ്രതിരോധിക്കുകയും സൂക്ഷ്മപരിശോധനയിലൂടെ യഥാർത്ഥകൃതികൾ കണ്ടെത്താൻ ശ്രമിക്കുകയും ചെയ്യുന്നു.

മൂന്ന്: തുള്ളലിലൂടെ നമ്പ്യാർ നിറവേറ്റിയ സാംസ്കാരികവും സാഹിത്യപരവും ഭാഷാപരവുമായ പരിഷ്കരണങ്ങൾ/ശുദ്ധീകരണങ്ങൾ വിലയിരുത്തുന്നു.

ചരിത്രപരവും താരതമ്യാത്മകവും വിവരണാത്മകവുമായ നിരൂപണരീതികൾ ഈ കൃതിയിൽ സ്വീകരിച്ചിട്ടുണ്ട്. സൈദ്ധാന്തികതയുടെ ചുമടുകളൊന്നും അടിച്ചേൽപ്പിക്കാൻ ഗ്രന്ഥകാരൻ ശ്രമിക്കുന്നില്ല. എഴുത്തുകാരന്റെ മൗലികമായ ചിന്തയുടെ പ്രകാശത്തിലാണ് ഇതിലെ വിമർശനം രൂപപ്പെടുന്നത്.

ഭാഷയുടെ തായ്‌വേരുകൾ മുതൽ അന്വേഷിച്ചുകൊണ്ടാണ് ഗ്രന്ഥകർത്താവു നമ്പ്യാരിലേക്കെത്തുന്നത്. ചരിത്രവും സാഹിത്യവും വരുംതലമുറകളെ തെറ്റിദ്ധരിപ്പിക്കുന്നതിനെതിരെ ജാഗ്രത പുലർത്തേണ്ടതുണ്ടെന്ന്, എഴുത്തച്ഛന്റെ 'ഭാഷാപിതാവ് 'എന്ന സ്ഥാനം ചൂണ്ടിക്കാണിച്ച് പുസ്തകകാരൻ നമ്മെ ഓർമ്മിപ്പിക്കുന്നു. ദ്വിതീയാക്ഷരപ്രാസവാദം മലയാളകവിതയ്ക്കു ഗുണകരമായി ഭവിച്ചു. എന്നാൽ, 'രാമപാണിവാദവാദം' ഭാഷയ്ക്കു യാതൊരു ഗുണവും ചെയ്തിട്ടില്ലെന്ന നിരീക്ഷണം നമ്മുടെ സാഹിത്യചരിത്രപഠനത്തിന്റെ മുൻകാലസമീപനങ്ങളിലേക്ക് വിമർശനാത്മകമായി വിരൽചൂണ്ടുന്നു.

നമ്പ്യാരുടെ ജനനം, ജീവിതം, കാലഘട്ടം എന്നിവയോടു ബന്ധപ്പെടുത്തി അമ്പലപ്പുഴയുടെ ചരിത്രം കൂടി നിരൂപിക്കാൻ ഗ്രന്ഥകാരൻ ശ്രമിക്കുന്നുണ്ട്. അമ്പലപ്പുഴയുടെ ചരിത്രമെഴുതുന്നവർ തിരുവിതാംകൂർ ഭരണകാര്യസ്ഥനും തിരുവിതാംകൂർചരിത്രരചയിതാവുമായ പി.ശങ്കുണ്ണി മേനോനെ വിശ്വാസത്തിലെടുക്കേണ്ടതില്ലെന്ന ഗ്രന്ഥകാരന്റെ അഭിപ്രായം, ചരിത്രരചനയിൽ നീതിയുക്തവും പ്രമാണനിഷ്ഠവുമായ വഴികൾ സ്വീകരിക്കണമെന്നു നമ്മെ ഓർമ്മിപ്പിക്കുന്നു.

മലയാളകാവ്യപാരമ്പര്യത്തെ നിരൂപണം ചെയ്തുകൊണ്ട്, അതുവരെയുണ്ടായിരുന്നു കാവ്യരീതിയിൽ നിന്നു ഭിന്നമായി സഞ്ചരിക്കുക

യാണു നമ്പ്യാർ ചെയ്തതെന്നു സ്ഥാപിക്കുമ്പോൾ, അദ്ദേഹം ജീവിച്ച കാലവും അന്നത്തെ സമൂഹവും വിവരണാത്മകമായി ചിത്രീകരിക്കപ്പെടുന്നുണ്ട്. 'എഴുത്തച്ഛന്റെ കവിത അമ്പലപ്പറമ്പിലെ ആൽമരത്തിൽ മാത്രം പടർന്നുകയറിയപ്പോൾ, നമ്പ്യാരുടെ കവിത സാധാരണക്കാരന്റെ വീട്ടുമുറ്റത്തെ മരങ്ങളിലെല്ലാം പടർന്നുകയറി നാട്ടുവെളിച്ചത്തിൽ കുളിച്ചു പൂവിട്ടിറങ്ങുകയായിരുന്നു' എന്നെഴുതുമ്പോൾ ആ കവികളുടെ താരതമ്യം അന്വർത്ഥമായി നടന്നുകഴിഞ്ഞു! 'ദ്രാവിഡത്തനിമകളിലേക്കു ചേർത്തുനിർത്തി മലയാളത്തെ പരിഷ്കരിച്ചു സമ്പന്നമാക്കിയ കവി', 'സാമൂഹികതയെ സാർത്ഥകമായി കൂടെ നിർത്തി കവിത കുറിച്ച ആദ്യത്തെ മലയാളകവി' എന്നീ നിലകളിൽ നമ്പ്യാരെ വിലയിരുത്തുന്നിടത്ത് എഴുത്തച്ഛനെക്കാൾ ആദരണീയമായ സ്ഥാനം നമ്പ്യാർക്കു വന്നുചേരുന്നുണ്ട്. 'സമകാലികസമൂഹത്തെ ശുദ്ധീകരിക്കുക എന്ന ലക്ഷ്യം വച്ചുകൊണ്ടുള്ള ഒറ്റയാൾപ്പടനയിക്കലായിരുന്നു അദ്ദേഹത്തിനു കവിതയെഴുത്ത് എന്നു മനസ്സിലാക്കി വേണം ആ കൃതികളിലേക്ക് പ്രത്യേകിച്ച്, തുള്ളൽകൃതികളിലേക്ക് കടക്കാൻ' എന്നൊരു മുന്നറിയിപ്പു കൂടി ഗ്രന്ഥകർത്താവു നൽകുന്നുണ്ട്. നമ്പ്യാർകൃതികളെ മനസ്സിലാക്കാതെപോയവർക്കുള്ള ഒരു മറുപടി കൂടിയായി ഈ താക്കീതിനെ നാം വായിച്ചെടുക്കേണ്ടതുണ്ടെന്നു തോന്നുന്നു.

നമ്പ്യാരുടെ തുള്ളൽപൂർവ്വകൃതികൾ പരിഗണിക്കുമ്പാൾ, അവയൊക്കെത്തന്നെ തുള്ളലിലേക്കെത്താനുള്ള ഗൃഹപാഠങ്ങളായിരുന്നുവെന്ന നിരീക്ഷണം ചർച്ച ചെയ്യപ്പെടേണ്ടതുണ്ട്. അതുപോലെ, നമ്പ്യാരുടെ കിരാതം വഞ്ചിപ്പാട്ടു പരിചയപ്പെടുത്തുമ്പോൾ, വഞ്ചിപ്പാട്ടിന്റെ പ്രസ്ഥാനസ്വഭാവത്തെത്തന്നെ വിമർശനവിധേയമാക്കുന്നതും ചർച്ച ആവശ്യപ്പെടുന്നുണ്ട്. നമ്പ്യാരെക്കുറിച്ചുണ്ടായിട്ടുള്ള പൂർവ്വപഠനങ്ങളും ഗവേഷണങ്ങളും സൂക്ഷ്മനിരീക്ഷണത്തിനു വിധേയമാക്കുന്ന ഗ്രന്ഥകാരൻ ചിലരുടെ അഭിപ്രായങ്ങളെ സയുക്തികം ഖണ്ഡിക്കുകയും സ്വാഭിപ്രായം സ്ഥാപിക്കുകയും ചെയ്യുന്നുണ്ട്. നമ്പ്യാർകൃതികളെക്കുറിച്ചുണ്ടായിട്ടുള്ള അബദ്ധവ്യാഖ്യാനങ്ങളെ തിരുത്താൻ ശ്രമിക്കുന്നതിലൂടെ, വ്യാഖ്യാനത്തിലും നിരൂപണത്തിലും എഴുത്തുകാരൻ അനിവാര്യമായും പുലർത്തേണ്ട ഔചിത്യത്തെ ഗ്രന്ഥകാരൻ ഉയർത്തിപ്പിടിക്കുന്നുണ്ട്. അനുകരണങ്ങളുടെയും പ്രക്ഷിപ്തങ്ങളുടെയും ഇടയിൽ നിന്ന് നമ്പ്യാരുടെ കൃതികളെ തരം തിരിക്കുന്ന ഗ്രന്ഥകാരൻ നമ്പ്യാരെഴുത്തിന്റെ മികവും തികവും കയ്യടയാളങ്ങളും കണ്ടെത്തുന്നത് ആ കൃതികളുടെ ഗാഢപാരായണത്തിൽ നിന്നാണ്.

തുള്ളൽപ്രസ്ഥാനത്തിന്റെ വികാസപരിണാമങ്ങളും അതിൽ ചിര

പ്രതിഷ്ഠിതമായിട്ടുള്ള നമ്പ്യാരുടെ സ്വത്വവും അന്വേഷിക്കുന്ന കാവാലം ബാലചന്ദ്രൻ, നമ്പ്യാരുടെ നിലപാടുകളെയും നാട്ടുമൊഴിച്ചന്തം നിറഞ്ഞ ഭാഷയുടെ അനർഗ്ഗളപ്രവാഹത്തെയും സാമൂഹികതയെ ലക്ഷ്യം വച്ചുള്ള വിമർശനസ്വഭാവത്തെയും രേഖപ്പെടുത്താൻ മറക്കുന്നില്ല. 'തുള്ളൽ എന്ന രംഗകല ഇല്ലാതെയായാലും സാഹിത്യപരവും സാമൂഹികവും സാംസ്കാരികവുമായ കാരണങ്ങളാൽ അതിന്റെ സാഹിത്യവും അതിലൂടെ നമ്പ്യാരും അനശ്വരമായി നിലനിൽക്കുമെന്ന നിരീക്ഷണം ശ്രദ്ധേയമാണ്. 'എഴുത്തുകാരന്റെ മരണം' എന്ന ആധുനികപരികൽപനയുടെ ഒരു പൊളിച്ചെഴുത്തു കൂടിയായി നാം ഇതിനെ കാണണം. ഇനിയൊരിക്കലും തിരിച്ചെടുക്കാനാവാതെ മാഞ്ഞുപോയ നമ്മുടെ നാട്ടുമ്പുറത്തനിമകൾ നമ്പ്യാർകൃതികളിൽ മായാതെ നിൽക്കുന്നു. നാട്ടുചൊല്ലുകളായി മാറിയ നമ്പ്യാർച്ചൊല്ലുകളും ശൈലികളും വരെ നമുക്കു പകർന്നുതരുന്ന രചയിതാവ്, അമ്പലപ്പുഴയും നമ്പ്യാരും പരസ്പരപൂരകങ്ങളാണെന്നു കണ്ടെത്തുന്നു. മലയാളിയുടെ സാംസ്കാരികജാഗ്രതയാണു നമ്പ്യാർക്കവിതകൾ എന്ന് ഓർമ്മിപ്പിച്ചുകൊണ്ടാണു കൃതി ഉപസംഹരിക്കുന്നത്.

നമ്പ്യാരെക്കുറിച്ചുള്ള എഴുത്തുകളിലും ചിന്തകളിലും ധാരണകളിലുമൊക്കെ ഒരു ശുദ്ധീകരണം നടത്തുകയാണ് ഈ പുസ്തകത്തിലൂടെ ശ്രീ.കാവാലം ബാലചന്ദ്രൻ ചെയ്യുന്നത്. മലയാളഭാഷയും സാഹിത്യവും പല തരത്തിലുള്ള അധിനിവേശങ്ങൾക്കുമെതിരെ ചെറുത്തുനിൽപ്പിന്റെ ശബ്ദമുയർത്തുന്ന ഇക്കാലത്ത്, ഈ കൃതി എന്തുകൊണ്ടും പ്രസ്കതമാകുന്നു. എല്ലാ ഭാവുകങ്ങളും നേർന്നുകൊണ്ടു വിരമിക്കുന്നു.

കരിക്കോട്
07.04.2013 **ഡോക്ടർ.ആർ.ഗീതാദേവി**

അകത്ത്

തുലാവർഷക്കാറിനുള്ളിൽ
മിന്നും പൊൻനൂലുപോലവെ
ഇറങ്ങിവന്ന സൗന്ദര്യ-
ദേവതേ, കവിതേ, തൊഴാം!

- പീ.

(കിള്ളിക്കുറിശ്ശിമംഗലത്തെ നമ്പ്യാർസ്മാരകത്തിന്റെ ഭിത്തിയിൽ ശ്രീ.പീ.കുഞ്ഞിരാമൻനായർ കുറിച്ചിട്ട വരികൾ)

1

കുഞ്ചനെ ചുറ്റിപ്പറ്റി..

ഒരു കവിയെ പ്രതിപാദിക്കുമ്പോൾ നമ്മൾ ഭാഷയെയും പ്രതിപാദിക്കുകയാണ്. ദ്രാവിഡഭാഷാഗോത്രത്തിലെ ഏറ്റവും പ്രായം കുറഞ്ഞ ഭാഷ എന്നു കരുതപ്പെടുന്ന മലയാളം സംസാരിക്കുന്നവരാണു നമ്മൾ. അഭിമാനിക്കാൻ എന്നിട്ടും, നമുക്കേറെയുണ്ടുതാനും. പ്രായക്കുറവ് ആധുനികമലയാളത്തിനാണ് എന്നാണെന്റെ പക്ഷം. മലയാളത്തിനു പ്രായം വളരെയുണ്ട്. തമിഴിൽ നിന്നു മലയാളം ഉരുവം കൊണ്ടുവെന്നു ചിന്തിക്കാതെ, ദ്രാവിഡത്തിൽ നിന്നു തമിഴും മലയാളവുമൊക്കെയുണ്ടായി എന്നു കരുതാൻ പോന്ന തെളിവുകൾ നമുക്കു സമ്പാദിക്കാവുന്നതേയുള്ളു. രണ്ടായിരം വർഷം വരെ പഴക്കമുണ്ടെന്നു വിശ്വസിക്കുന്ന തിരുക്കുറൾ, ഭാഷ കൊണ്ട് ഇന്നത്തെ തമിഴിനെക്കാൾ ഇന്നത്തെ മലയാളത്തോട് കൂടുതൽ അടുപ്പമുള്ളതെന്നു കാണാവുന്നതാണ്. തിരുക്കുറൾ തുടങ്ങുന്നത് ഇങ്ങനെ:

'അകര മുതല എഴുത്തെല്ലാം ആതി
പകവൻ മുതറ്റേ ഉലകു'

ഇതിനെ ആധുനികമലയാളത്തിലേക്കു പരിവർത്തിപ്പിക്കുമ്പോൾ,

'അകരം മുതൽ എഴുത്തെല്ലാം ആദി
ഭഗവൻ മുതൽക്കേ ഉലകം' (പരിഭാഷ: എസ്.രമേശൻനായർ)

ഇവിടെ, മിനുക്കുപണിയല്ലാതെ വിവർത്തകൻ എന്തു ചെയ്തു? അല്ലെങ്കിൽത്തന്നെ, "ഉലകത്തിൽ ആദിഭഗവാൻ മുതൽക്കെന്ന പോലെ, എഴുത്തെല്ലാം 'അ'കാര ത്തിൽ തുടങ്ങുന്നു"വെന്ന ഇതിന്റെ അർത്ഥം സാധാരണമലയാളിക്കും മനസ്സിലാകുന്നതല്ലേ? ഇതിനെക്കാൾ കുറച്ചുകൂടി വ്യക്തമാകുന്ന മറ്റൊരുദാഹരണം. 104-ാം അധികാരത്തിലെ

'ഉഴുതുണ്ടു വാഴ്വാരേ വാഴ്വാർ മറ്റെല്ലാം
തൊഴുതുണ്ടു പിൻചെൽപവർ'

എന്ന ഭാഗം എസ്. രമേശൻ നായർ പരിഭാഷപ്പെടുത്തിയിരിക്കുന്നതു നോക്കുക:

'ഉഴുതുണ്ടു വാഴ്വോരേ വാഴ്വോർ മറ്റെല്ലാവരും
തൊഴുതുണ്ടു പിൻചെല്ലുവോർ'

ഇവിടെയും, ഉഴുതുണ്ടു വാഴുന്നവരാണ് യഥാർത്ഥത്തിൽ വാഴുന്നവരെന്നും മറ്റുള്ളവർ ഉഴുതുണ്ണുന്നവരെ തൊഴുതുണ്ണുന്നവരാണെന്നും ഉള്ള അർത്ഥം ഏതു മലയാളിക്കും സുപ്രാപമല്ലേ? ആധുനികതമിഴിനെക്കാൾ ആധുനികമലയാളമാണ് തിരുക്കുറൾ ഭാഷയോട് കൂടുതൽ ചാർച്ച പുലർത്തുന്നത് എന്നു പറഞ്ഞാൽ നിഷേധിക്കാനാവുമെന്നു തോന്നുന്നില്ല. പക്ഷേ, മലയാളികൾ പന്ത്രണ്ടാം നൂറ്റാണ്ടുവരെ മലയാളത്തെ ജനിക്കാൻ അനുവദിക്കുന്നില്ല! അങ്ങനെ പന്ത്രണ്ടാം നൂറ്റാണ്ടിൽ ജനിച്ച ഭാഷയ്ക്കാകട്ടെ, ഒരു പിതാവിനെ സംഘടിപ്പിച്ചെടുക്കാൻ പതിനാറാം നൂറ്റാണ്ടു വരെ സമയമനുവദിച്ചുകൊണ്ട് ഉദാരതകാട്ടുകയും ചെയ്തു! ഈ അസംബന്ധങ്ങളൊക്കെ ഇപ്പോഴും നമ്മിൽ ചിലരെങ്കിലും നമ്മുടെ കുട്ടികളെ പഠിപ്പിച്ചുപോരികയും ചെയ്യുന്നുണ്ട്!

വാല്മീകിരാമായണത്തിന്റെ യുദ്ധകാണ്ഡം മാത്രം പുരസ്കരിച്ചു ചീരാമകവി 12-ാം നൂറ്റാണ്ടിൽ നിർമ്മിച്ചതെന്നു കരുതപ്പെടുന്ന രാമചരിതമാണ് മലയാളത്തിലെ ആദ്യകാവ്യമെന്നു വിളിപ്പെട്ടിട്ടുള്ളത്. ഇന്നത്തെ രീതിയിലുള്ള മലയാളം ഉരുവം കൊണ്ടുതുടങ്ങുന്നത് കണ്ണശ്ശന്മാരിലാണു നാം അറിഞ്ഞുതുടങ്ങുന്നത് എന്നു വേണമെങ്കിൽ പറയാം; പിന്നെ, അതിന്റെ സർവ്വാതിശായിയായ വളർച്ച, പ്രാചീനമഹാകവിത്രയത്തിലാണെന്നും. പ്രാചീനകവിത്രയത്തെ നിശ്ചയിച്ചെടുത്തവർ, കണ്ണശ്ശന്മാരിൽ രാമപ്പണിക്കരെ സ്ഥാനപ്പെടുത്തുന്നതെവിടെയാണെന്നു പറഞ്ഞതുമില്ല! എഴുത്തച്ഛപൂർവ്വനായിരുന്ന ഈ കവിയുടെ ഹൃദയത്തിലാണ് ആധുനികമലയാളത്തിന്റെ കൗമാരം ഓടിക്കളിച്ചതെന്നെങ്കിലും ഇവർ ഓർമ്മിക്കാതെ പോയി! അദ്ദേഹത്തെ മനസ്സിന്റെ കൈകളെടുത്തു മുകുളിതമാക്കി തൊഴുതുകൊണ്ടാണ് എഴുത്തച്ഛനും സ്വരവ്യഞ്ജനങ്ങൾ നിരത്തിയതെന്ന കാര്യം പലരും ബോധപൂർവ്വം മറക്കുന്നതായി തോന്നുന്നു.

അതവിടെ നിൽക്കട്ടെ. 'മലയാളഭാഷ ഉണ്ടായതു തമിഴിൽ നിന്നോ സംസ്കൃതത്തിൽ നിന്നോ ആണോ? യഥാർത്ഥത്തിൽ ഭാഷയ്ക്കു പിറവിയുണ്ടോ? ഭാഷ പരിണാമോന്മുഖമായ തുടർച്ചയാണ്. ആ നൈരന്തര്യത്തിൽ സ്ഥിതിയില്ല; ഗതിയേയുള്ളു.' (രാജൻ ഗുരുക്കൾ-ഭാഷാപോഷിണി, 2000, ആഗസ്റ്റ്)

പൂർവ്വസൂരികളായ കവികളെക്കുറിച്ചുള്ള അറിവ് നമുക്കു തുലോം പരിമിതമാണ്. പ്രാചീനകവിത്രയം എന്നു വിശേഷിപ്പിക്കപ്പെടുന്നവരുടെ പേരു പോലും മലയാളിയുടെ നിഗമനങ്ങളിലോ അനുമാനങ്ങളിലോ അഭ്യൂഹങ്ങളിലോ പരിമിതപ്പെട്ടിരിക്കുന്നു! ഭാഷാചരിത്രകാരന്മാരും സാഹിത്യചരിത്രകാരന്മാരും കലങ്ങിക്കുഴഞ്ഞ ഇരുളിൽ നിന്നു ചിലതൊക്കെ പെറുക്കിയെടുത്തിട്ടുണ്ട്. മലയാളത്തിന് ഏതാണ്ടൊരു നല്ല കാലമൊക്കെ തുടങ്ങിയിട്ടു നാലഞ്ചു നൂറ്റാണ്ടേ ആയിട്ടുള്ളു. അവിടെ വരെ പോലും കാഴ്ചയെത്തിച്ചെടുക്കാൻ കഴിയാതിരിക്കുന്നതു മലയാളിയുടെ നിർഭാഗ്യമെന്നേ പറയാനാവൂ. നമ്മുടെ പൂർവ്വികരെ കുറ്റപ്പെടുത്താനുമാവില്ല. അത്ര വലിയ സാംസ്കാരികജാഗ്രതയ്ക്കു നടുവിലല്ല അവർ ജീവിതം പുലർത്തിയത്. ഇന്നു കാണുന്ന രൂപത്തിൽ ചില സാഹിത്യ കൃതികളൊക്കെ നമുക്കായി അവർ കാത്തുവച്ചിരുന്നുവല്ലോ! നമുക്കവരോടു നന്ദിയുള്ളവരാകാം! അവയൊക്കെ ആരാരെഴുതി എന്നറിയുകയല്ലല്ലോ പ്രധാനം. ചെറുശ്ശേരി, എഴുത്തച്ഛൻ, കുഞ്ചൻ നമ്പ്യാർ എന്നിങ്ങനെ ഹൃദയത്തിൽ പതിഞ്ഞിരിക്കുന്ന പേരുകൾ കൊണ്ടുതന്നെ മലയാളിക്ക് അവരെ തിരിച്ചറിയാൻ കഴിയുന്നുണ്ട്. കുലവും ഗോത്രവും മാതാപിതാക്കളും ഒക്കെ ഏതെന്നും ആരെന്നുമന്വേഷിച്ചുവലഞ്ഞ്, ഒടുവിൽ പിതൃത്വം ഏതെങ്കിലും ബ്രാഹ്മണനിൽ കെട്ടിവച്ചു കയ്യൊഴിയുന്ന ബ്രാഹ്മണഭക്തരായിരുന്നു അന്വേഷണത്തിന്റെ വഴിയിൽ സഞ്ചരിച്ചവരിൽ അധികവും എന്നും ഓർക്കേണ്ടതുണ്ട്. ഒരാൾ കവിതയെഴുതിപ്പോയെങ്കിൽ അയാളുടെ പിതാവു ബ്രാഹ്മണനാണെന്നു സ്ഥാപിക്കേണ്ടത് ഒരനിവാര്യതയായി ഇവരുടെ തലയ്ക്കുള്ളിൽ കടന്നുകൂടും. അറിവിനെയും കവിതയെയുമൊക്കെ ബ്രാഹ്മണന്റെ പരിമിതവൃത്തത്തിൽ നിന്നു തുറന്നുവിട്ടിട്ടു കാലമേറെയായില്ലല്ലോ എന്നതും ചേർത്തുവച്ചു വേണം ഇതാലോചിക്കേണ്ടതെന്നു തോന്നുന്നു. നമുക്കു വേണ്ടത്ര ഉപാദാനങ്ങളില്ലാഴികയാൽ ഇവരുടെ പക്ഷപാതപരമായ കല്പിതങ്ങളിലേക്കു മനസ്സു ചേർക്കാതിരിക്കാനും കഴിയില്ല. ഒരു മഹാകവിയുടെ പേര്, അഗ്രജനും ദേശികനുമായ ഒരു രാമനെ കണ്ടെടുത്ത്, രാമന്റെ അനുജനായതിനാൽ രാമാനുജനായിക്കൊള്ളട്ടെ എന്നു തീർപ്പു കൽപ്പിക്കുന്നിടം വരെയായി

ഈ അന്വേഷണത്തിന്റെ വഴിനടത്തമെന്നും അറിഞ്ഞിരിക്കുന്നു. മനീഷികൾ ചമച്ചുവച്ച കാവ്യങ്ങൾ അവരുടെ യഥാർത്ഥമോ കല്പിതമോ ആയ പേരുകൾ ചേർത്തുവച്ചുതന്നെ ആസ്വദിക്കാനും വിലമതിക്കാനും കഴിയേണ്ടതുണ്ട്. കാരണം, നമ്മളിലെ 'സാംസ്കാരികനമ്മളെ' നിർമ്മിച്ചെടുത്തതു നമ്മുടെ ഭാഷയാണ്. അവരാണ്! അജ്ഞാതകർത്തൃകങ്ങളായി സാഹിത്യകൃതികൾ വായിച്ചെടുക്കുന്ന സാംസ്കാരികസാഹചര്യം വിഭാവനം ചെയ്ത ഫ്രഞ്ചുചിന്തകനായ മിഷേൽ ഫുക്കോയെ ഇവിടെ ഓർമ്മിച്ചു പോകുകയാണ്. കർത്തൃസംജ്ഞകളെന്തിന്? കൃതികൾ പോരേ? എന്നൊക്കെയാണ് അദ്ദേഹം ചോദിക്കാതെ ചോദിച്ചത്. മനുഷ്യരാശിക്കാവശ്യം പുതിയ വിചാരങ്ങളും പുതിയ ശൈലികളും പുതിയ അർത്ഥങ്ങളുമാണ്. അവയൊക്കെ ആരു നിർമ്മിച്ചെടുക്കുന്നുവെന്നത് രണ്ടാമതുപോലും വരുന്ന കാര്യമല്ല എന്നു ഫുക്കോ(Michel Foucault) നമ്മെ ഓർമ്മിപ്പിക്കുന്നു. അതുകൊണ്ട്, മനസ്സിന്റെ കൈകൾ കൂപ്പി ഈ മനീഷികളുടെ കൃതികൾ മലർക്കെ തുറന്നുവയ്ക്കുക.

നമ്പ്യാർസാഹിതിയിലേക്കു കടക്കുന്നതിനുമുമ്പ്, കവിയുടെ ഊരും പേരും കാലവും ജീവിതവും ഒക്കെ അന്വേഷിക്കേണ്ടതുണ്ടല്ലോ എന്ന ചിന്തയാണ് ആനുഷംഗികമായി ഇത്രയും കുറിക്കാൻ പ്രേരണയായത്. ചില ചരിത്രപരാമർശങ്ങളും നിഗമനങ്ങളും അഭ്യൂഹങ്ങളും കൃതികളിൽ നിന്നു ലഭിക്കുന്ന സൂചനകളും ഒക്കെ ഉപാദാനങ്ങളായി സ്വീകരിക്കുകയേ തരമുള്ളു. അങ്ങനെ സ്വീകരിച്ചു നിപുണതയോടെ പൂർവ്വസൂരികൾ മുന്നോട്ടു വച്ച അനുമാനങ്ങൾ പരിശോധിക്കുകയും സാമാന്യയുക്തിക്കു നിരക്കുന്നവയെ സ്വീകരിക്കുകയും ചെയ്യുക എന്നതേ ഇവിടെ കരണീയമായിട്ടുള്ളു.

രാമപാണിവാദനും കുഞ്ചൻനമ്പ്യാരും

കേരളസാഹിത്യചരിത്രകർത്താവായ ഉള്ളൂർ എസ്.പരമേശ്വരയ്യർ അവർകൾ രാമപാണിവാദനും കുഞ്ചൻ നമ്പ്യാരും ഒരാൾ തന്നെയെന്നതിൽ ഉറച്ചുനില്ക്കുന്നതായാണ് കാണുന്നത്.[1] കിള്ളിക്കുറിശ്ശിമംഗലത്തെ കലക്കത്തു ഭവനമാണു നമ്പ്യാരുടെത് എന്ന കാര്യത്തിൽ ഉള്ളൂരിനും പില്ക്കാലപണ്ഡിതന്മാർക്കും തർക്കമില്ല. തിരുവനന്തപുരത്തു പത്മനാഭസ്വാമി ക്ഷേത്രത്തിലെ ഓലക്കണക്കുകളിൽ അല്പശി ഉത്സവത്തിനു നമ്പ്യാർക്കനുവദിച്ചുകൊടുത്ത 'രണ്ടേകാലും കോപ്പും'തൊട്ട് കൊല്ലവർഷം 1015-ൽ കലക്കത്തു കുഞ്ചൻനമ്പ്യാരുടെ അനന്തരവരിൽ അമ്പലപ്പുഴെ പാർത്തിരുന്ന കുഞ്ചൻനമ്പ്യാരുടെ പേർക്ക് അടുത്തൂണും

പാൽപായസവും അനുവദിച്ച ഹജൂരുത്തരവു വരെ ഉള്ളൂർ പരിശോധിച്ചിട്ടുണ്ട്. ഇവരിൽ ആദ്യത്തെ കലക്കത്തു കുഞ്ചൻനമ്പ്യാർ തന്നെ മഹാകവിയെന്നുറപ്പിച്ചു പറഞ്ഞു കൊണ്ടാണ് സാഹിത്യചരിത്രകാരൻ മുന്നോട്ടു പോകുന്നത്. രാമപാണിവാദനാമമുദ്രയുള്ള അനേകം സംസ്കൃതകൃതികളും ഭാഷാകൃതികളും നിരത്തിയാണ് നമ്പ്യാർ തന്നെയാണു രാമപാണിവാദൻ എന്ന് ഉള്ളൂർ സമർത്ഥിക്കുന്നത്. സാഹിത്യചരിത്രം പരിശോധിച്ചാൽ മനസ്സിലാക്കാൻ കഴിയുന്ന കാര്യമായതുകൊണ്ട് അതിലേക്കു കടക്കുന്നില്ല. രാമപാണിവാദൻ എന്നാൽ രാമനെന്ന പാണിവാദകൻ- മാർദ്ദംഗികൻ -മിഴാവുകൊട്ടുന്നവൻ - നമ്പ്യാർ എന്നു തന്നെയാണ് സൂചിതം എന്നതും ഈ വാദത്തിലേക്കു തെളിവായി വരുന്നുണ്ട്. രാമപാണിവാദൻ തന്നെയാണു കുഞ്ചൻനമ്പ്യാർ എന്നു വന്നാൽ, അവിശ്വസനീയവിസ്തൃതമായ കാവ്യസപര്യ ആ പേരിൽ ചാർത്തിക്കൊടുത്ത് ആരും അന്ധാളിച്ചു നിന്നുപോകും![2]

വടക്കുംകൂർ രാജരാജവർമ്മ, ഈ രണ്ടുപേരും ഒന്നു തന്നെയെന്നുള്ള ഉള്ളൂരിന്റെ നിലപാടിനോടു വിയോജിച്ചുകാണുന്നു. രാമപാണിവാദൻ ജ്യേഷ്ഠനും നമ്പ്യാർ അനുജനുമാണെന്നാണു വടക്കുംകൂറിന്റെ നിഗമനം. പിന്നീടിങ്ങോട്ടു നമ്പ്യാർസാഹിതിയിൽ പര്യവേക്ഷണം നടത്തിയ നിപുണരായ പലരും വടക്കുംകൂറിന്റെ നിലപാടിനോടു യോജിപ്പു പ്രകടിപ്പിച്ചതായി കാണുന്നുണ്ട്. രസകരമായ വസ്തുത ഇതല്ല, ആരാണ് ആദ്യം ഈ പ്രശ്നം മുമ്പോട്ടുവച്ചത് എന്ന കാര്യത്തിലാണ് വമ്പിച്ച തർക്കം ആദ്യം നടന്നത്. ഈ തർക്കത്തിൽ മഹാനായ ഉള്ളൂരും വടക്കുംകൂറും ആർ.നാരായണപ്പണിക്കരും കൂടി നാലാംക്ലാസ്സിലെ കുട്ടികളെപ്പോലെ വഴക്കുകൂട്ടിയ കഥകൾ വായിച്ചപ്പോൾ ചിരിക്കാനാണു തോന്നിയത്! രാമപാണിവാദനും നമ്പ്യാരും ഭിന്നരോ അഭിന്നരോ എന്നതല്ല, ആരാണ് ഈ പ്രശ്നം ആദ്യം മുമ്പോട്ടു വച്ചത് എന്നതിനാണു കൂടുതൽ പ്രാധാന്യം അവർ നല്കിക്കണ്ടത്! നമ്പ്യാർസാഹിതിയിൽ വിവിധതലസ്പർശിയായ ഗവേഷണം നടത്തിയിട്ടുള്ള ഏവൂർ പരമേശ്വരൻ, 'കുഞ്ചനും തുള്ളലും' എന്ന ഗ്രന്ഥത്തിൽ, ഒട്ടു വിശദമായിത്തന്നെ ഈ രാമപാണിവാദം ചർച്ച ചെയ്തുമിരിക്കുന്നു.[3] രാമപാണിവാദൻ, നമ്പ്യാരുടെ ജ്യേഷ്ഠനാണെന്നുള്ള നിഗമനം യുക്തിസഹമാകയാൽ സ്വീകാര്യമായും ഭവിച്ചിരിക്കുന്നു. പക്ഷേ, ഈ രാമപാണിവാദകോലാഹലങ്ങൾ ഭാഷാസാഹിത്യത്തിന് എന്തെങ്കിലും നല്കിയോ? സ്വത്വത്തെ പുനർനിർവ്വചിക്കാനുള്ള കാവ്യശ്രമമായി ഉരുവം കൊണ്ട പുതുഭാവുകത്വത്തോടു ചേർത്തുനിർത്തിയാണ് പി.കെ. രാജശേഖരൻ ദ്വിതീയാക്ഷരപ്രാസവാദത്തെ എഴുതിയിരിക്കു

ന്നത് (ഏകാന്തനഗരങ്ങൾ, പി.കെ.രാജശേഖരൻ, പുറം 274, ഡി.സി.ബി, 2006). കുമാരനാശാന്റെ വീണപൂവിനെയൊക്കെ സാദ്ധ്യമാക്കിയ പുതുഭാവുകത്വത്തിന്റെ ഭാഗമായി അതിനെ കാണാൻ മടിച്ചാലും ഭാഷാസാഹിത്യത്തിൽ അതുളവാക്കിയ ചലനങ്ങൾ അനിഷേധ്യമാണ്. പുതിയ ചിലതുകളെക്കുറിച്ചുള്ള ആലോചനകൾക്ക് അതു പ്രേരകമായി എന്നതും നിഷേധിച്ചുകൂടാ. പ്രാസവാദം പോലെ എന്തെങ്കിലുമൊന്ന് ഈ രാമപാണിവാദകോലാഹലം ഭാഷയ്ക്കു നല്കിയതായി കാണുന്നില്ല. ദ്വിതീയാക്ഷരപ്രാസവാദം കൃതിപര(രചനാപര)വും രാമപാണിവാദകോലാഹലം കർത്തൃപരവുമാണെന്ന വ്യത്യാസം ഉണ്ടായിരുന്നു എന്നതും കണക്കിലെടുക്കേണ്ടതുണ്ട്.

സംസ്കൃതസാഹിത്യത്തിൽ പെരുമാറിയിരുന്ന രാമപാണിവാദന്റെ നാമമുദ്രയുള്ള ഭാഷാകൃതികളുടെ കൂട്ടത്തിൽ ശ്രീകൃഷ്ണചരിതം മണിപ്രവാളകാവ്യത്തെയും പഞ്ചതന്ത്രം കിളിപ്പാട്ടിനെയും ശിവപുരാണം കിളിപ്പാട്ടിനെയും ഉള്ളൂർ ഉൾപ്പെടുത്തിയിരിക്കുന്നു. എന്നിട്ട് ഇവതന്നെ നമ്പ്യാരുടെ കണക്കിലും പെടുത്തിക്കാണുന്നു! ഒറ്റപ്പാലത്തു നിന്നു കവിക്കു ലഭിച്ച ശ്രീകൃഷ്ണചരിതം മണിപ്രവാളകാവ്യത്തിന്റെ താളിയോലഗ്രന്ഥത്തിൽ, പ്രഥമ സർഗ്ഗാന്തത്തിൽ കണ്ടെത്തിയ,

'രാമേണ പാണിവാദേന രചിതേ മിശ്രസംസ്കൃതേ
ശ്രീകൃഷ്ണചരിതേ കാവ്യേ മുതൽസർഗ്ഗഃ സമാപിതഃ'

എന്ന ശ്ലോകവും ദ്വാദശസർഗ്ഗാവസാനത്തിലെ രണ്ടു ശ്ലോകങ്ങളും കവി എടുത്തുകാട്ടുന്നുമുണ്ട്. നമ്പ്യാരുടെ കണക്കിൽ ഉൾപ്പെടുത്തിത്തന്നെ ഈ കാവ്യം പരിഗണിക്കുമ്പോൾ, 'സംസ്കൃതത്തിലെ മഹാകാവ്യങ്ങളുടെ ഛായയിൽ ഭാഷയിൽ ഇദംപ്രഥമമായി ആവിർഭവിച്ച സർഗ്ഗബന്ധവിശിഷ്ടമായ കൃതി എന്ന നിലയിലല്ലാതെ വലിയ മെച്ചമൊന്നുമില്ല' എന്നു പറയുന്ന ഉള്ളൂർ, ഈ കൃതിയുടെ പ്രചാരപ്രാചുര്യം 'അതിന്റെ സൗകുമാര്യം കൊണ്ടു സിദ്ധിച്ചതായി വേണം സങ്കൽപ്പിക്കുവാൻ'എന്നും കൂടി എഴുതിച്ചേർത്തിരിക്കുന്നു! ഒരു സാഹിത്യകൃതിയുടെ സൗകുമാര്യം എന്നൊക്കെ പറയുന്നതു തീരെ വേണ്ടാത്തകാര്യമാണെന്ന മട്ടിലുള്ള ഉള്ളൂരിന്റെ അഭിപ്രായം ചിലരെയെങ്കിലും അത്ഭുതപ്പെടുത്താതിരിക്കില്ല. ആമ്പല്ലൂർ എളേടത്തു മനയ്ക്കൽ നിന്നു ലഭിച്ച പഞ്ചതന്ത്രം കിളിപ്പാട്ടിന്റെ ഒരു താളിയോലഗ്രന്ഥത്തിൽ

'പഞ്ചതന്ത്രം നീതിശാസ്ത്രം ഭാഷയാ സന്നിവേശിതം
രാമേണ പാണിവാദേന ബാലാനാം ബോധഹേതവേ'

എന്നു കണ്ടിട്ടുണ്ടെന്നു പറഞ്ഞിരിക്കുന്നു. കൂടല്ലൂർ മനയ്ക്കൽ നിന്നു ലഭിച്ച ശിവപുരാണം കിളിപ്പാട്ടിന്റെ താളിയോലക്കെട്ടിൽ,

'രാമപാണി വിരചിതേ ശിവപുരാണേ സിംഹദ്ധ്വജകഥാ സമാപ്തം' എന്നു കണ്ടതും ഉള്ളൂർ രേഖപ്പെടുത്തിയിരിക്കുന്നു. ഇതൊക്കെ പക്ഷേ, പിൽക്കാലസാഹിത്യഗവേഷകർ നിരസിച്ചതായിക്കാണുന്നു. ഈ മൂന്നു കൃതികളും ദൂതവാക്യം പതിനാലുവൃത്തവും ഭാഗവതം ഇരുപത്തിനാലുവൃത്തവും ചേർന്ന് നമ്പ്യാരുടെ കൃതികളായിട്ടാണ് ഇപ്പോൾ അറിയപ്പെടുന്നത്. ഈ കൃതികളുടെ സൂക്ഷ്മപരിശോധന, തുള്ളൽക്കൃതികളുടെ രചനയ്ക്കു മുമ്പ് നമ്പ്യാർ രചിച്ചവയാണിവ എന്ന നിഗമനത്തിലെത്തിച്ചേരാൻ ഗവേഷകരെ പ്രേരിപ്പിച്ചു. ഏവൂർ പരമേശ്വരൻ ഉൾപ്പടെയുള്ള നമ്പ്യാർസാഹിത്യഗവേഷകരോടു യോജിക്കുകയോ വിയോജിക്കുകയോ ചെയ്യാവുന്ന രീതിയിലാണു കാര്യങ്ങളുടെ കിടപ്പ്. ഇരുഭാഗത്തു നില്ക്കുന്നവരും അവരവരുടേതായ ന്യായങ്ങൾ കണ്ടെത്തുന്നുണ്ട്. ഊഹങ്ങളിൽ ചെന്നകപ്പെടുന്നുമുണ്ട്. 2009-ൽ സാഹിത്യപ്രവർത്തക സഹകരണ സംഘം പുറത്തിറക്കിയ, ഡോ.അമ്പലപ്പുഴ ഗോപകുമാറിന്റ 'കുഞ്ചൻ നമ്പ്യാർ'എന്ന ഗ്രന്ഥവും പരിശോധിക്കേണ്ടതുണ്ട്. കുഞ്ചൻ നമ്പ്യാർ തന്നെ രാമപാണിവാദൻ എന്നു സ്ഥാപിച്ചെടുക്കാൻ അദ്ദേഹവും പുസ്തകത്തിന്റെ ധാരാളം പുറങ്ങൾ ഉപയോഗിച്ചിരിക്കുന്നു. യുക്തിയുക്തമെന്നു തോന്നിപ്പിക്കുന്ന അനേകം സാക്ഷ്യങ്ങൾ നിരത്തിക്കൊണ്ട് അതു സ്ഥാപിക്കാൻ ശ്രമിക്കുമ്പോൾ നമ്പ്യാരുടെ ആരാധകനായ ഗ്രന്ഥകാരനു ചിലപ്പോഴെങ്കിലും കാര്യങ്ങൾ കൈവിട്ടുപോകുന്നില്ലേ എന്നു തോന്നാതെയിരുന്നില്ല. ഇതഃപര്യന്തമുള്ള അന്വേഷണങ്ങളിൽ പറഞ്ഞിട്ടുള്ള കാര്യങ്ങളിൽ നിന്ന് ഒട്ടു വ്യത്യസ്തമെന്നു തോന്നിപ്പിക്കുന്ന പല കാര്യങ്ങൾ ഉൾപ്പെട്ട കൈക്കുറ്റപ്പാടിൽ പ്രതീക്ഷിക്കാത്തതു ചിലതും കടന്നു കൂടിയിട്ടുണ്ട്. അദ്ദേഹം കുറിച്ചിരിക്കുന്നു: 'സംസ്കൃതഗ്രന്ഥങ്ങളിലും തനിക്കു ഗൗരവമുള്ളതെന്നു തോന്നിയ ഗ്രന്ഥങ്ങളിലും മാത്രമേ നമ്പ്യാർ നാമമുദ്ര ചേർത്തിരുന്നുള്ളു എന്നതാണു വാസ്തവം. മറ്റൊരു കൃതിയിലും കുഞ്ചൻനമ്പ്യാർ എന്ന തന്റെ വിളിപ്പേർ ചേർത്തു കാണാത്തതു ശ്രദ്ധിക്കണം. എവിടെയെങ്കിലും പേർ ചേർത്തിട്ടുണ്ടെങ്കിൽ അതു രാമപാണിവാദൻ എന്ന യഥാർത്ഥപേരു മാത്രമാണ്.' ഗ്രന്ഥകാരന്റെ ഈ വാക്കുകളിൽ ഒളിച്ചിരിക്കുന്ന അപകടം അദ്ദേഹം മനസ്സിലാക്കാതെപോയി എന്നു കരുതണം. കുഞ്ചൻനമ്പ്യാരെ ഇന്നു മലയാളക്കര മനസ്സിൽ കൊണ്ടുനടക്കുന്നതു തുള്ളൽക്കൃതികളുടെ പേരിലാണ്. അവയിലൊന്നും രാമപാണിവാദനാമമുദ്രയില്ലാത്തത്, ഗൗരവമുള്ളതെന്തെങ്കിലും അവയിലുള്ളതായി നമ്പ്യാർക്കു തോന്നാതിരുന്നതു കൊണ്ടാണ് എന്ന വ്യക്തവും അനിഷേധ്യവുമായ ധ്വനി ഈ വാക്കുകൾ സംവഹിക്കുന്നുണ്ട്. നമ്പ്യാരുടെ ഏതു തുള്ളൽക്കൃതിയെക്കാളും മോശ

മായതും എഴുത്തച്ഛനെ ധാരാളമായി അനുകരിച്ചിട്ടുള്ളതുമായ ശിവ പുരാണത്തിൽ പോലും രാമപാണിവാദനാമമുദ്ര കാണുന്നുണ്ട് എന്നതാലോചിക്കുമ്പോൾ, ഗ്രന്ഥകാരന്റെ വാക്കുകളിലെ ദൂരർത്ഥ സൂചകമായ ധ്വനി കൂടുതൽ അപകടകരമാകുന്നതു നാം അറിയുന്നു. തുള്ളൽക്കൃതികളിലേക്കെത്തിപ്പെടാൻ നമ്പ്യാർ ചെയ്തുതീർത്ത ഗൃഹപാഠങ്ങൾ പോലെയാണ് ശിവപുരാണമുൾപ്പടെയുള്ള അദ്ദേഹ ത്തിന്റെ തുള്ളൽപൂർവ്വകൃതികൾ ഒരു ഭാവുകന് അനുഭവപ്പെടുക. തന്നെ താനാക്കിയത് തുള്ളൽക്കൃതികളാണെന്ന് ഉത്തമ ബോദ്ധ്യം വന്നതിനു ശേഷമെഴുതിയ ഏതെങ്കിലും തുള്ളലിൽ പോലും നമ്പ്യാർ രാമപാണി വാദനാമമുദ്ര ചാർത്തിയിട്ടില്ല. തുള്ളൽക്കൃതികൾ, തന്റെ യഥാർത്ഥ നാമം ചേർത്തു പുറത്തുപറയാൻ കൊള്ളരുതാത്തത്ര മോശമാണെന്നു നമ്പ്യാർ കരുതിയിരുന്നുവെന്നൊക്കെ ആലോചിക്കാൻ ഒരു മലയാളിക്കും കഴിയുമെന്നു തോന്നുന്നില്ല!

പിറവി, നടപ്പ്, ദേശികർ

നമ്പ്യാരുടെ ജനനത്തെപ്പറ്റിയുള്ള ഐതിഹ്യങ്ങൾ ഒന്നു പരിശോധിക്കുന്നതു നന്നായിരിക്കുമെന്നു തോന്നുന്നു. ഐതിഹ്യങ്ങൾ പലപ്പോഴും കെട്ടുകഥകളായിരിക്കും. കല്പനാചതുരന്മാർ അതിശയോക്തി ചേർത്തു നിർമ്മിച്ചെടുത്തു സമൂഹത്തിൽ ബോധപൂർവ്വം പ്രചരിപ്പിച്ചു വ്യാപരിപ്പിക്കുന്നവ. ചരിത്രനിർമ്മിതിയിൽ അന്വേഷകനെ തെറ്റായി എന്തെങ്കിലും ധരിപ്പിക്കാമെന്നതിലുപരി ഇവയ്ക്കു കാര്യമായി ഒന്നും ചെയ്യാനുണ്ടെന്നു തോന്നുന്നില്ല. ഇത്തരം ഐതിഹ്യമൗഢ്യങ്ങളിൽ ധാരാളമായി അഭിരമിക്കുന്ന മനസ്സാണു മലയാളിയുടേത്. അത്ഭുതങ്ങൾ ആദരപൂർവ്വം എന്നും ആസ്വദിക്കാനുള്ള താല്പര്യം മലയാളിക്കു ജന്മസിദ്ധമാണ്. തൊലി പൊളിച്ചെടുത്താൽ ചില സൂചനകളും സത്യ ങ്ങളും വെളിപ്പെട്ടു കിട്ടുന്ന ഐതിഹ്യങ്ങളും ഇല്ലാതെയില്ല. നമ്പ്യാരുടെ ജനനവുമായി ബന്ധപ്പെട്ടു കേൾക്കുന്ന ഐതിഹ്യത്തിൽ പക്ഷേ, കല്പനയുടെ ബോധപൂർവ്വമായ ഇടപെടലിലെ അത്ഭുതത്തിന്റെ തോത് കുറഞ്ഞാണിരിക്കുന്നത്. വന്നേരിക്കാരനായ ഒരു ദരിദ്രനമ്പൂരി അന്നു തിരുവിതാംകൂർ വാണിരുന്ന രവിവർമ്മ മഹാരാജാവിനോടു മക്കളുടെ പെൺകൊടയ്ക്കു വേണ്ട ധനം വാങ്ങി മടങ്ങുമ്പോൾ, കിള്ളിക്കുറിശ്ശി ക്ഷേത്രക്കുളത്തിൽ കുളിക്കാനിറങ്ങി. കരയ്ക്കു വച്ചിരുന്ന പണക്കിഴി യുടെ മേൽ ഒരു പശു ചാണകമിടുകയാൽ കിഴി കാണാതെ നമ്പൂരി അതു നഷ്ടപ്പെട്ടുവെന്നു വിഷണ്ണനായി. ഗർഭവതിയായ ഒരു നങ്ങ്യാർ കല്പടവ് അടിച്ചുതളിക്കാൻ ചെന്നപ്പോൾ ചാണകത്തിനു താഴെ പണക്കിഴി

കണ്ട് അതെടുത്തു നമ്പൂരിയെ ഏൽപ്പിച്ചു. നമ്പൂരി 'സൽപുത്രനുണ്ടാകട്ടെ' എന്ന് ആശീർവാദം നൽകി പോലും! ആ നങ്ങ്യാർ നമ്പ്യാരുടെ മാതാവായിരുന്നു! സത്യസന്ധതയുണ്ടായാൽ സൽപുത്രന്മാരുണ്ടാകും എന്ന ചെറിയതരം സാരോപദേശത്തിനപ്പുറം ഒളിപ്പിച്ചിരിക്കുന്ന ഒന്ന് ഇവിടെയുമില്ലാതില്ല. പല ഐതിഹ്യങ്ങളിലുമെന്ന പോലെ, ബ്രാഹ്മണപ്രീതിക്കു പാത്രമായതുകൊണ്ടാണ് സൽപുത്രനുണ്ടായത് എന്ന ധ്വനിയാണ് ഇതിലും അപകടരഹിതമെന്നു തോന്നുമാറ് ഒളിപ്പിച്ചുവച്ചിരിക്കുന്നത്. നമ്പ്യാരുടെ പ്രതിഭയ്ക്ക് എങ്ങനെയും ഒരു ബ്രാഹ്മണനെ അവകാശിയാക്കിയില്ലെങ്കിൽ ഉറക്കം വരില്ല എന്നായ ആരുടെയോ നിർമ്മിതിയായിരിക്കണം ഈ പുരാവൃത്തം അഥവാ, ഐതിഹ്യം. എഴുത്തച്ഛനിൽ ഈ അവകാശം വന്നു ചേരുന്നത് പിതാവിന്റെ രൂപത്തിലാണെന്നു നാം അറിഞ്ഞുകഴിഞ്ഞതാണ്! ബ്രാഹ്മണപൂജ നടത്തണമെന്നാവശ്യപ്പെടുന്ന ഒരുവൻ ബ്രാഹ്മണേതരനാണെന്നു വന്നാൽ ആ ആവശ്യം കൂടുതൽ അംഗീകരിക്കപ്പെടുമെന്നറിഞ്ഞിരുന്ന ബുദ്ധിമാന്മാരായ ബ്രാഹ്മണർ തന്നെ ഒരു ബ്രാഹ്മണകവിയെ പിടിച്ചു ചക്കാലനായരാക്കിയതല്ലേ എന്ന സംശയം ബലപ്പെട്ടുവരുന്നുണ്ട്. മറ്റുള്ളവർ ബ്രാഹ്മണമഹത്വം പാടുമ്പോൾ അതിനു കൂടുതൽ വിശ്വാസ്യത വന്നുചേരുമെന്ന് ഇക്കൂട്ടർ കരുതിയിരുന്നിരിക്കണം. പ്രൊഫ.കെ.കെ. ശിവരാമൻ രചിച്ച 'എഴുത്തച്ഛൻ ഭ്രാന്താലയത്തിന്റെ രാജശില്പി' (ബി.ബുക്സ്, അമ്പലപ്പുഴ) എന്ന കൃതിയിലെ കാഴ്ചപ്പാടുകൾ തള്ളിക്കളയാൻ കഴിയുന്നവയാണെന്നു കരുതാനാവില്ല. പലപ്പോഴും സത്യത്തെ മൂടിവയ്ക്കാൻ നാം ഐതിഹ്യങ്ങൾ ഉപയോഗിക്കാറുണ്ട്. കാലം കൈ കൂപ്പിനിന്ന കാളിദാസപ്രതിഭ, ഇരിക്കുന്ന മരക്കൊമ്പു മുറിച്ച വിഡ്ഢിയായിരുന്നു എന്നും ആദികവിയായ വാല്മീകി, പിടിച്ചുപറിക്കാരനായ വ്യാധനായിരുന്നു എന്നും ഒക്കെ കഥകളുണ്ടാക്കി പ്രചരിപ്പിച്ചു രസിച്ചവരും ആ കഥകളിൽ ഇപ്പോഴും അഭിരമിക്കുന്നവരും ഉണ്ടെന്നതു മറന്നുകൂടാ. ഈ മഹാകവികളുടെ പ്രതിഭാവിലാസങ്ങൾ അസഹ്യമായി തോന്നിയവരായിരിക്കണം ഈ കഥകളുടെ പ്രണേതാക്കൾ എന്നു തോന്നുന്നു. എന്തും ആര്യവംശത്തിന്റെ മേന്മയിലേക്കു കൂട്ടിക്കെട്ടുന്ന ഏർപ്പാടിൽ പണ്ടേ ഒരു വിഭാഗം ഭാരതീയർ തല്പരരായിരുന്നതായി കാണാം. ഏതായാലും നമ്പ്യാർ ജനിച്ചത് കിള്ളിക്കുറിശ്ശിമംഗലത്തെ ശിവക്ഷേത്രത്തിനു സമീപത്തുള്ള കലക്കത്തു ഭവനത്തിലായിരുന്നെന്നും അമ്മ ഒരു നങ്ങ്യാരും അച്ഛൻ ഒരു നമ്പ്യാരുമായിരുന്നെന്നും മനസ്സിലാക്കുന്നതാണ് ഉത്തമം.

'കിള്ളിക്കുറിശ്ശിമഹേശ്വരനും പുന-
രുള്ളിലിരുന്നരുളുന്നു സദാമേ'

എന്ന കിരാതം ഓട്ടൻതുള്ളലിലെ വരികളും

'കിള്ളിക്കുറിശ്ശി വാണീടും മഹേശന്റെ
പള്ളിത്തിരുമേനിയോർത്തു വന്ദാമഹേ'

എന്ന ഹരിണീസ്വയംവരം ശീതങ്കൻതുള്ളലിലെ വരികളും കിള്ളിക്കുറിശ്ശിയാണു നമ്പ്യാരുടെ ജന്മസ്ഥലമെന്ന നിഗമനത്തിലെത്തിച്ചേരാൻ ഗവേഷകർക്കു സഹായകമായിട്ടുണ്ട്. ഭാഷാചരിത്രകാരനായ പി.ഗോവിന്ദപ്പിള്ള കൊല്ലവർഷം 880-നോടടുത്താണ് നമ്പ്യാരുടെ ജീവിതകാലം അടയാളപ്പെടുത്തുന്നത്. ഉള്ളൂരും സാഹിത്യപഞ്ചാനനനും ഒക്കെ ഇതിനോടു യോജിച്ചു കാണുന്നു. നമ്പിയാരുടെ ജീവിതകാലഘട്ടത്തെക്കുറിച്ച് പല കൃതികളിലായി അദ്ദേഹം തന്നെ വേണ്ടുവോളം സൂചനകൾ നല്കിയിരിക്കുന്നതിനാൽ ഇക്കാര്യത്തിൽ തർക്കങ്ങളൊന്നുമുണ്ടായതായി കാണുന്നില്ല. അങ്ങനെ, നമ്പ്യാരുടെ ജീവിത കാലഘട്ടം കൊല്ലവർഷം 880-നും 950-നുമിടയിൽ, അതായത്, ക്രിസ്ത്വബ്ദം 1705-നും 1775-നുമിടയിൽ എന്നു കണക്കാക്കപ്പെടുന്നു. നമ്പ്യാരുടെ ജീവിതത്തെ സംബന്ധിക്കുന്ന ഈ കാലഗണന പൊതുവെ അംഗീകരിക്കപ്പെട്ടിരിക്കുന്നു. നമ്പ്യാരുടെ പിതൃത്വം ഒരു ബ്രാഹ്മണനിൽ ആരോപിക്കാനുള്ള ഐതിഹ്യപ്രണേതാക്കളുടെ ശ്രമം അർഹിക്കുന്ന അവഗണനയോടെ തള്ളിക്കളയേണ്ടതാണ്. 'കേരളത്തിൽ ഉത്തമകവികളായി ആരെങ്കിലും ജനിച്ചാൽ അവരുടെ പിതൃത്വം ബ്രാഹ്മണനിൽ ആരോപിക്കുന്നതും അല്ലെങ്കിൽ അവരുടെ വശ്യവചസ്ത്വത്തിനു കാരണം ദേവതാഭജനമാണെന്നു തീർച്ചപ്പെടുത്തുന്നതും അന്ധവിശ്വാസത്തിന്റെ ലക്ഷണമാണ്' എന്നു സാക്ഷാൽ ഉള്ളൂർ തന്നെ എഴുതിയിരിക്കുന്നത് (കേരളസാഹിത്യചരിത്രം, മൂന്നാം സമ്പുടം, പുറം 530) ഇവിടെ ഓർമ്മിക്കുക.

അച്ഛൻനമ്പ്യാരുമായി തെക്കു കോട്ടയത്തു കിടങ്ങൂർ വന്നു നമ്പ്യാർ താമസമാക്കിയെന്നും അങ്ങനെ കുമാരനല്ലൂർ, കുടമാളൂർ എന്നിവിടങ്ങളിൽ പോയെന്നും തെക്കേടത്തു ഭട്ടതിരി, ചെമ്പകശ്ശേരി രാജാവ് തുടങ്ങിയവരുമായി പരിചയം സമ്പാദിച്ചുവെന്നുമൊക്കെ വിശ്വസിച്ചു പോരുന്നുണ്ട്. 'രുക്മിണീസ്വയംവരം' തുള്ളലിലെ വേട്ടയ്ക്കൊരു മകനെക്കുറിച്ചുള്ള പരാമർശവും നമ്പ്യാരുടെ കൃതിയായി പരിഗണിക്കപ്പെട്ടിട്ടുള്ള 'കുമാരപുരേശ്വരീസ്തോത്ര'വുമാണ് ഈ വിശ്വാസത്തെ പിന്താങ്ങുന്നത്. നമ്പ്യാർ അമ്പലപ്പുഴയിൽ എത്തിച്ചേർന്നത് കിടങ്ങൂരിൽ നിന്നാണെന്ന് അവിടെയുള്ള ഗ്രാമവൃദ്ധന്മാർ പറയുന്നതായി സാഹിത്യപഞ്ചാനനൻ പി.കെ.നാരായണ പിള്ള തന്റെ 'മൂന്നു ഭാഷാകവികൾ' എന്ന പുസ്തകത്തിൽ പറഞ്ഞിരിക്കുന്നു.[4] ചെമ്പകശ്ശേരി രാജാവുമായുള്ള പരിചയത്തിൽ നമ്പ്യാർ അമ്പലപ്പുഴയിൽ എത്തിയതാവാം. അല്ലെങ്കിൽ,

കോട്ടയത്തുനിന്നു കൂത്തവതരിപ്പിക്കാൻ അമ്പലപ്പുഴയിൽ വന്ന വല്ല ചാക്യാന്മാരുടെ കൂടെ മിഴാവു വാദനം ചെയ്യാനായി അമ്പലപ്പുഴയിൽ എത്തിയതുമാകാം. എങ്ങനെയായാലും നമ്പ്യാർ അമ്പലപ്പുഴയിൽ എത്തിപ്പെട്ടുവെന്നതും അവിടെവച്ച് തന്റെ യൗവനം കവിതപ്പെയ്ത്തിന്റെ ആഘോഷമാക്കിമാറ്റിയെന്നതും ചരിത്രസത്യങ്ങളാണ്. വടക്കുംകൂർ രാജ്യം മാർത്താണ്ഡവർമ്മ പിടിച്ചടക്കിയപ്പോൾ നമ്പ്യാർ അമ്പലപ്പുഴയ്ക്കു പോന്നതാവാനും മതി എന്നു പി.കെ. തന്റെ നമ്പ്യാർപഠനത്തിൽ സംശയം പ്രകടിപ്പിക്കുന്നുണ്ട്. ഈ സംശയം, നമ്പ്യാരുടെ അമ്പലപ്പുഴപ്രവേശ നത്തിന്റെ കാലവുമായി യോജിച്ചുകാണുന്നില്ല. കൊല്ലവർഷം 905-നും 910-നുമിടയിൽ നമ്പ്യാർ അമ്പലപ്പുഴയിലെത്തിയെന്നാണു കരുതപ്പെ ടുന്നത്. മാർത്താണ്ഡവർമ്മ തെക്കുംകൂർ കീഴടക്കുന്നത് 917-ലാണ്.

അമ്പലപ്പുഴയിലെത്തിയ ശേഷം അദ്ദേഹം തന്റെ ഗുരുക്കന്മാരാ യി സ്വീകരിച്ച ദ്രോണമ്പള്ളിയാചാര്യനും കണ്ടങ്കരി ഉണ്ണിരവിക്കുറുപ്പും ത്രിപുരദഹനം, സഭാപ്രവേശം, സുന്ദോപസുന്ദോപാഖ്യാനം തുടങ്ങിയ തുള്ളലുകളുടെ ആരംഭത്തിൽ സ്മരിക്കപ്പെടുന്നുണ്ട്.

'നന്ദികാടവിനായകൻ ഗുരു ബാലരവി പരദൈവതം
നന്ദിനൽകണമിന്നുമേ തിരുകണ്ടകാപുരിഭഗവതി'

(ത്രിപുരദഹനം)

'ക്ഷോണിമണ്ഡലം തന്നിലൊക്കവേ പുകഴ്ന്നൊരു
ക്ഷോണീവാനവൻ വീരൻ ദ്രോണമ്പള്ളിയാചാര്യൻ
ആചാര്യോത്തമൻ ബാലരവിയെന്നു പുകഴ്ന്നോരു
ശ്രീചാരുസ്വരൂപന്റെ ചരണാംഭോരുഹം രണ്ടും'

(സഭാപ്രവേശം)

'ദിക്കു പത്തും പുകഴ്ന്നോരു ദ്രോണമ്പള്ളി
നൽക്കുലഭൂഷണനൻ മൽഗുരു നായകൻ
വിക്രമവാരിധി വീരൻ വിശേഷജ്ഞൻ
ഇക്കഥാരംഭേ കടാക്ഷം തരേണമേ
ചണ്ഡികാദേവിയെസ്സേവിച്ചുമേവിടും
ഉണ്ണിരവിയെന്നു പേരായ പൂരുഷൻ
പുണ്യപൂരാകരൻ നമ്മുടെ ദേശികൻ
കണ്ണിണ കൊണ്ടൊന്നനുഗ്രഹിക്കേണമേ'

(സുന്ദോപസുന്ദോപാഖ്യാനം)

എന്നിങ്ങനെ പോകുന്നു ആ ഗുരുസ്മരണകൾ അഥവാ, ദേശികപ്രാർത്ഥ നകൾ. ഇതിലെ ദ്രോണമ്പള്ളി, നെടുമുടിയിലുള്ള ഓണമ്പള്ളി തന്നെ യെന്നു തിരിച്ചറിഞ്ഞിട്ടുണ്ട്. 'കണ്ടകാപുരി' എന്നൊക്കെ നമ്പ്യാർ എഴു

തിയെങ്കിലും കുട്ടനാട്ടിലെ ഗ്രാമമായ കണ്ടങ്കരി തന്നെയാണു സൂചിതം. 'പുര'ത്തിന് ഭവനം, കൊട്ടാരം, ശരീരം, കോട്ട, അന്തഃപുരം എന്നൊക്കെ അർത്ഥങ്ങളുണ്ടെന്നോർക്കുക. ചെമ്പകശ്ശേരി രാജാവും മാത്തൂർ പണിക്കരും നന്ദികാട്ടു കുറുപ്പുമൊക്കെയായി നമ്പ്യാർ നല്ല ബന്ധം പുലർത്തിപ്പോന്നിരുന്നതായി മനസ്സിലാക്കാം.'കല്യാണസൗഗന്ധികം' ശീതങ്കൻ തുള്ളലിൽ,

'നന്ദികാരണ്യമാം മന്ദിരേ വാഴുന്ന
മന്ദാരദാരുവാം ബാലരവിയുടെ'

എന്നിങ്ങനെ ഉണ്ണിരവിക്കുറുപ്പിനെ കല്പവൃക്ഷമായി കൽപ്പിച്ചിരിക്കുന്നു! ഇവിടെ നന്ദികാരണ്യം എന്നതും നേരത്തെ സൂചിപ്പിച്ചിട്ടുള്ള നന്ദികാടവിയും ഒക്കെ 'നന്ദികാട്ട് 'എന്ന വീട്ടുപേരാണെന്നും ബാലരവി എന്നത് ഉണ്ണിരവിയാണെന്നും ധരിക്കേണ്ടതുണ്ട്. രാമപാണി വാദൻ സ്മരിക്കുന്ന നാരായണഭട്ടപാദർ തന്നെയാണ് തുള്ളൽക്കൃതികളിലെല്ലാം നമ്പ്യാർ സ്മരിക്കുന്ന ബ്രാഹ്മണഗുരുവെന്നു പുസ്തകരചയിതാവ് 'കുഞ്ചൻനമ്പ്യാർ' എന്ന ഗ്രന്ഥത്തിൽ സ്ഥാപിക്കാൻ ശ്രമിക്കുന്നുണ്ട്. അതു തെക്കേടത്തു ഭട്ടതിരിതന്നെയെന്ന് അദ്ദേഹം ഉറപ്പിക്കുന്നു. തിരുവിതാംകൂർ സ്റ്റേറ്റ് മാന്വലിൽ നാഗം അയ്യ പറഞ്ഞിരിക്കുന്നതിനെ ഉദ്ധരിച്ചുകൊണ്ട്, ഈ ഭട്ടതിരിയും മാത്തൂർ പണിക്കരും ചേർന്നാണ് ചെമ്പകശ്ശേരി കീഴടക്കാൻ മാർത്താണ്ഡവർമ്മയെ 'സഹായിച്ചത്'എന്നു പറഞ്ഞിരിക്കുന്നു. അത് ഒരു കേഴ്വിയാണെന്നും 'മാത്തൂർ പണിക്കരും തെക്കേടത്തു ഭട്ടതിരിയും ഒന്നിച്ചായിരുന്നു ഇക്കാര്യത്തിൽ പ്രവർത്തിച്ചിരുന്നതത്രേ' എന്നുമൊക്കെയാണ് ഡോ.അമ്പലപ്പുഴ ഗോപകുമാർ എഴുതിയിരിക്കുന്നതെങ്കിലും, ചെമ്പകശ്ശേരിയുടെ പതനത്തിൽ ഈ രാജ്യദ്രോഹികൾ വഹിച്ച പങ്ക് സന്ദേഹത്തിനു പഴുതില്ലാത്തവണ്ണം തെളിയിക്കപ്പെട്ടതായി സ്റ്റേറ്റ് മാന്വലിലെ നാഗം അയ്യയുടെ വാക്കുകൾ തന്നെ നമ്മോടു പറയുന്നുണ്ട്. പിൽക്കാലത്തെ ഭട്ടതിരിയുടെ ക്ഷേത്രഭരണവും മാത്തൂർ കുടുംബത്തിന്റെ ധനികവാഴ്ചയും ഈ വൻചതിയുടെ പ്രതിഫലമായിരുന്നുവെന്നതു രഹസ്യചരിത്രവുമല്ല. പക്ഷേ, ഗ്രന്ഥകാരൻ കുറ്റം മുഴുവൻ ദേവനാരായണപക്ഷത്തു ചാരി, ഗർഹണീയമായ ഈ രാജ്യദ്രോഹത്തെ മൂടിവച്ച് ആരെയൊക്കെയോ രക്ഷിച്ചെടുക്കാൻ പ്രതിജ്ഞാബദ്ധനാണെന്നു തോന്നിപ്പിക്കുന്ന രീതി കൈക്കൊണ്ടതെന്തുകൊണ്ടാണെന്നു വ്യക്തമാകുന്നില്ല. തെക്കേടത്തു ഭട്ടതിരിയും മാത്തൂർ പണിക്കരുമായി തനിക്കുണ്ടായിരുന്ന ബന്ധം യശസ്ക്കരമല്ലെന്നു സ്വയം ബോദ്ധ്യപ്പെട്ടു നമ്പ്യാർ നിസ്സഹായനായിട്ടുണ്ടാവാനാണു കൂടുതൽ സാദ്ധ്യത. യശസ്കരമല്ലാത്ത ഒരു ബന്ധം ഗതികേടുകൊണ്ടു

നമ്പ്യാർക്കു തുടരേണ്ടിവന്നിട്ടുണ്ടാവണം. എന്തു കാരണവശാലും നമ്പ്യാർ രാജ്യദ്രോഹികളുമായി ചങ്ങാത്തംകൂടിയെന്നു ചിന്തിക്കാൻ മലയാളി തയ്യാറാകുമെന്നു തോന്നുന്നില്ല. മാർത്താണ്ഡവർമ്മയുടെ കായംകുളം ആക്രമണം 921 (1746)-ൽ ആയിരുന്നു. തുടർന്നു ചെമ്പക ശ്ശേരിയും അതേ വർഷം തന്നെ മർത്താണ്ഡ വർമ്മ കീഴ്പ്പെടുത്തിയോ? വ്യക്തമല്ല. സാഹിത്യപഞ്ചാനനന്റെ 'മൂന്നു ഭാഷാകവിക'ളിലും തുടർന്ന് ഇതേ പുസ്തകം 'പഞ്ചാനനന്റെ വിമർശത്രയം' എന്ന പേരിൽ സാഹിത്യ അക്കാദമി ഇറക്കിയ 1980 പതിപ്പിലും ഏവൂർ പരമേശ്വരന്റെ 'കുഞ്ചനും തുള്ളലും'എന്ന കൃതിയിലുമൊക്കെ ഇത് 923(1748) എന്നു കാണുന്നു. സർവ്വവിജ്ഞാനകോശത്തിൽ 921 എന്നാണു കാണുന്നത്. പി. ശങ്കുണ്ണി മേനോന്റെ തിരുവിതാംകൂർ ചരിത്രത്തിൽ 921-ൽ കായംകുളം കീഴ്പ്പെടു ത്തിയെന്നും തുടർന്നു ചെമ്പകശ്ശേരിയും കീഴ്പ്പെടുത്തിയെന്നുമാണു കാണുന്നത്. കൊല്ലവർഷം 923 ഇവിടെ സ്വീകരിക്കുന്നു.

യുക്തിസഹമായ ഒരു ചെറിയ ആലോചന കൂടിയാകാം. ഒടുവിലത്തെ ചെമ്പകശ്ശേരിരാജാവുമായി മാർത്താണ്ഡവർമ്മ സൗഹൃദ ത്തിലായിരുന്നു. കായംകുളം ആക്രമിച്ചു കീഴ്പ്പെടുത്തിയ ശേഷം മാർത്താ ണ്ഡവർമ്മ തിരിച്ചുപോയിരുന്നു. കായംകുളം രാജാവിന്റെ ആയുധ പ്പുരയിൽ നിന്നു ലഭിച്ച വാളുകളിൽ ദേവനാരായണനാമമുദ്ര കണ്ടത് സംശയങ്ങൾക്കു കാരണമായിട്ടുണ്ടാവണം. ചെമ്പകശ്ശേരിയുടെ മുദ്ര പതിച്ച ആയുധങ്ങൾ കായംകുളത്തിന്റെ ആയുധപ്പുരയിൽ കണ്ടത്, തനി ക്കെതിരേ ചെമ്പകശ്ശേരി കായംകുളത്തെ സഹായിച്ചു എന്നു ചിന്തി ക്കുവാൻ മാർത്താണ്ഡവർമ്മയെ പ്രേരിപ്പിച്ചുവെന്നാണു ചരിത്രം പറ യുന്നത്. അതിന്റെ അടിസ്ഥാനത്തിൽ മാർത്താണ്ഡവർമ്മ ചെമ്പക ശ്ശേരിയെയും കീഴടക്കാൻ അനുവാദം നൽകുകയായിരുന്നു എന്നു വേണം ധരിക്കാൻ. ചെമ്പകശ്ശേരിയെ കീഴടക്കുമ്പോൾ മാർത്താണ്ഡവർമ്മ നേരിട്ടെ ത്തിയിരുന്നില്ല. രാമയ്യൻദളവയെയാണ് ചെമ്പകശ്ശേരി കീഴടക്കാൻ മഹാ രാജാവു പറഞ്ഞുവിട്ടത്. യുദ്ധനിപുണനായിരുന്നു അന്നത്തെ ദേവനാ രായണൻ. അദ്ദേഹം കണ്ടുപിടിച്ച പുതിയ തരം വിഷം പുരട്ടിയ അമ്പു കളേറ്റു തിരുവിതാംകൂർ സൈന്യത്തിൽ അനേകം പേർ മരിച്ചുവീണു. അമ്പലപ്പുഴകൃഷ്ണൻ നേരിട്ടു യുദ്ധം നയിച്ചതായിരുന്നുവെന്നു കെട്ടു കഥയുണ്ടായപ്പോൾ തിരുവിതാംകൂറിലെ ഹിന്ദുസൈന്യം യുദ്ധത്തിൽ നിന്നു പിന്നോട്ടു മാറി. ഒടുവിൽ, ഡച്ചു സൈന്യാധിപൻ ഡിലനോയി (D'Lannoy) യുടെ കീഴിലുള്ള ക്രൈസ്തവ-മുസ്ലീം സൈന്യം വരുന്നതിനു

വേണ്ടി രാമയ്യനു കാത്തുനില്ക്കേണ്ടി വന്നു. നോക്കുക, ഒരു കൊച്ചു രാജ്യം കാട്ടിയ അന്യാദൃശമായ കരുത്തും ധൈര്യവും! സാഹചര്യം എന്തുമായിക്കൊള്ളട്ടെ, യുദ്ധം ചെയ്തു മരിച്ചുവീഴുകയായിരുന്നു ഒറ്റി ക്കൊടുക്കുന്നതിലും ഭേദമെന്നു കരുതാൻ മാത്തൂർ പണിക്കർക്കു കഴി ഞ്ഞിരുന്നിരിക്കില്ല എന്നതാണു വാസ്തവം. സത്യമായ കാര്യങ്ങൾ ദേവ നാരായണനെ കീഴടക്കിയ ശേഷം ബോദ്ധ്യപ്പെട്ടതുകൊണ്ടായിരിക്കണം അദ്ദേഹത്തെ ആദരപൂർവ്വം കുടമാളൂരെത്തിച്ചതും 'അലവൻസ്' നല്കി മാർത്താണ്ഡവർമ്മ തന്റെ തെറ്റു തിരുത്തിയതും. ദേവനാരായണൻ ബ്രാഹ്മണനാകയാൽ ബ്രഹ്മഹത്യാപാപം ഭയന്നു മാർത്താണ്ഡവർമ്മ അദ്ദേഹത്തെ വധിക്കാതിരുന്നതാണെന്നു മറ്റൊരഭിപ്രായവും പൊന്തി വന്നിരുന്നു. പില്ക്കാലതിരുവിതാംകൂർ ഭരണകാര്യസ്ഥനായി മാറിയ ശങ്കുണ്ണി മേനോൻ, തിരുവിതാംകൂറിനോടു കൂറുകാട്ടിക്കൊണ്ട് ഭട്ടതിരി യുടെയും മാത്തൂർപണിക്കരുടെയും ഹീനപ്രവൃത്തിയെ 'വിവേക പൂർവ്വമായ പെരുമാറ്റം'എന്നെഴുതി[5] വെള്ള പൂശിയതു മനസ്സിലാക്കാം. പക്ഷേ, ചെമ്പകശ്ശേരിയുടെയും അമ്പലപ്പുഴയുടെയും ചരിത്രത്തിൽ അത് ഒരു നാട്ടുരാജ്യത്തിന്റെ അന്ത്യം കുറിക്കാനിടയാക്കിയ ചതിതന്നെയാണ്. അമ്പലപ്പുഴയുടെ ചരിത്രമെഴുതുന്നവർ ശങ്കുണ്ണിമേനോനെ വിശ്വാസ ത്തിലെടുക്കേണ്ട കാര്യവുമില്ല. തിരുവിതാംകൂർ സ്റ്റേറ്റ് മാന്വലിലെ (നാഗം അയ്യയുടെ) വാക്കുകൾ കാണുക:

At the time of Travancore invasion, the Ampalapuzha army was commanded by Mathu Panikkar, a Sudra knight of great valour. The soldiers used specially made arrows with poisoned tips invented by Rajah himself. The Dalawa's forces attacked the Ampalapuzha lines, but the enemy kept them at bay for six days. The poisoned arrows committed great havoc. The terrible slaughter made the Travancore troops to believe that God Devan Narayanan was himself leading the Ampalapuzha forces. A panic seized the Maharaja's troops and they shrunk back from the war against the Brahmin representative of the deity. Rama Iyen had therefore to wait for the arrival of De Lannoy with his artillery and Musalman and Christian soldiers.

In the meantime dissensions arose among the officers of the Ampalapuzha army. Mathu Panikkar and Thekkedathu Bhattatiri, the two leading officers offered to betray their chief and join Travancore on certain terms. These were readilly agreed by Rama Iyen. The Raja was captured in his own palace while playing a game of Chess. He immediately surrendered. He was removed first to Trivandrum and then to Kodumalur in the Ettumanur Taluq and granted a liberal allowance. Bhattatiri was rewarded with the supervision of Ampalapuzha temple which the late Raja managed and Mathu Panikkar was granted lands, titles and privileges.(The Travancore

State Manual Vol.1 pages 346- 347-Gazetteers Dept., Govt. of Kerala)

ഇവിടെ, ചേർത്തുവായിക്കാൻ പറ്റിയ ഒരു കേട്ടുകേഴ്‌വിയുണ്ട് -നെടുമുടിയിലെ അനുഭവസമ്പന്നരായ ചില ജ്ഞാനവൃദ്ധന്മാർക്കിടയിൽ നിന്നു ലഭിച്ചത്. മാർത്താണ്ഡവർമ്മ ഒളിവിൽ കഴിഞ്ഞിരുന്ന കാലത്തു നെടുമുടിയിൽ എത്തിയിരുന്നെന്നും വിശന്നു വലഞ്ഞ അദ്ദേഹത്തിന് മാത്തൂർ വീട്ടുകാർ ആളറിയാതെ കഞ്ഞിയും ഉപ്പുമാങ്ങയും നല്കിയെന്നുമാണ് ആ കേൾവി. പില്ക്കാലത്ത് അതിന്റെ സ്മരണയ്ക്കായി മാർത്താണ്ഡവർമ്മ കഞ്ഞിക്കണ്ടവും ഉപ്പുമാങ്ങാക്കണ്ടവും നല്കിയെന്നും ബാക്കി കേട്ടറിവ്. ഇതു വിശ്വസനീയമായി തോന്നുന്നില്ല. മാർത്താണ്ഡവർമ്മ സ്ഥാനാരോഹണം ചെയ്ത് വർഷങ്ങൾക്കു ശേഷമാണ് ചെമ്പകശ്ശേരി തിരുവിതാംകൂറിനോടു കൂട്ടിച്ചേർത്തത്. അതുവരെ ഈ വസ്തുക്കൾ ചെമ്പകശ്ശേരിയുടെ കീഴിലായിരുന്നുവെന്നു വ്യക്തം. ചെമ്പകശ്ശേരിരാജാവിനെ ഒറ്റിയ വകയിൽ ലഭിച്ച കണ്ടങ്ങളിൽ രണ്ടെണ്ണത്തിന് കഞ്ഞിക്കണ്ടമെന്നും ഉപ്പുമാങ്ങാക്കണ്ടമെന്നും പേരു ചാർത്തി പണ്ടു ചെയ്തതിന്റെ പ്രതിഫലമായി രാജാവുനല്കിയതാണ് എന്നു വരുത്തിത്തീർത്തിരിക്കാനേ വഴിയുള്ളു. ഈ നിലങ്ങൾ 'അക്കൽദാമ' യല്ല അഥവാ, ഒറ്റുകൊടുത്തതിന്റെ പ്രതിഫലമല്ല എന്നു സ്ഥാപിക്കാൻ ഒരുക്കിയ ഒരു വെറും തന്ത്രമായേ ഇതിനെ കാണാൻ കഴിയൂ.

കെട്ടിച്ചമച്ച ദേവനാരായണവിമർശനം

നമ്പ്യാരുടെ അമ്പലപ്പുഴയിലെ സ്ഥിരവാസം ചെമ്പകശ്ശേരിയുടെ പതനത്തോടെ അവസാനിച്ചു. അദ്ദേഹം മാർത്താണ്ഡവർമ്മയുടെ ആശ്രിതനായി തിരുവനന്തപുരത്തേക്കു പോയി. ഇവിടെ, ആനുഷംഗികമായി, നമ്പ്യാർ അനന്തപുരിവാസത്തിനിടയിൽ, വിശിഷ്യാ, ചെമ്പകശ്ശേരി ചരിത്രത്തിൽ നിന്നു മാഞ്ഞുപോയ ശേഷം അധികം താമസിയാതെ എഴുതിയതെന്നു കരുതപ്പെടുന്ന രണ്ടു തുള്ളലുകൾ പരാമർശിക്കപ്പെടേണ്ടതുണ്ട്: ത്രിപുരദഹനവും സഭാപ്രവേശവും. രണ്ടും പറയൻതുള്ളലുകളാണ്. ഭാഗവതം സപ്തമസ്കന്ധത്തിലെ, -ത്രിപുര ദഹനം- 'താരകാക്ഷൻ, കമലാക്ഷൻ, വീരനായ വിദ്യുന്മാലി' എന്നീ മൂന്നു ദൈത്യന്മാരുടെ വളർച്ചയും വിനാശവും-മുൻനിർത്തിയാണ് ത്രിപുരദഹനംതുള്ളൽ നമ്പ്യാർ എഴുതിയത്. മയൻ ഇവർക്കായി നിർമ്മിച്ചുകൊടുത്ത മൂന്നു പുരങ്ങളും ശിവൻ ദഹിപ്പിച്ചു കളയുന്നതാണ് ത്രിപുരദഹനത്തിന്റെ പ്രമേയം. അസുരന്മാരുടെ ദുഷിച്ച ഭരണകാലം വർണ്ണിക്കുമ്പോൾ, ചെമ്പകശ്ശേരിയിൽ താൻ അനുഭവിച്ച കഷ്ടകാലം തന്നെയാണു നമ്പ്യാർ

തുള്ളലിൽ കോറിയിട്ടിരിക്കുന്നതെന്നു സങ്കൽപ്പിക്കാൻ ആർക്കും അവകാശമുണ്ട്. നമ്പ്യാർ തന്റെ പുരാണകഥാവതരണങ്ങളിൽ സമകാലിക സാമൂഹികതയ്ക്ക് ഇടം കൊടുത്തിരുന്നു താനും. 'നമ്പ്യാർ ആ രാജാവിനെക്കുറിച്ച് (ഒടുവിലത്തെചെമ്പകശ്ശേരി ദേവനാരായണനെക്കുറിച്ച്) യാതൊരു മറയും കൂടാതെ തുറന്നുവിമർശിച്ചിരിക്കുന്നത് ത്രിപുരദഹനം തുള്ളലിലാണ്'എന്നെഴുതിയിരിക്കുന്നു, ഡോ.അമ്പലപ്പുഴ ഗോപകുമാർ തന്റെ 'കുഞ്ചൻനമ്പ്യാർ' എന്ന കൃതിയിൽ. ഒടുവിലത്തെ ദേവനാരായണൻ ധൈര്യശാലിയായിരുന്നെങ്കിലും കൂടെ നിൽക്കുന്നവരെ അമിതവിശ്വാസത്തിലെടുത്തിരുന്ന ആളായിരുന്നിരിക്കണം. അതുകൊണ്ടായിരുന്നുവല്ലോ, അദ്ദേഹം തെക്കേടത്തുഭട്ടതിരിയുടെയും മാത്തൂർ പണിക്കരുടെയും ചതി മുൻകൂട്ടി അറിയാതെപോയത്. നമ്പ്യാരെ, നമ്പ്യാരെന്ന കവിയെ, ഇതുമായി യാതൊരുതരത്തിലും ബന്ധിപ്പിക്കാൻ പാടില്ലാത്തതാകുന്നു.

'ചെമ്പകശ്ശേരി നാടുവാണരുളീടുമെന്നുടെ തമ്പുരാൻ
ചെമ്പകാവലി കോമളാകൃതിയായ ദേവനാരായണൻ
സാമ്പ്രതം തുണയായ് വരേണമെനിക്കു നൽക്കുലഭൂഷണൻ
സകലസദ്ഗുണനിലയനാകിയ ഭൂതനാഥനനാമയൻ'

എന്നിങ്ങനെ അന്നത്തെ ദേവനാരായണനെ മുപ്പത്തിയാറാമത്തെ വരി തൊട്ടു സ്തുതിച്ചിരിക്കുന്ന ത്രിപുരദഹനംതുള്ളലിൽ അദ്ദേഹത്തിന്റെ ദുഷിച്ച ഭരണകാലമാണ് മുൻ ചൊന്ന ദൈത്യന്മാരുടെ ദുർഭരണവർണ്ണനയിലൂടെ തുറന്നുവയ്ക്കുന്നത് എന്നതു വിശ്വസനീയമായ കാര്യമല്ല. 'സകലസദ്ഗുണനിലയനാകിയ ഭൂതനാഥനനാമയൻ'എന്നു വിശേഷിപ്പിച്ചിട്ട്, അതേ കൃതിയിൽത്തന്നെ ക്രൂരവിമർശനമുതിർക്കാൻ പോന്ന ബുദ്ധിപരമായ സത്യസന്ധതയില്ലായ്മ നമ്പ്യാരിൽ ആരോപിക്കുന്നതും അഭിലഷണീയമായി കരുതാനാവില്ല. ദേവനാരായണന്റെ ഭരണമാണ് ത്രിപുരന്മാരുടെ ഭരണമായി ചിത്രീകരിച്ചിട്ടുള്ളത് എന്നു സമ്മതിച്ചു കൊടുക്കുന്ന പക്ഷം, തുടർന്ന്

'ബാലന്മാർ തരുണന്മാർ വൃദ്ധന്മാരിവരെല്ലാം
ബാലസ്ത്രീജനങ്ങളിൽ കൊതി കൊണ്ടുവലയുന്നു'

എന്നെഴുതിയത്, അമ്പലപ്പുഴയിൽ അന്ന് ആബാലവൃദ്ധം പുരുഷന്മാരും കൊച്ചുപെൺകിടാങ്ങളിൽ ആശ പൂണ്ടു പുറകെനടന്നിരുന്നു എന്നാണു നമ്പ്യാർ കുറിച്ചതെന്നുകൂടി സമ്മതിക്കേണ്ടിവരും! (ത്രിപുരദഹനം തുള്ളൽ അമ്പലപ്പുഴ വച്ച് എഴുതിയതാകാനുള്ള സാദ്ധ്യത തള്ളിക്കളയാനാവില്ല. ചെമ്പകാവലികോമളാകൃതിയായ ദേവനാരായണൻ ചെമ്പകശ്ശേരിനാടുവാണരുളുന്നു എന്നു പറഞ്ഞിരിക്കുന്നതിൽ നിന്ന് അമ്പലപ്പുഴയുടെ പതനത്തിനു ശേഷമല്ല കൃതിയുടെ രചന എന്നുവരുന്നു.

അവസാനമിനുക്കുപണികൾ അനന്തപുരിയിൽ വച്ചാവാം നടത്തിയത്. പൂർണ്ണമായും അനന്തപുരിയിൽ വച്ചു രചിച്ചതെങ്കിൽ ഈ ദേവനാരായണസ്തുതി ഒഴിവാക്കപ്പെടുമായിരുന്നു എന്നു ചിന്തിക്കുന്നതാണു യുക്തി.) താരകാക്ഷദൈത്യന്റെ,

'ചന്ദ്രബിംബമെടുത്തെനിക്കൊരു ചാണയാക്കിയരയ്ക്കണം
സാന്ദ്രശീതളകോമളം പനിനീരുമുണ്ടതിലെപ്പൊഴും
സൂര്യബിംബമെടുത്തെനിക്കൊരു ചൂണ്ടലായിവളയ്ക്കണം
താരകാവലി കൊണ്ടെനിക്കൊരു ഹാരമാല ചമയ്ക്കണം'

എന്നിങ്ങനെയുള്ള ഭാഷണം,

'സൂര്യബിംബമെടുത്തെനിക്കൊരു ചൂരലായി വളയ്ക്കണം
ചന്ദ്രബിംബമെടുത്തെനിക്കൊരു ചാണയായിയുരയ്ക്കണം
അമ്പലപ്പുഴയമ്പലത്തിലെ ചെമ്പെനിക്കു പൊളിക്കണം
എമ്പ്രാന്തിരിയെപ്പിടിച്ചു മണിക്കിണറ്റിലിറക്കണം,
പൊക്കണം, പിന്നെത്താക്കണം,പിന്നെ പൊക്കണച്ചോറൂട്ടണം'

എന്നു മറ്റാരോ മാറ്റിയെടുത്തു കൂട്ടിച്ചേർത്തത് ഈ സന്ദർത്തിൽ ഉദ്ധരിച്ച്, ചെമ്പകശ്ശേരിയിലെ ഭരണത്തിൽ നമ്പ്യാർക്കു രോഷമുണ്ടായി എന്നതിനെ പിന്താങ്ങുകകൂടി ചെയ്യുന്നുണ്ട്, ഗ്രന്ഥകാരൻ. മാറ്റിയെടുത്ത വരികൾ, നമ്പ്യാർ ചൊല്ലിയതോ എഴുതിയതോ ആകാൻ ഒരു സാദ്ധ്യതയും കാണുന്നില്ല. കൂട്ടിച്ചേർത്ത വരികളുടെ നിലവാരമില്ലായ്മ അതു നമ്മളോടു പറയുന്നുമുണ്ട്. മറ്റാരും ഈ വരികൾ എവിടെയും കണ്ടതായി രേഖപ്പെടുത്തിയിട്ടുമില്ല. നമ്പ്യാരുടെതന്നെ വരികൾ എടുത്ത് ഈഷൽ ഭേദം വരുത്തി മൂന്നുവരി ഏച്ചു കെട്ടിയതാണ് ഗ്രന്ഥകാരൻ ഉദ്ധരിച്ചിരിക്കുന്നത് എന്നതു സ്പഷ്ടം. സൂര്യബിംബത്തെ ചൂണ്ടലാക്കുന്നതും ചൂരലാക്കുന്നതും തമ്മിലുള്ള വ്യത്യാസം പോലും ആലോചിക്കാതിരുന്ന ഏതോ 'വികടമൂഢകവി' എഴുതിയതാണ് ഇതിന്റെ ഒടുവിലത്തെ മൂന്നു വരികൾ എന്നതു വളരെ സ്പഷ്ടമായിരിക്കുന്നു. വഴിയിൽ പറഞ്ഞുകേൾക്കുന്നതും വിഡ്ഢികൾ ചമച്ചുവയ്ക്കുന്നതും ഒക്കെ നമ്പ്യാരുടെ തലയിൽ കെട്ടിവയ്ക്കാൻ ചിലർ കാട്ടുന്ന താല്പര്യത്തിന്റെ നിർദ്ദോഷമല്ലാത്ത ഒരേടെന്ന് ഇതിനെയും കാണേണ്ടിവരുന്നു.

സഭാപ്രവേശം തുള്ളലിന്റെ പ്രമേയം മഹാഭാരതത്തിലെ ആദിപർവ്വത്തിൽ നിന്നു സ്വീകരിച്ചതാണ്. ഖാണ്ഡവദഹനത്തിൽ നിന്ന് അർജ്ജുനൻ രക്ഷിച്ചതിന്റെ പ്രത്യുപകാരമായി മയൻ ഇന്ദ്രപ്രസ്ഥമെന്ന രമ്യഹർമ്മ്യം പാണ്ഡവർക്കു പണിതുകൊടുത്തു. അതിന്റെ സവിശേഷതകൾ കേട്ടറിഞ്ഞ് അസൂയപ്പെട്ട് ഇന്ദ്രപ്രസ്ഥത്തിലെത്തുന്ന കൗരവാദികൾക്കു പിണയുന്ന അബദ്ധങ്ങളും അതുകണ്ടുള്ള പാർഷതിയുടെ

പൊട്ടിച്ചിരിയും ദുര്യോധനനു വന്നുപെടുന്ന ഇളിഭ്യതയും ഒക്കെയാണ് പ്രമേയത്തിന്റെ പ്രധാനഅംശങ്ങൾ. ഖാണ്ഡവദാഹത്തിന് അഗ്നിക്കു കാവൽ നിന്ന അർജ്ജുനന്റെ മുമ്പിൽ, വനവഹ്നിയിൽ നിന്നു രക്ഷപ്പെട്ട് അഭയാർത്ഥിയായി എത്തിച്ചേർന്ന മയനെ നമ്പ്യാരായും അർജ്ജുനനെ മാർത്താണ്ഡ വർമ്മയായും ചക്രവുമായി കൊല്ലാൻ ചെന്ന ചക്രപാണിയെ അമ്പലപ്പുഴ കൃഷ്ണനായും ഒക്കെ നമ്പ്യാർ അവതരിപ്പിച്ചിരിക്കുക യാണെന്നു മേൽപ്പറഞ്ഞ പുസ്തകത്തിൽ എഴുതിയിരിക്കുന്നു. ഈ വ്യാഖ്യാനം യുക്തിസഹമല്ല. നമ്പ്യാർ പോലും സ്വപ്നേപി ചിന്തിക്കാത്ത കാര്യങ്ങൾ കൃതിയിൽ കെട്ടിവച്ചുള്ള വ്യാഖ്യാനം പുതിയ അർത്ഥതലം തുറന്നു കവിതയെ ധ്വന്യാത്മകമാക്കുന്നുവെന്നൊക്കെ പറഞ്ഞുവയ്ക്കാൻ ആരോ ഈ ഗ്രന്ഥകർത്താവിനെ നിർബ്ബന്ധിച്ചിരിക്കുന്നുവെന്നു തോന്നി പ്പോകും! തനിക്കു നേരിട്ട അപകടത്തിൽ നിന്ന് അമ്പലപ്പുഴ കൃഷ്ണൻ രക്ഷിച്ചില്ലെന്നും അതുകൊണ്ട് ചക്രായുധധാരിയായി തന്നെ ഹിംസിക്കാൻ വന്നത് ആ കൃഷ്ണനാണെന്നും നമ്പ്യാർ ധ്വനിപ്പിച്ചിരിക്കുകയാണ് എന്നൊക്കെയുള്ളത് നമ്പ്യാരുടെ വരികളുമായി കൂട്ടിവായിക്കാൻ ആർക്കും കഴിയുമെന്നു തോന്നുന്നില്ല.

സഭാപ്രവേശം തുള്ളലിൽ അമ്പലപ്പുഴ കൃഷ്ണനെപ്പോലും സ്മരിക്കാതിരുന്നുവെന്നത് അമ്പലപ്പുഴയോടു നമ്പ്യാർക്കു വിപ്രതിപത്തി യുണ്ടായതു കൊണ്ടാണെന്നു ഗ്രന്ഥകർത്താവു പറഞ്ഞിരിക്കുന്നതിലും കഴമ്പുണ്ടെന്നു തോന്നുന്നില്ല. പ്രസ്തുത തുള്ളൽക്കൃതിയുടെ രചന നട ക്കുമ്പോൾ ചെമ്പകശ്ശേരി എന്ന രാജ്യം തന്നെ ചരിത്രത്തിൽ നിന്നു മാഞ്ഞുപോയിരുന്നു. അമ്പലപ്പുഴയിലുണ്ടായ ചതിപ്രയോഗത്തിൽ നമ്പ്യാരുടെ ഹൃദയം തീർച്ചയായും നൊന്തുപോയിരുന്നിരിക്കണം. കൂടാതെ, ശ്രീപത്മനാഭനെ സ്തുതിക്കുമ്പോൾ പിന്നെന്തിന് അദ്ദേഹ ത്തിന്റെ അവതാരത്തെക്കൂടി സ്തുതിക്കണം എന്നു നമ്പ്യാർക്കു തോന്നി യിരിക്കണം. സർവ്വോപരി, അമ്പലപ്പുഴ വിട്ട്, തന്റെ ആശ്രിതനായി മാറിയ നമ്പ്യാർ അമ്പലപ്പുഴ കൃഷ്ണനെ പ്രകീർത്തിക്കുന്നത് മാർത്താണ്ഡവർ മ്മയ്ക്കു ചിലപ്പോൾ അപ്രിയമായെങ്കിലോ എന്ന് അദ്ദേഹം സംശയിച്ചിരു ന്നിരിക്കണം. അമ്പലപ്പുഴയോട് അദ്ദേഹത്തിനുണ്ടായിരുന്ന ആത്മബന്ധ ത്തിനു ഗ്രന്ഥകാരൻ പുസ്തകത്തിന്റെ അവസാനഭാഗത്ത് ഊന്നൽ നല്കി യിരിക്കുന്നത്, അമ്പലപ്പുഴയോടു നമ്പ്യാർക്കു വിപ്രതിപത്തി തോന്നി എന്ന ചിന്തയ്ക്കു വിരുദ്ധവുമാണെന്നോർമ്മിക്കുക. അങ്ങനെ വിപ്രതി പത്തി തോന്നിയ നാട്ടിലേക്കു വാർദ്ധക്യകാലം കഴിച്ചുകൂട്ടാൻ ഒരാൾ എത്തിച്ചേരുമോ? വിപ്രതിപത്തി തോന്നിയത് അമ്പലപ്പുഴയോടായി രിക്കില്ല, മാത്തൂർ പണിക്കരെപ്പോലെയും ഭട്ടതിരിയെപ്പോലെയുമുള്ള

ഒറ്റുകാരോടായിരുന്നിരിക്കണം. ഗതികേടു കൊണ്ട് പ്രതികരിക്കാൻ നമ്പ്യാർക്കു കഴിയാതെയും പോയിരുന്നിരിക്കണം. ചെമ്പകശ്ശേരിയുടെ പതനത്തിനു തൊട്ടുപിന്നാലെ നമ്പ്യാർ ഭട്ടതിരിയുമായി സ്വരച്ചേർച്ചയില്ലാതായ വിവരം ഉള്ളൂർ തന്റെ സാഹിത്യചരിത്രത്തിൽ രേഖപ്പെടുത്തിയിട്ടുണ്ട്. നമ്പ്യാർ താമസിച്ചിരുന്ന വീടു പൊളിച്ച് അതിലുണ്ടായിരുന്ന സാധനങ്ങൾ ഭട്ടതിരി കുടമാളൂരേക്കു കൊണ്ടുപോയി! '*ഭട്ടശ്രേഷ്ഠൻ മുടക്കീടുകിലതിനുടനേ കാട്ടുവാൻ നീട്ടുവേണം*' എന്നവസാനിക്കുന്ന ഒരു പദ്യം ഭട്ടതിരിക്കെതിരേ പരാതിയായി നമ്പ്യാർ മാർത്താണ്ഡ വർമ്മയ്ക്കു നല്കിയതും കൂടി ചേർത്തുവച്ചു വേണം നാം ഈ ഗ്രന്ഥകാരന്റെ ബലഹീനമായ ചരിത്രനിലപാടുകൾ വായിച്ചെടുക്കേണ്ടതെന്നു തോന്നുന്നു. പുസ്തകത്തിന്റെ മറ്റൊരു ഭാഗത്ത് ഭട്ടതിരിയും മാത്തൂർ പണിക്കരും ചേർന്നു മാർത്താണ്ഡ വർമ്മയെ 'സഹായിച്ചത്' വീണ്ടും കടന്നുവരുമ്പോൾ ഗ്രന്ഥകാരന്റെ നിലപാടിന് അയവുവരുന്നതായിക്കാണാം. ഇക്കാര്യം തന്നെ പലയിടങ്ങളിലായി പുസ്തകത്തിൽ ചർച്ച ചെയ്തുമിരിക്കുന്നു. മാത്തൂർ കുടുംബവുമായി നമ്പ്യാർക്കുണ്ടായിരുന്ന ബന്ധത്തിനു പുസ്തകത്തിന്റ അവസാനഭാഗത്ത് ഊന്നൽ നല്കിയിരിക്കുന്നു. നമ്പ്യാരുടെ ചില കൃതികൾ ആ കുടുംബത്തിൽ നിന്നു കണ്ടെടുത്തുവെന്നു കരുതി എല്ലാക്കാലത്തും ആ ബന്ധം നിലനിന്നിരുന്നതായി കരുതുക പ്രയാസമാണ്. രാജ്യത്തെ ഒറ്റുകൊടുത്തതിനുശേഷം ഭട്ടതിരിയുമായി ഉണ്ടായ ഇഷ്ടക്കേട് നമ്പ്യാർക്കു മാത്തൂർ പണിക്കരുമായും ഉണ്ടായിരുന്നിരിക്കാൻ ഇടയുണ്ട്. അത്രമേൽ ഇഷ്ടമായിരുന്നെങ്കിൽ തനിക്കു ലഭിച്ച ആയിരക്കണക്കിന് ഏക്കർ വസ്തുവിൽ ഒരു പത്തേക്കർ നമ്പിയാർക്കു പതിച്ചുകൊടുത്ത് അദ്ദേഹത്തെ അമ്പലപ്പുഴത്തന്നെ നിലനിർത്തിക്കൂടായിരുന്നോ ഈ മാത്തൂർപണിക്കർക്ക് എന്ന ചോദ്യം പ്രസക്തമാണ്. ഭട്ടതിരിക്കും അതിനു പ്രോത്സാഹിപ്പിക്കാമായിരുന്നുവല്ലോ. ഇവർ രണ്ടുപേരുമായും നമ്പ്യാർ ഇടഞ്ഞിട്ടുണ്ടാവാനുള്ള സാദ്ധ്യത തള്ളിക്കളയാനാവില്ല. ഇഷ്ടത്തിലിരുന്നപ്പോൾ മാത്തൂർ ഗൃഹത്തിൽ ഏല്പിച്ച കൃതികളാണ് പി.കെ. കണ്ടെടുത്തതെന്നു വിശ്വസിക്കുന്നതാണു യുക്തിസഹം.

നമ്പ്യാർ ഒരു കൊട്ടാരംകവിയായിരുന്നു. കൊട്ടാരംകവി എന്നാൽ ദന്തഗോപുരവാസി എന്ന അർത്ഥത്തിലല്ല പറഞ്ഞത്. അന്ന് കവിക്കു ജീവിക്കണമെങ്കിൽ രാജാവിന്റെ ആശ്രിതനാകാതെ തരമില്ലായിരുന്നു. മാർത്താണ്ഡവർമ്മ വടക്കുംകൂർ കീഴടക്കുന്നതിനു മുമ്പുതന്നെ നമ്പ്യാർക്കു ചെമ്പകശ്ശേരി അഭയം നൽകി. ചെമ്പകശ്ശേരി തിരുവിതാംകൂറിലേക്ക് അടങ്ങിയപ്പോൾ അദ്ദേഹം സ്വാഭാവികമായും ജീവസന്ധാരണ

ത്തിനായി മാർത്താണ്ഡവർമ്മയെ ശരണം പ്രാപിച്ചു. ഇതൊക്കെ അന്ന് ഒരു കവിക്കു ചെയ്യാതിരിക്കാൻ കഴിയുമായിരുന്നില്ല. വാർദ്ധക്യത്തിലേക്കു നടന്നടുത്തപ്പോഴാണ് നമ്പ്യാർ അമ്പലപ്പുഴയ്ക്കു മടങ്ങിയതെന്നു സാഹിത്യഗവേഷകർ പറയുന്നു. അതുപോലെ,

'വിക്രമാതിശയങ്ങൾകൊണ്ടരിനൃപതിരാജ്യമശേഷമേ
ആക്രമിച്ചുടനാകവേ പരിപാലനേന മഹോത്സവം
ശക്രലോകസമാനമാക്കിവരുത്തി വാണരുളീടിനാൻ'

എന്നതിലെ 'അരിനൃപതിരാജ്യമശേഷമേ' അമ്പലപ്പുഴയെ ഉദ്ദേശിച്ചാണെന്ന ഗ്രന്ഥകർത്താവിന്റെ പരാമർശം സ്വീകാര്യമല്ല. 'അരിനൃപതിരാജ്യമശേഷം' എന്നതുകൊണ്ട് എല്ലാ ശത്രുരാജാക്കന്മാരുടെയും രാജ്യങ്ങൾ എന്നു തന്നെയാണു നമ്പ്യാർ ഉദ്ദേശിച്ചിട്ടുള്ളത്. ഇവിടെ 'ഉടനേ' എന്ന പദമാണു ഗ്രന്ഥകാരനെ വഴിതെറ്റിച്ചത്. ശത്രുനൃപതികളുടെ എല്ലാ രാജ്യങ്ങളും ആക്രമിച്ചു കീഴടക്കി പരിപാലനമഹോത്സവം കൊണ്ട് പെട്ടെന്നുതന്നെ സ്വരാജ്യം ശക്രലോകസമാനമാക്കിയെടുത്തു വാണരുളി എന്നാണ് ഇവിടെ സൂചിപ്പിച്ചിരിക്കുന്നത്. അല്ലെങ്കിൽത്തന്നെ, ചെമ്പകശ്ശേരിരാജാവ്, ഒടുവിലത്തെ ദേവനാരായണൻ, മാർത്താണ്ഡവർമ്മയ്ക്കു ശത്രുവായിരുന്നെങ്കിൽ അദ്ദേഹത്തെ കുടമാളൂർ എത്തിക്കുകയും തിരുവിതാംകൂർ സ്റ്റേറ്റ് മാന്വലിൽ പറഞ്ഞിരിക്കുന്നതു പോലെ liberal allowance അനുവദിക്കുകയും ചെയ്യുമായിരുന്നോ എന്നാലോചിക്കേണ്ടതായിരുന്നു. ബുദ്ധിമാനായ മാർത്താണ്ഡവർമ്മ, ദേവനാരായണൻ നല്ലവനാണെന്നു മനസ്സിലാക്കിയിട്ടുണ്ടായിരുന്നുവെന്നല്ലേ ഇതു തെളിയിക്കുന്നത്? ശത്രുക്കളെ വാളിനിരയാക്കാതെ വെറുതെ വിടുന്നവനായിരുന്നോ ഈ മാർത്താണ്ഡവർമ്മയെന്നതും ചരിത്രം നമുക്കു പറഞ്ഞുതരുന്നുണ്ടല്ലോ. ഉള്ളൂരിന്റെ കേരളസാഹിത്യചരിത്രത്തിൽ, 'ഒടുവിലത്തെ ചെമ്പകശ്ശേരി രാജാവും മാർത്താണ്ഡവർമ്മ മഹാരാജാവും തമ്മിൽ വളരെക്കാലം സ്നേഹത്തിലാണു കഴിഞ്ഞുകൂടിയത്' എന്നെഴുതിയിരിക്കുന്നതു വെറുതെയാവുമോ? പി. ശങ്കുണ്ണിമേനോന്റെ ഇക്കാര്യത്തിലുള്ള അഭിപ്രായം സ്വീകാര്യമായിത്തോന്നുന്നില്ല. എങ്കിലും ശങ്കുണ്ണിമേനോൻ പറഞ്ഞിരിക്കുന്നത് ചെമ്പകശ്ശേരിരാജാവ് യുദ്ധനിപുണനും സന്ധിചെയ്യാൻ തയ്യാറല്ലാത്തവനുമായിരുന്നുവെന്നാണ്. രാജ്യം പിടിച്ചടക്കാൻ വരുന്നവരോടു സന്ധിചെയ്യുന്നതിലും ഭേദം മരിക്കുന്നതാണെന്നു കരുതിയ രാജാവ് ഒരു ധീരനല്ല എന്നു പറയുവാനാകുമോ? ന്യായീകരിച്ചുകൊണ്ടാണെങ്കിലും ചതി നടന്നു എന്നതിന് ശങ്കുണ്ണിമേനോനും മതിയായ സൂചനകൾ നല്കുന്നുണ്ട്. അല്പം പൊടിപ്പും തൊങ്ങലും ചേർത്താണെങ്കിലും, മാത്തൂർ കുടുംബത്തിലേക്ക് എത്തിയ

വമ്പിച്ച ഭൂസ്വത്തുവകകൾ ചതിയുടെ പ്രതിഫലമാണെന്നു പറഞ്ഞുറപ്പിക്കുകയാണു തന്റെ ലക്ഷ്യംതന്നെ എന്നു തോന്നിപ്പിക്കുന്നുണ്ടെങ്കിലും, എ.സി.മാത്യു എടയാടി 'എന്റെ ഓർമ്മകൾ' എന്ന ഗ്രന്ഥത്തിൽ ഈ ചതിയുടെ കഥ വിവരിക്കുന്നുണ്ട്.

പി.കെ.യും തുടർന്നിങ്ങോട്ടു പലരും, ഏവൂർ പരമേശ്വരനും ഡോ.അമ്പലപ്പുഴ ഗോപകുമാറും ഉൾപ്പടെയുള്ളവർ, രേഖപ്പെടുത്തിയിരിക്കുന്നതു പോലെ ചെമ്പകശ്ശേരിയുടെ പതനത്തിനു ശേഷമല്ല നമ്പ്യാർ തിരുവനന്തപുരത്തിനു പോകുന്നത്. തിരുവനന്തപുരത്തു സ്ഥിരവാസമാക്കുന്നതു പക്ഷേ, ആ പതനത്തിനു ശേഷമായിരുന്നിരിക്കണം. ചെമ്പകശ്ശേരിയുടെ പതനം 921-ലോ 923-ലോ ആയിക്കൊള്ളട്ടെ, 919-ൽ പത്മനാഭസ്വാമിക്ഷേത്രത്തിലെ ഓലക്കണക്കിൽ കുഞ്ചൻ നമ്പ്യാരുടെ പേർക്ക് രണ്ടേകാലും കോപ്പും അനുവദിച്ചിരുന്നതായിക്കാണുന്നുണ്ടെന്ന് ഉള്ളൂർ രേഖപ്പെടുത്തിയിരിക്കുന്നത് ഇവരാരും ശ്രദ്ധിക്കാതെപോയതെന്തേ? കവികളെ പ്രോത്സാഹിപ്പിച്ചിരുന്ന മാർത്താണ്ഡവർമ്മയ്ക്കു നമ്പ്യാരെ പ്രിയമായിരുന്നുവെന്നു നാം മനസ്സിലാക്കേണ്ടിയിരിക്കുന്നു. ചെമ്പകശ്ശേരിയുടെ പതനത്തിനു ശേഷം മാർത്താണ്ഡവർമ്മയുടെ അടുത്തെത്താൻ നമ്പ്യാർക്കു മാത്തൂർപണിക്കരുടെ ശിപാർശക്കത്തൊന്നും വേണ്ടിവന്നിരുന്നില്ല എന്നു തീർച്ചയാക്കാൻ ഇതു പോരേ? 919-നു മുമ്പുതന്നെ നമ്പ്യാർ 'മാർത്താണ്ഡവർമ്മ മഹാരാജാവിന്റെ മഹനീയന്മാരായ ആസ്ഥാനകവികളിൽ അന്യതമനായി'ത്തീർന്നുവെന്ന ഉള്ളൂർവചനം അവിശ്വസിക്കാൻ യാതൊരു കാരണവും കാണുന്നില്ല. എന്നല്ല, വിശ്വസിക്കാൻ പോന്ന തെളിവുകളുണ്ടു താനും. ശ്രീ.ഏവൂർ പരമേശ്വരനും ഇക്കാര്യത്തിൽ തെറ്റു പറ്റിയിരിക്കുന്നു. 'മാത്തൂർ പണിക്കർ ഉൾപ്പെടെയുള്ള പ്രഭുക്കന്മാരുടെ ഒത്താശയോടെ കുഞ്ചൻനമ്പ്യാരും തിരുവനന്തപുരത്തേക്കു പോയി' എന്ന് 21-ാം പുറത്തിലും 'സഞ്ചാരപ്രിയനും സരസനുമായ കുഞ്ചൻനമ്പ്യാർ 1748-നു മുമ്പു തന്നെ പലപ്പോഴും തിരുവിതാംകൂർ രാജധാനി സന്ദർശിച്ചു വഞ്ചിരാജാക്കന്മാരുടെ പ്രത്യേക സ്നേഹവാത്സല്യങ്ങൾക്കു പാത്രീഭൂതനായിത്തീർന്നിരിക്കണം എന്ന് 23-ാം പുറത്തിലും 'കുഞ്ചനും തുള്ളലും' എന്ന പുസ്തകത്തിൽ അദ്ദേഹം എഴുതിയിരിക്കുന്നു. ഈ രണ്ടാമതു പറഞ്ഞതു വിശ്വസനീയമായിക്കരുതുന്നെങ്കിൽ പിന്നെ, ആദ്യം പറഞ്ഞിരിക്കുന്ന 'ഒത്താശ' നമ്പ്യാർക്കു വേണ്ടിവന്നിട്ടുണ്ടാവില്ല എന്നു തീർച്ചപ്പെടുത്തിക്കൂടേ? ഒറ്റുകാരന്റെ ശിപാർശ നമ്പ്യാരിൽ അടിച്ചേൽപ്പിച്ചേ പറ്റൂ എന്ന് ആർക്കാണ് ഇത്ര നിർബ്ബന്ധമെന്നു മനസ്സിലാകുന്നില്ല. ഉള്ളൂരിനു തെറ്റുപറ്റിയത് രാമപാണിവാദകോലാഹലത്തിലാണ്.

തിരുവിതാംകൂർ രാജാക്കന്മാരായിരുന്ന മാർത്താണ്ഡവർമ്മ, രാമവർമ്മ തുടങ്ങിയവരിൽ നിന്നു വീരശൃംഖല വാങ്ങിയപ്പോൾ, കുഞ്ചൻ നമ്പ്യാർ എന്ന പേരിലാണവ സ്വീകരിക്കപ്പെട്ടത് എന്നതു ശ്രദ്ധിക്കാതെപോയി. ആ ഒറ്റക്കാര്യം കൊണ്ടുതന്നെ കുഞ്ചൻനമ്പ്യാർ എന്ന ഗ്രന്ഥം മുന്നോട്ടുവയ്ക്കുന്ന കഴമ്പില്ലാത്ത വാദം- സംസ്കൃതകൃതികളിലും തനിക്കു ഗൗരവമുള്ളതെന്നു തോന്നിയ കൃതികളിലും മാത്രമേ രാമപാണിവാദ നാമമുദ്ര നമ്പ്യാർ ചാർത്തിയിട്ടുള്ളുവെന്ന വാദം- പൊളിയുന്നതാണ്. വീരശൃംഖലയും അത്ര ഗൗരവമുള്ള കാര്യമായി 'നമ്പ്യാരെന്ന രാമപാണി വാദൻ' കണക്കാക്കിയിരുന്നില്ല എന്ന് ആർക്കെങ്കിലും ചിന്തിക്കാനാകുമോ? നമ്പ്യാർ ജീവിച്ച കാലത്തെയും നമ്പ്യാരെയും ഉൾപ്പെടുത്തി വ്യാജ ചരിത്രം സങ്കല്പിച്ചെടുക്കുന്നതു തടയുക എന്നത് ഓരോ മലയാളിയുടെയും കടമയായതുകൊണ്ടും നമ്പ്യാരുടെ ജീവിതം പറയുമ്പോൾ ഇതു കൂടി ഉൾപ്പെടുത്തിയേ തീരൂ എന്നു തോന്നിയതുകൊണ്ടുമാണ് ഞാൻ ഇത്രയും ഇവിടെ വെളിവാക്കിയത്. യുക്തിസഹമല്ലാത്ത വ്യാഖ്യാനങ്ങൾ ചമച്ചു ചരിത്രത്തെയും ഒരു മഹാകവിയുടെ കൃതികളെയും നിലപാടുകളെയും മലിനപ്പെടുത്തുന്നതു തടയേണ്ടതാണെന്നും തോന്നി.

എഴുത്തിനു പുറത്തെ ചെമ്പകശ്ശേരിഫലിതങ്ങൾ

ഹാസ്യത്തെ ആഘോഷിച്ചുകൊണ്ട് ചെമ്പകശ്ശേരി(പഴയ അമ്പലപ്പുഴ)യിൽ കഴിഞ്ഞിരുന്ന കാലം നമ്പ്യാരുടെയും ചെമ്പകശ്ശേരിയുടെയും കലാസാഹിത്യസാംസ്കാരികരംഗങ്ങളിലെ സുവർണ്ണകാലഘട്ടമായി കരുതണം. ഈ കാലത്തെ മുൻനിർത്തിയാണ് അമ്പലപ്പുഴയിലും പരിസരങ്ങളിലും നമ്പ്യാർ ദൈനന്ദിനജീവിതത്തിൽ വാരിവിതറിയിട്ടതെന്നു കരുതപ്പെടുന്ന സാഹിത്യേതരഹാസ്യത്തിന്റെ മാലപ്പടക്കങ്ങളും പൂക്കുറ്റികളും ആസ്വാദകർ കണ്ടെത്തുന്നത്. നമ്പ്യാർ നാട്ടുമ്പുറത്തു തീർത്തുവച്ച ചിരിയുടെ ചെറുഗോപുരങ്ങൾ ഇപ്പോഴും തിളക്കമാർന്നു നിൽക്കുന്നുണ്ട്. രാജഗുരുവും എന്നാൽ, രാജാവിനു ലഭ്യമായിരുന്ന 'കാഴ്ചകൾ' തക്കത്തിൽ കവർന്നെടുത്തുകൊണ്ടിരുന്നവനും തിരിമറിക്കാരനുമായിരുന്ന കൈപ്പിഴ നമ്പൂരിയെ രാജാവിനു ബോദ്ധ്യപ്പെടുത്തിക്കൊടുത്ത വിധം അമ്പലപ്പുഴക്കാർക്കിടയിൽ ഇപ്പോഴും പറഞ്ഞുകേൾക്കുന്ന ഒന്നാണ്. രാജാവും സന്തതസഹചാരിയായിരുന്ന കൈപ്പിഴയും ഒരുമിച്ചിരുന്ന സമയം, കയ്യിൽ ഒരു ലോഹപ്പാത്രവുമായി കടന്നുപോയ നമ്പ്യാർ ബോധപൂർവ്വം പാത്രം താഴെയിട്ടു ശബ്ദമുണ്ടാക്കി. അതെന്താണെന്നു ചോദിച്ച രാജാവിനോട്, 'കൈപ്പിഴ

വന്നതുകൊണ്ടു ഗ്രഹപ്പിഴയായി' എന്നു നമ്പ്യാർ മൊഴി ചൊല്ലിയത്രേ! ഈ മൊഴിയിൽ രാജാവിനെ ബോദ്ധ്യപ്പെടുത്താനുണ്ടായിരുന്നതു പൊതിഞ്ഞുവച്ചിരുന്നതു രാജാവിനും കൈപ്പിഴ നമ്പൂരിക്കും മനസ്സിലായെന്നും 'കൈപ്പിഴ നമ്പൂരി' പിന്നീടു സ്വയം ശുദ്ധീകരിക്കപ്പെട്ടുവെന്നും ഹാസ്യകഥയുടെ ഫലശ്രുതി. ഇത്തരം അനേകം കൊച്ചു കൊച്ചു സംഭവങ്ങൾ അമ്പലപ്പുഴക്കാർക്കിടയിൽ ഇന്നും പറഞ്ഞുവരുന്നുണ്ട്. രാജാവിനൊപ്പമിരുന്നു സദ്യയുണ്ണുമ്പോൾ, പരീക്ഷണാർത്ഥം പാല്പായസത്തിനു കയ്പാണെന്നു രാജാവു പറഞ്ഞതും'പഞ്ചസാരയുടെ കയ്പ് അടിയനിഷ്ടമാ'ണെന്നു ചൊല്ലി നമ്പ്യാർ പാല്പായസം മതിവരുവോളം ഭുജിച്ചതും മറ്റൊരു ചിരിയുടെ ശകലമെങ്കിലും അവിടെ തന്റെ ഗൗരവപൂർണ്ണമായ നിലപാടു കൂടി നമ്പ്യാർ വ്യക്തമാക്കുകയായിരുന്നില്ലേ എന്നു സംശയിക്കണം. 'എതിർവാ' ചൊല്ലാതിരിക്കാൻ വേണ്ടി സത്യത്തെ മൂടിവയ്ക്കാൻ താൻ തയ്യാറില്ലെന്നും ആർക്കു കയ്ച്ചാലും ഉള്ളതു വിളിച്ചുപറയുമെന്നുമുള്ള ആ നിലപാടുണ്ടല്ലോ, അതാണു നമ്പ്യാരെ നമ്പ്യാരാക്കിയത്!

'ഒരുത്തർക്കും ലഘുത്വത്തെ വരുത്തുവാൻ മോഹമില്ല
ഒരുത്തനും ഹിതമായിപ്പറവാനും ഭാവമില്ല'

എന്നിങ്ങനെ പഞ്ചേന്ദ്രോപാഖ്യാനം പറയൻതുള്ളലിൽ തന്റെ നിലപാടു തുറന്നു പ്രഖ്യാപിക്കുന്നതിലേക്കുള്ള തുടക്കമായിരുന്നു ആ 'പഞ്ചസാരക്കയ്'പെന്നു വ്യക്തം. 'രാജസേവ' എന്നാൽ കത്തിയുടെ നിശിതവായ്ത്തലയിൽ നാവുകൊണ്ടുള്ള നക്കൽ (അസിധാരാവലേഹനം)ആണെന്നും സിംഹാലിംഗനമാണെന്നും വ്യാളിയുടെ ചുംബനമാണെന്നും പറഞ്ഞു തോലൻ ചാക്യാർകൂത്തിൽ പുരുഷാർത്ഥക്കൂത്ത് എന്നൊരു സവിശേഷഭാഗം കൂട്ടിച്ചേർത്തതായി പറയപ്പെടുന്നുണ്ട്. അങ്ങനെ 'പുരുഷാർത്ഥക്കൂത്ത്' അവതരിപ്പിച്ച തോലന്റെ ഉത്തരാശ്രമമാണു കുഞ്ചൻ നമ്പ്യാരെന്നതിനു യാതൊരു സംശയവും ബാക്കിവയ്ക്കേണ്ടതില്ല എന്നുറപ്പു നൽകുന്ന പ്രഖ്യാപനം കൂടിയായി നാം ഇതിനെ വായിച്ചെടുക്കണം.

നമ്പ്യാരുടെ കലാസാഹിത്യജീവിതത്തിന്, വ്യക്തിത്വവും സഹൃദയത്വവുമുള്ള ഭരണാധികാരികൾ നൽകിയ പിന്തുണ, മലയാളി ഒരു കാലത്തും മറന്നുകൂടാത്തതാണ്. ആരെയും നോവിക്കാതെ കാര്യം നേടിയ ഒരു കഥയും നർമ്മത്തിന്റെ മധുരം പൊതിഞ്ഞ് അമ്പലപ്പുഴക്കാർ പറഞ്ഞുപോരുന്നുണ്ട്. രാജാവിന്റെ ഭൃത്യന്മാർക്കു കൊടുക്കുന്ന ആഹാരത്തിന് അക്കാലത്തു 'പക്കച്ചോറ് 'എന്നു പറഞ്ഞുവന്നിരുന്നു. അവിടെ ലഭിക്കുന്ന ആഹാരം മോശമായപ്പോൾ ഒരു അന്യാപദേശത്തിലൂടെ നമ്പ്യാർ കാര്യം സാധിച്ചതായാണു പറഞ്ഞുകേൾക്കുന്നത്. രാജാ

വുമായി ഇരിക്കുമ്പോൾ അതുവഴി ഇളകി ചാണകമിട്ടു കടന്നുപോയ ഒരു പശുവിനോട് 'പയ്യേ, നിനക്കും പക്കത്താണോ ചോറൂണ്?'എന്നു നമ്പ്യാർ ചോദിച്ചുവത്രേ. രാജാവിനു കാര്യം മനസ്സിലാകുകയും അന്നു മുതൽ നമ്പ്യാർക്കു നല്ല ഭക്ഷണം ഏർപ്പാടാക്കുകയും ചെയ്തുവെന്നാണു കേൾക്കുന്നത്.

നർമ്മത്തിൽ പൊതിഞ്ഞ ഇത്തരം അനേകം കഥകൾ, മറ്റാരെങ്കിലുമൊക്കെ നിർമ്മിച്ചെടുക്കുന്നതാണെങ്കിൽ പോലും അവയൊക്കെത്തന്നെ, ആസ്വാദ്യങ്ങളാണ് എന്നതാണു സത്യം. വാസ്തവങ്ങളായാലും കെട്ടുകഥകളായാലും അവയ്ക്ക് അവയുടേതായ രസനീയതയുണ്ട് എന്നു സമ്മതിച്ചേ തീരൂ. അമ്പലപ്പുഴയിൽ വച്ച് തുള്ളൽക്കൃതികൾ ഉൾപ്പടെ അനവധി കൃതികൾ നമ്പ്യാർ രചിച്ചതായി സാഹിത്യഗവേഷകർ പറയുന്നുണ്ട്. തുള്ളൽ എന്ന നവീനരംഗകല ഒരു പ്രസ്ഥാനമാക്കി വളർത്തിയെടുക്കാൻ വേണ്ട വിഭവങ്ങൾ- വാചികവും ആഹാര്യവുമായവ- നമ്പ്യാർ സമാഹരിച്ചതും നിർണ്ണയിച്ചു നിജപ്പെടുത്തിയതും അമ്പലപ്പുഴയിൽ വച്ചായിരുന്നു. പിന്നീടങ്ങോട്ടു നമ്പ്യാരുടെ അന്യാദൃശമായ കവിപ്രതിഭ മാത്രം മതിയാകുമായിരുന്നു തുള്ളൽക്കൃതികളുടെ നിർമ്മാണത്തിന്. ചൊല്ലിയാട്ടമായ തുള്ളലിൽ വാചികാഭിനയം സർവ്വപ്രധാനമാണ്. എന്നിരിക്കെ, മലയാളവും സംസ്കൃതവുമുൾപ്പടെ പലഭാഷകളിലുള്ള അറിവും ഏതു വൃത്തവും താളവും വാക്കും വഴങ്ങിക്കിട്ടിയിരുന്ന പ്രതിഭയും അതിസൂക്ഷ്മവും നിശിതവുമായ നർമ്മബോധവും ജന്മപുണ്യമായി സദാ കൂടെയുണ്ടായിരുന്ന നമ്പ്യാർ, രംഗകലാകാവ്യശില്പങ്ങൾ എന്നു വിശേഷിപ്പിക്കാവുന്ന തുള്ളൽക്കൃതികൾ 'കെട്ടിയുണ്ടാക്കു'ന്നതിൽ അദ്വിതീയനായിത്തീർന്നുവെന്നു പറഞ്ഞാൽ മതിയല്ലോ. ആ സിംഹാസനത്തിൽ നമ്പ്യാർക്കു മുമ്പ് ആരും ഇരുന്നിട്ടുണ്ടായിരുന്നില്ല; നമ്പ്യാർക്കു ശേഷവും.

കൊല്ലവർഷം 923(1748)ൽ മാർത്താണ്ഡ വർമ്മ ചെമ്പകശ്ശേരി രാജ്യം കീഴടക്കി. കൊട്ടാരംജീവിയായിരുന്ന നമ്പ്യാരും സ്വാഭാവികമായി മാർത്താണ്ഡവർമ്മയുടെ ആശ്രിതനായിത്തീർന്നു. നമ്പ്യാരുടെ സ്യാനന്ദൂരവാസം (തിരുവനന്തപുരം പൊറുതി) അദ്ദേഹത്തിനു രചനാപരമായി കൂടുതൽ ഉണർവ്വും ഊർജ്ജവും പകർന്നു എന്നു കരുതുന്നതിൽ തെറ്റില്ല. കൂടുതൽ വിദ്വൽസംസർഗ്ഗവും വിഭവസമാഹരണത്തിനുള്ള സാദ്ധ്യതയും അനന്തപുരിയിൽ നമ്പ്യാർക്കു തുറന്നുകിട്ടിയെന്നുതന്നെ നമുക്ക് ഊഹിക്കാവുന്നതേയുള്ളൂ. 1758-ൽ മാർത്താണ്ഡവർമ്മ അന്തരിച്ചു. അതിനു ശേഷം അയ്യപ്പൻ മാർത്താണ്ഡൻപിള്ള ദളവയുടെയും കാർത്തിക തിരുനാൾ രാമവർമ്മ മഹാരാജാവിന്റെയും ആശ്രിതനായി

നമ്പ്യാർ കുറച്ചുകാലംകൂടി തിരുവനന്തപുരത്തു കഴിഞ്ഞതായി സാഹിത്യ ചരിത്രകാരന്മാരും ഗവേഷകരും അഭിപ്രായപ്പെട്ടിട്ടുണ്ട്.

എഴുത്തിനു പുറത്തെ അനന്തപുരിഫലിതങ്ങൾ

തിരുവനന്തപുരത്തെ വാസത്തിലും നമ്പ്യാർ അനേകം തുള്ളൽക്കൃതികൾ രചിച്ചതായി ഗവേഷകർ രേഖപ്പെടുത്തിയിട്ടുണ്ട്. അവയിൽ രണ്ടെണ്ണം പരാമർശിച്ചു കഴിഞ്ഞു. നമ്പ്യാരുടെതായി ചെറിയ ചെറിയ നർമ്മവൃത്തികൾ അവിടുത്തെ താമസകാലത്തും ഉണ്ടായതായി സാഹിത്യപഞ്ചാനനൻ പി.കെ.നാരായണപിള്ള തൊട്ടിങ്ങോട്ടുള്ള പലരും എഴുതിയിട്ടുണ്ട്. കൊട്ടാരം ജോലിക്കാരനായിരുന്ന നമ്പി ആരാണെന്നു ചോദിച്ചപ്പോൾ നമ്പിയാരെന്നു മറുപടി ചൊല്ലിയതിനെക്കുറിച്ചുള്ളതാണ് അവയിലൊരെണ്ണം. പരാതിചൊല്ലിയതിനെതിരേ തിരുമനസ്സിനെ ബോദ്ധ്യപ്പെടുത്താൻ നമ്പ്യാർ ചമച്ച വരികളാണ് നർമ്മരസമുളവാക്കുന്നത്.

'നമ്പി ആരെന്നു ചോദിച്ചു
നമ്പിയാരെന്നു ചൊല്ലിനേൻ
നമ്പി കേട്ടഥ കോപിച്ചു
തമ്പുരാനേ ക്ഷമിക്കണേ!'

അതുപോലെ, രണ്ടേകാലും കോപ്പും നല്കിവന്നിരുന്നതിനെ ചൊല്ലിയും കേൾക്കുന്നുണ്ട് ഇത്തരത്തിലൊരെണ്ണം. രണ്ടേകാലെന്നു രാജാവു കല്പിച്ചതും വിതരണം ചെയ്യുന്ന കലവറക്കാരന്റെ അടുത്ത് രണ്ടേകാലെന്നു പറഞ്ഞപ്പോൾ, രണ്ടുകാലുമാത്രമേ തരൂ എന്നു കലവറക്കാർ പറഞ്ഞതും സംബന്ധിച്ചാണ് ഈ ഫലിതം പറഞ്ഞുവരുന്നത്. തനിക്കു കല്പിച്ചു കിട്ടിയതു കലവറക്കാരൻ തരില്ലെന്നു മനസ്സിലായപ്പോൾ നമ്പ്യാർ രാജാവിനു പരാതി നല്കി, ശ്ലോകരൂപത്തിൽ ഇങ്ങനെ:

'രണ്ടേകാലെന്നു കല്പിച്ചു
രണ്ടേ, കാലെന്നിതയ്യനും
ഉണ്ടോ കാലെന്നു പണ്ടാല
ഉണ്ടീലിന്നിത്രനേരവും'

ശ്ലോകാർത്ഥം മനസ്സിലാക്കിയ രാജാവ് വീണ്ടും ഉത്തരവിട്ടു നമ്പ്യാർക്കു കൃത്യമായി കൊടുക്കാനുള്ളതു കൊടുപ്പിച്ചുവെന്നു ബാക്കികഥ. 'കാതിലോല' 'നല്ല താളി' എന്നത് നമ്പ്യാരെ ചേർത്തുപറയപ്പെടുന്ന മറ്റൊരു ദ്വയാർത്ഥദ്യോതകഫലിതമാണ്. ഇതിൽ പങ്കാളിയായത് എഴുത്തച്ഛനായിരുന്നെന്നും അല്ല ഉണ്ണായിയായിരുന്നെന്നും പറയപ്പെടുന്നുണ്ട്. (എഴുത്തച്ഛൻ പതിനെട്ടാം നൂറ്റാണ്ടിൽ ജീവിച്ചിരുന്നിട്ടില്ല എന്നോർക്കുക!)

രാജ്ഞിയും തോഴിയും കൂടി കാതിൽ ഓലയും (ഒരു ആഭരണം) കയ്യിൽ താളിയുമായി നീരാട്ടിനു പോകുന്നതു കണ്ട് ഏതോ പണ്ഡിതൻ 'കാതിലോല!' എന്നും അതു കേട്ട നമ്പ്യാർ 'നല്ലതാളി!' എന്നും ആശ്ചര്യപ്പെട്ടു പറഞ്ഞതിലാണ് ഈ തമാശ. ഈ പ്രയോഗത്തിൽ,'കാ അതിലോല?' (ആരാണു കൂടുതൽ സുന്ദരി?) എന്നു ചോദിച്ചുവെന്നും നമ്പ്യാർ, നല്ലത് ആളി (തോഴി) ആണെന്നു മറുപടി പറഞ്ഞുവെന്നും അർത്ഥമെടുക്കുമ്പോൾ നർമ്മം കലരുന്നു. കരികലക്കിയ കുളം, കളഭം കലക്കിയ കുളം എന്നിങ്ങനെ വേറെയും ദ്വയാർത്ഥനർമ്മപ്രയോഗങ്ങൾ നമ്പ്യാരുടെ വകയായി അറിയപ്പെടുന്നുണ്ട്. ഒരു വെങ്കലപദ്യം കൊണ്ട് ഹാസ്യമുതിർക്കുകയും എന്നാൽ നിശിതപരിഹാസം ചൊരിയുകയും ചെയ്ത സംഭവം ഇതിനോടു ചേർത്തുപറയാറുണ്ട്. പത്മനാഭസ്വാമി ക്ഷേത്രത്തിൽ ഒരു പുതിയ കമ്പവിളക്കു പണി തീർന്നപ്പോൾ, അതു കാണുവാൻ രാജാവും ആശ്രിതകവികളും എത്തി. വിളക്കിന്റെ സവിശേഷമായ പണി കണ്ടു സന്തോഷം തോന്നിയ രാജാവ് കവികളോട് അതിനെ വർണ്ണിച്ചു ശ്ലോകം ചമയ്ക്കാൻ ആവശ്യപ്പെട്ടു. എല്ലാവരും കടുകട്ടി സംസ്കൃതത്തിൽ അലങ്കാരങ്ങൾ തിരുകിക്കയറ്റി കൃത്രിമമായി ശ്ലോകം ചമച്ചപ്പോൾ നമ്പ്യാർ ചമച്ചത് ഒരു ചെറിയ ശ്ലോകമായിരുന്നു, ഇങ്ങനെ:

'ദീപസ്തംഭം മഹാശ്ചര്യം നമുക്കും കിട്ടണം പണം,
ഇത്യർത്ഥ ഏഷാം ശ്ലോകാനാം അല്ലാതൊന്നും ന വിദ്യതേ'

ഇവിടെ, മറ്റു ശ്ലോകങ്ങൾ ചമച്ച കവികളുടെ അലങ്കാരാഡംബരഭ്രമത്തെയും പണക്കൊതിയെയുമാണ് നമ്പ്യാർ അപഹസിച്ചിരിക്കുന്നത്. ഇതിന്റെ ആദ്യഭാഗം ഏതാണ്ടു നാട്ടുചൊല്ലുപോലെ ഇപ്പോൾ മലയാളി സ്ഥാനത്തും അസ്ഥാനത്തും ഉപയോഗിച്ചുവരുന്നുണ്ട്. നമ്പ്യാരുടേതെന്നറിയാതെതന്നെ അദ്ദേഹത്തിന്റെ ധാരാളം വചനങ്ങൾ മലയാളിയുടെ പൊതുജീവിതത്തിൽ കലർന്നിട്ടുണ്ട്. ആശയവിപുലീകരണത്തിനു പല ക്ലാസ്സുകളിലും നല്കുന്ന വരികൾ എപ്പോഴോ ഉണ്ടായ നാട്ടുചൊല്ലുകളാണെന്നു ധരിച്ചുവച്ചിരിക്കുന്ന അദ്ധ്യാപകരും ഇല്ലാതില്ല. മലയാളിയുടെ ദൈനന്ദിനജീവിതത്തിൽ, അറിഞ്ഞും അറിയാതെയും, ഇത്രത്തോളം ഇടപെട്ടുകൊണ്ടിരിക്കുന്ന മറ്റൊരു കവിയും നമുക്കുണ്ടെന്നു പറയുക വയ്യ.

പ്രാണപ്രയാണകാലേ..

നമ്പിയാർ അമ്പലപ്പുഴയ്ക്കു മടങ്ങിവന്നെന്നും വാർദ്ധക്യകാലം അവിടെ കഴിച്ചെന്നുമാണ് പറയപ്പെടുന്നത്. പേപ്പട്ടി കടിച്ചായിരുന്നു

മരണം സംഭവിച്ചതെന്നൊരു കേൾവിയുണ്ട്. അതു സത്യമാണെങ്കിൽ, ജീവിതം മുഴുവൻ കലയെയും കവിതയെയും ദൈവത്തെയും ഉപാസിച്ച മനുഷ്യസ്നേഹിയായ ഒരുവന് അത്ര ദാരുണമായ ഒരന്ത്യം കാത്തുവച്ച വിധിയെ നമുക്കു വെറുക്കാം. ശപിക്കാം. തങ്ങളെ ആക്ഷേപിച്ചു ശുദ്ധീകരിക്കാൻ പണ്ടു ശ്രമിച്ചവൻ വൃദ്ധനായി മടങ്ങിവന്നിരിക്കുന്നുവെന്നറിഞ്ഞവർ തക്കം പാർത്തിരുന്നു തല്ലിക്കൊന്നതാണെന്നു സംശയം പ്രകടിപ്പിക്കുന്നവരുമുണ്ട്. സംശയിക്കാനും സ്വപ്നം കാണാനും ആരും ആർക്കും കപ്പം കൊടുക്കേണ്ടതില്ലല്ലോ! അവരെ സംശയിക്കാൻ നമ്മൾ അനുവദിക്കുക! (സംശയം പ്രകടിപ്പിച്ചിരിക്കുന്നത് 'കുഞ്ചൻ നമ്പ്യാർ' എന്ന മുൻചൊന്ന പുസ്തകത്തിൽ) പക്ഷേ, ഒരു മഹാകവിയെ, അനാരോഗ്യത്തിന്റെ അസ്വസ്ഥതകളുണ്ടായിരിക്കാൻ സാദ്ധ്യതയേറെയുള്ള ഒരു വൃദ്ധാത്മാവിനെ, തല്ലിക്കൊന്നവരാണ് അമ്പലപ്പുഴക്കാർ എന്നു സംശയിക്കാതിരിക്കുന്നതല്ലേ അഭിലഷണീയം?

□

കുറിപ്പുകൾ:

1.കേരളസാഹിത്യചരിത്രം-ഉള്ളൂർ-മൂന്നാംസമ്പുടം-കേരളസർവ്വകലാശാലാ പ്രസിദ്ധീകരണം- fourth edition 1990 പുറം 355-471

2.ചന്ദ്രികാവീഥി, ലീലാവതീവീഥി, മദനകേതുചരിതം പ്രഹസനം, സീതാരാഘവം നാടകം, രാഘവീയം മഹാകാവ്യം, മുകുന്ദശതകം, ഭാഗവത ചമ്പു, പ്രാകൃതപ്രകാശവൃത്തി, ഉഷാനിരുദ്ധംപ്രാകൃതകാവ്യം, കംസവധം പ്രാകൃതകാവ്യം, വൃത്തവാർത്തികം, ഗീതരാമം, അംബരനദീശസ്തവം, സൂര്യാഷ്ടകം എന്നിങ്ങനെ നീളുന്ന രാമപാണി വാദമുദ്രാങ്കിതകൃതികളും നമ്പിയാരുടെ പേരിൽ അറിയപ്പെടുന്ന ധാരാളം കൃതികളും തുള്ളൽക്കൃതികളും കൂടിച്ചേർന്നാൽ വരുന്ന കൃതിവിസ്തൃതി ആരെയും അതിശയിപ്പിക്കുമെന്നു പറയേണ്ടതില്ലല്ലോ!

3.കുഞ്ചനും തുള്ളലും-ഏവൂർ പരമേശ്വരൻ, കേരളഭാഷാ ഇൻസ്റ്റിറ്റ്യൂട്ട്, തിരുവനന്തപുരം, 2000, പുറം 25-34

4.മൂന്നു ഭാഷാകവികൾ-സാഹിത്യപഞ്ചാനനൻ പി.കെ.നാരായണപിള്ള- സാഹിത്യ പരിഷത് സഹകരണസംഘം ലിമിറ്റഡ്, എറണാകുളം, 1958

5.തിരുവിതാംകൂർ ചരിത്രം- പി.ശങ്കുണ്ണിമേനോൻ-കേരളഭാഷാ ഇൻസ്റ്റിറ്റ്യൂട്ട്, തിരുവനന്തപുരം, 1994 പതിപ്പ് പുറം. 122

2

കാവ്യപ്രവേശനകാലം

ഏതു കവിയും കാവ്യപ്രവേശനം ചെയ്യുന്ന കാലം അടയാളപ്പെടുത്തിവയ്ക്കേണ്ടതുണ്ട്. കവിയുടെ കാലത്തെ കാവ്യപരിതഃസ്ഥിതിയും സാമൂഹികസാഹചര്യങ്ങളും അയാളുടെ കവിതയുമായി കൂട്ടി വായിച്ചുവേണം കവിയെ കണ്ടെത്തേണ്ടത്. നിലനിൽക്കുന്ന ഭാവുകത്വത്തിനു സമാന്തരമായി സഞ്ചരിച്ച കവിയാണോ, അതോ, ഭാവുകത്വപരമായ വ്യതിയാനം അടയാളപ്പെടുത്തിയ കവിയാണോ പ്രമേയപരവും പരിചരണപരവുമായി എത്രമാത്രം മൗലികത വച്ചു പുലർത്തിയിട്ടുണ്ട് തുടങ്ങിയ കാര്യങ്ങൾ ഒരു കവിയുടെ കാര്യത്തിൽ വളരെ പ്രസക്തമായി വരുന്നു. നമ്പ്യാർ കവിതയിൽ പ്രവേശിച്ച കാലം അവിതർക്കിതമാണ്. പതിനെട്ടാം നൂറ്റാണ്ടിന്റെ ആദ്യപാദത്തിൽ, അതായത്, 1725നു മുമ്പു തന്നെ, നമ്പ്യാർ കവിതയിലേക്കു പ്രവേശിച്ചുവെന്നു സാഹിത്യചരിത്രകാരന്മാരും പണ്ഡിതന്മാരും നിരൂപിക്കുന്നു.

മണിപ്രവാളകാലം കാവ്യലാവണ്യത്തിന്റെ കനകപ്പെയ്ത്തായിരുന്നു. 'വെണ്മണിനമ്പൂതിരിമാരുടെ ശയ്യാഗുണം ദ്വിഗുണീഭവിച്ചാലുള്ള മേന്മയാണു കാണുന്ന'തെന്ന് ഇളംകുളം പറഞ്ഞിരിക്കുന്ന[1] 'വൈശികതന്ത്രം' തൊട്ട് അച്ചീചരിതങ്ങളും ചന്ദ്രോത്സവവും വരെയുള്ള കാവ്യങ്ങളിൽ ലാവണ്യത്തികവുകൾ ഓളംവെട്ടി നില്ക്കുന്നതു ഭാവുകൻ കാണുന്നുണ്ട്. പക്ഷേ, അവയുടെയൊക്കെ സാമൂഹികത വളരെ പരിമിതപ്പെട്ടിരുന്നുവെന്നു തിരിച്ചറിയണം. വാരവധൂടികളും വാദനവിദഗ്ദ്ധരും നമ്പൂരിക്കവികളും മാത്രമേ അന്നത്തെ സമൂഹത്തിലുണ്ടായിരുന്നുള്ളു എന്നു തോന്നിപ്പോകുമെന്ന് ഇളംകുളം തന്നെ ചന്ദ്രോത്സവത്തിന്റെ ആമുഖത്തിൽ ആക്ഷേപം ചൊരിഞ്ഞത് അന്നത്തെ കവിതയിലെ സാമൂഹികതയെ നിരീക്ഷിച്ചു കൊണ്ടാണെന്നതോർമ്മിക്കുക. ചന്ദ്രോത്സവത്തിനു വന്നുചേരുന്ന വേശ്യകളിൽ അഗ്രിമസ്ഥാനം പുനത്തിന്റെയും

ശങ്കരന്റെയും കളത്രങ്ങളായിരുന്ന മാരലേഖയ്ക്കും മാനവീമേന കയ്ക്കും നല്കിയിരിക്കുന്നതുകൊണ്ട് ചന്ദ്രോത്സവകാരൻ കോലത്തു നാട്ടുകാരനായിരിക്കാമെന്ന് ഉള്ളൂർ ഊഹിക്കുന്നുണ്ട്. ഇതു നിരാലം ബമെന്ന് വടക്കുംകൂർ അഭിപ്രായപ്പെടുന്നുമുണ്ട്. ശങ്കരന്റെ ഗുരുവായി രുന്ന രാഘവവാരിയരും പുനവും കൂടി 'നിർമ്മത്സരന്മാരായി' മാരലേ ഖയുടെ ഭർത്തൃപദവിയിൽ വാഴുന്നതായും മാരലേഖ പോയിരുന്നിട ത്തൊക്കെ പുറകേ അവർ കൈ കൊട്ടി പാടിനടന്നിരുന്നതായും ചന്ദ്രോ ത്സവകാരൻ പരിഹസിക്കുന്നുണ്ട്!

ആദ്യകാലമണിപ്രവാളകൃതികളുടെ പൊതുസ്വഭാവമായി നിരീക്ഷിക്കപ്പെട്ടിട്ടുള്ളത്, അവയൊക്കെത്തന്നെ നർത്തകികളെയും ഗണികകളെയും പ്രകീർത്തിക്കാൻ വേണ്ടി രചിക്കപ്പെട്ടുവെന്നതാണ്. അച്ചീചരിതങ്ങളെന്നറിയപ്പെടുന്ന ഉണ്ണിയച്ചി, ഉണ്ണയാടി, ഉണ്ണിച്ചിരുതേവി ചരിതങ്ങളും ചെറിയച്ചിയും ഇളയച്ചിയും ഒക്കെ ഈ വകുപ്പിൽ പെടുന്ന വയാണ്. കേരളഭാഷാപദങ്ങളുടെയും വിഭക്ത്യന്തസംസ്കൃതപദങ്ങളു ടെയും ഹൃദയഹാരിയായ സമ്മേളനമാണ് മണിപ്രവാളമെന്നത്രേ ലീലാതിലകകാരൻ പറഞ്ഞിരിക്കുന്നത്. ചന്ദ്രോത്സവം വരെയുള്ള കൃതി കൾ ലീലാതിലകകാരനെ അനുസരിച്ചിരുന്നതായിട്ടാണ് പണ്ഡിതന്മാർ പറഞ്ഞിട്ടുള്ളത്. പത്താംനൂറ്റാണ്ടിലോ പതിനൊന്നാം നൂറ്റാണ്ടിലോ ജീവി ച്ചിരുന്നതെന്നു കരുതപ്പെടുന്ന തോലൻ എന്ന കവിയെ നാം ഇവിടെ ഓർമ്മിക്കുന്നതു നന്നായിരിക്കും. കാരണം, തോലന് നൂറ്റാണ്ടുകൾക്കു ശേഷം രക്തബന്ധം സ്ഥാപിച്ചുകിട്ടുന്നത് കുഞ്ചനുമായിട്ടാണ്. കവിത യിൽ ആക്ഷേപത്തിന്റെയും പരിഹാസത്തിന്റെയും ശക്തമായ തുടക്കം അവിടെയാണെന്നു കരുതുന്നവരുണ്ട്. കുലശേഖരപ്പെരുമാളുടെ പത്നി ചെറോട്ടിയമ്മ, തന്നെപ്പറ്റി ഒരു ശ്ലോകം നിർമ്മിക്കാൻ ആവശ്യപ്പെ ട്ടപ്പോൾ, തോലൻ ഒരു ശ്ലോകം ചമച്ചതിനെ അവർക്കിഷ്ടപ്പെടാതിരു ന്നതു പ്രകാരം തുടർന്നു ചമച്ച ശ്ലോകമെന്നു ഖ്യാതിയുള്ള ഒന്ന് ഇവിടെ ഉദാഹരിക്കുന്നു.

'അർക്കശുഷ്കഫലകോമളസ്തനീ
തിന്ത്രിണീദലവിശാലലോചനാ
നിംബപല്ലവസമാനകേശിനീ
വൃദ്ധവാനരമുഖീ വിരാജസേ.'

സൂര്യാതപത്തിൽ ഉണങ്ങിശുഷ്കിച്ച ഫലം പോലെ കോമളമായ മുലക ളോടുകൂടിയവളും,(അർക്കം എന്ന മരത്തിന്റെ ശുഷ്കിച്ച ഫലം പോലെ എന്നുമാകാം) പുളിയിലയോളം വിശാലമായ കണ്ണുകളോടു കൂടിയവളും, ആര്യവേപ്പിൻകുരുന്നു പോലെ കേശമുള്ളവളും, വൃദ്ധവാനരമുഖത്തോടു

കൂടിയവളുമായി നീ വിരാജിക്കുന്നു(ശോഭിക്കുന്നു) എന്നർത്ഥം വരുന്ന ഈ ശ്ലോകവുമായി രക്തബന്ധമുള്ള വരികൾ പതിനെട്ടാം നൂറ്റാണ്ടിൽ കുഞ്ചന്റെ തൂലികയിൽ നിന്നു വാർന്നുവീണിട്ടുണ്ടെന്നു കരുതുന്ന വരുണ്ടെന്നു തോന്നുന്നില്ല. എങ്കിലും ഈ വരികളിലെ വിരുദ്ധോക്തി ഉല്പാദിപ്പിക്കുന്ന ഫലിതം ശ്രദ്ധിക്കേണ്ടതാകുന്നു.

എന്റെ മുതുമുത്തി എന്റെ മുത്തിക്കും അവൾ എന്റെ അമ്മയ്ക്കും ചെവിയിലോതിപ്പഠിപ്പിച്ച ആ 'യോഗം' അമ്മയിൽ നിന്നു പഠിച്ചതു ഞാൻ നിനക്കു പറഞ്ഞുതരാം എന്ന മുഖവുരയോടുകൂടി മകൾക്ക് (അനംഗസേനയ്ക്ക്)അവളുടെ അമ്മ പറഞ്ഞുകൊടുക്കുന്ന വേശ്യാധർമ്മമാണ് വൈശികതന്ത്രം എന്ന കൃതിയിലെ വിഷയം. കവിത കനിഞ്ഞനുഗ്രഹിച്ചിരിക്കുന്ന ഈ കൃതിയിലെ സാഹിത്യത്തിന്റെ സ്വഭാവം വ്യക്തമാക്കാൻ ചില വരികൾ ഉദ്ധരിക്കുന്നു:

'ബാലത്വമാർന്നുരസി വാർമുല പൊങ്ങുമന്നാൾ
മാലത്തലക്കുഴലിമാർ മുതൽ നേടവേണ്ടും
വേലപ്പെടാതവ നിരർത്ഥകമേവ പിന്നെ;
കാലത്തുഴാക്കഴനി നെല്ക്കളമേറുകീല'

(മാല = ഇരുട്ട്, കഴനി= നിലം)

'താരുണ്യമാവതു സുതേ, തരുണീജനാനാം
മാരാസ്ത്രമേ, മഴനിലാവതു നിത്യമല്ല;
അന്നാർജ്ജിതേന മുതൽകൊണ്ടു കടക്കവേണ്ടും
വാർദ്ധക്യമെന്നതൊരു വൻകടലുണ്ടു മുമ്പിൽ'

അച്ചീചരിതങ്ങളിലും ഇത്തരം ഹൃദ്യമായ പദ്യങ്ങൾ നാം കാണുന്നുണ്ട്.

പുതുമലർക്കാവിൽ വന്നെഴുമിളം കൊടികളും
കൊടികൾ പൂവിതളിൽനിന്റുതിരുമപ്പൊടികളും
ചുഴലവും കമുകിനെത്തഴുകുമക്കൊടികളും
കൊടിനനെെപ്പാൻവരും മൃദുനടക്കൊടികളും

എന്നിങ്ങനെയുള്ള പ്രസിദ്ധമായ വരികൾ ഉണ്ണിച്ചിരുതേവീചരിതത്തിലേതാണെന്നോർമ്മിക്കുക. 'മാരലേഖാമലർബാണകേളി' ഹ്രസ്വമെങ്കിലും ഹൃദ്യതരമാണ്.

'ഭംഗ്യാ മേല്പോട്ടു കെട്ടീടിന ചികുരഭരം
കാമുകാലോലലീലാ-
രംഗേ നീലാംശുകത്തിനിടയിൽ നിഴലെടു-
ക്കിന്റെ കാഞ്ചീനികേതം
തിങ്ങും താംബൂലഗർഭം കവിളിൽ, മതിതെളി-
ഞ്ഞെണ്ണയും തേച്ചുനില്ക്കും

നിൻകോലം കാൺകിലിപ്പോളുടനെരിപൊരിയാം
മാരനും മാരലേഖേ!'

തുടങ്ങിയ പദചിത്രങ്ങൾ കവിത്വത്തിന്റെ എക്കാലത്തെയും മികച്ച തികവിനെയാണു തുറന്നുവയ്ക്കുന്നത്. പക്ഷേ, എല്ലാം ലൈംഗികതയുടെ ഏകപക്ഷീയമായ സൗന്ദര്യാസ്വാദനത്തിൽ പരിമിതപ്പെടുന്നു. മനുഷ്യജീവിതത്തിൽ ലൈംഗികസൗന്ദര്യാസ്വാദനത്തിനപ്പുറം മറ്റൊന്നുമില്ലെന്നു തോന്നിപ്പിക്കുന്ന ഗണികാവർണ്ണനകളിലൊതുങ്ങിയ ഈ കാലം മറികടന്നത് കണ്ണശ്ശകൃതികളിലൂടെയും കൃഷ്ണഗാഥയിലൂടെയും കിളിപ്പാട്ടുകളിലൂടെയും ഒക്കെയാണ്.

പോർട്ടുഗീസ് അധിനിവേശകാലത്താണ് എഴുത്തച്ഛൻ കാവ്യസപര്യ അനുഷ്ഠിച്ചതെന്നു നമുക്കറിയാം. സാമൂഹികപ്രാധാന്യത്തെക്കാളേറെ ഭാഷാപരമായ പ്രാധാന്യമാണ് അദ്ദേഹത്തിനു നൽകേണ്ടതെന്നു തോന്നുന്നു. സംസ്കൃതം നന്നായി വഴങ്ങിക്കിട്ടിയിട്ടും വാല്മീകിരാമായണം നിരസിച്ചിട്ട് ആരെഴുതിയതെന്നുപോലും കൃത്യമായി അറിയാത്ത അദ്ധ്യാത്മരാമായണമാണ് അദ്ദേഹം പരിഭാഷയ്ക്കു തെരഞ്ഞെടുത്തത്. ഭക്തി ഉദ്ദീപിപ്പിക്കുകയായിരുന്നു ലക്ഷ്യമെന്ന് ഭൂരിപക്ഷവും ബ്രാഹ്മണപൂജചെയ്യുവാൻ ജനങ്ങളെ ആഹ്വാനം ചെയ്യുകയായിരുന്നു ലക്ഷ്യമെന്നു ന്യൂനപക്ഷവും പറയുന്നുണ്ട്. ഏതായാലും ധാർമ്മികവിപര്യയം സംഭവിച്ച ഒരു സമൂഹത്തിന്റെ നടുവിലിരുന്നാണ് എഴുത്തച്ഛൻ തൂലികയുന്തിയത്. സംസ്കൃതത്തിന്റെ അതിപ്രസരം പലയിടത്തും കാണുന്നുണ്ടെങ്കിലും, എഴുത്തച്ഛന്റെ വിവർത്തനങ്ങൾ മലയാളഭാഷയെ ശബ്ദഗരിമയോടെ പുതുക്കിപ്പണിതുപരുവപ്പെടുത്തിയെടുത്തുവെന്നതു സമ്മതിക്കാതെ തരമില്ല. ലോകത്തിൽ മലയാളി മാത്രം താലോലിക്കുന്ന 'ഭാഷയുടെ പിതാവ്' എന്ന മൂഢപരികല്പന അങ്ങെയുണ്ടായതാണ്. ഇന്നു സംസാരിക്കുന്ന, എഴുതുന്ന ഭാഷയുടെ പേരിൽ നാം എഴുത്തച്ഛനോടു കടപ്പെട്ടിട്ടുണ്ട്. കണ്ണശ്ശനിലും ചെറുശ്ശേരിയിലും മണിപ്രവാളകൃതികളിലുമൊക്കെ നാം അനുഭവിച്ച ലാളിത്യത്തെ പടിയിറക്കിവിട്ടതും എഴുത്തച്ഛനാണെന്ന ആരോപണം നിലനിൽക്കുന്നുണ്ട്. ഇവിടെയാണ് നമ്പ്യാരുടെ ഒന്നാമത്തെ പ്രസക്തിയെന്നു കരുതാം.

'ഇല്ലങ്ങളിൽച്ചെന്നു നടന്നിരന്നാ-
ലില്ലെന്നു ചൊല്ലുന്ന ജനങ്ങളേറും
അല്ലെങ്കിലാഴക്കരിനല്കുമപ്പോൾ
നെല്ലെങ്കിൽ മൂഴക്കതുമന്തിനേരം'

എന്നിങ്ങനെ ശ്രീകൃഷ്ണചരിതം മണിപ്രവാളത്തിൽ ലളിതമധുരമലയാളത്തിൽ കുറച്ചു വരികളെങ്കിലും കുറിച്ചു കൊണ്ടാണു നമ്പ്യാർ

കാവ്യരംഗത്തു നിലയുറപ്പിക്കുന്നത്. എഴുത്തച്ഛനോട് ആധമർണ്ണ്യം നമ്പ്യാരും പുലർത്തിയിട്ടുണ്ട് എന്നതു നിഷേധിക്കാനാവില്ല. പക്ഷേ, ദന്തഗോപുരത്തിൽ നിന്നു കാവ്യഭാഷയെ പിടിച്ചിറക്കി സാധാരണക്കാർക്കിടയിൽ നിർത്തിയത് നമ്പ്യാരായിരുന്നു. ഭാഷയ്ക്കു ഭദ്രമായ അടിത്തറ നെയ്തെടുത്ത എഴുത്തച്ഛനെ നമുക്കു കുറ്റം പറയാനാവില്ല. എവിടെ നിന്നു പദങ്ങൾ സ്വീകരിച്ചുകൊണ്ടായാലും ഭാഷയെ ഒട്ടൊക്കെ ആശയപ്രകാശനസമർത്ഥമാക്കിയത് എഴുത്തച്ഛനാണെന്നു സമ്മതിക്കേണ്ടിവരും. ഇവിടെ, രണ്ടു കവികൾ അവലംബിച്ച രണ്ടു മാർഗ്ഗങ്ങൾ താരതമ്യം ചെയ്തുനോക്കാവുന്നതാണ്. നമ്പ്യാർ കുറച്ചു സംസ്കൃതപദങ്ങളെയും കൂടുതൽ നാട്ടുപദങ്ങളെയും ചേർത്തു വച്ചാണ് കവികർമ്മം അനുഷ്ഠിച്ചത് എന്നു നാം തിരിച്ചറിയണം. രാമപാണിവാദൻ എന്ന സംസ്കൃത കവി കുഞ്ചൻനമ്പ്യാർ തന്നെയാണെങ്കിൽ, അന്തമില്ലാത്ത അത്ഭുതം അതു നമ്മളിലുണ്ടാക്കണം. അങ്ങനെയല്ലെങ്കിൽത്തന്നെ, ഭാഷയിലും ഗൈർവ്വാണിയിലും 'ദോഷഹീനപടുത്വം' തനിക്കുണ്ടെന്നു നമ്പ്യാർ തന്നെ സാക്ഷ്യപ്പെടുത്തുന്നുമുണ്ടല്ലോ.എന്നിട്ടും നാടോടി ലാവണ്യത്തിൽ പെയ്തിറങ്ങാൻ നമ്പ്യാർ താല്പര്യപ്പെട്ടിരുന്നു. 'ഭാഷാസംസ്കൃതയോഗം' തന്നെയായിരുന്നു നമ്പ്യാരുടെ മണിപ്രവാള ഭാഷ. പക്ഷേ, ഭാഷതന്നെ ആദ്യം എന്ന ശാഠ്യം കൂടി അതിൽ ഉൾച്ചേർന്നിരുന്നതുകൊണ്ട് ആയിരക്കണക്കായ നാട്ടുഭാഷാപദങ്ങളും പഴഞ്ചൊല്ലുകളും ലോകോക്തികളും കലർന്നു നമ്മുടെ ഭാഷ ധന്യമായി.

നമ്പ്യാർക്കു തിരഞ്ഞെടുക്കാൻ ഏറെ വഴികളുണ്ടായിരുന്നില്ല. എഴുത്തച്ഛന്റെ പാതയിൽ സഞ്ചരിച്ച് ഭക്തി വിളമ്പി ജനങ്ങളെ ആ മാർഗ്ഗത്തിലേക്കു നയിക്കാൻ നമ്പ്യാർക്കു താല്പര്യമുണ്ടായിരുന്നിരിക്കില്ല. അഥവാ, ഉണ്ടായിരുന്നെങ്കിലും ആ വഴി പോയാൽ തനിക്ക് എഴുത്തച്ഛനു ലഭിച്ച സ്വീകാര്യത ലഭിക്കുമെന്നുള്ള ഉറപ്പുണ്ടായിരുന്നില്ല. പിന്നെയുണ്ടായിരുന്നത് ആട്ടക്കഥകളിൽ മാത്രം ശ്രദ്ധിച്ച് മുന്നോട്ടു പോകുക എന്നതായിരുന്നു. അതിലും നമ്പ്യാർക്കു താല്പര്യം തോന്നിയിട്ടുണ്ടാവില്ല. മണിപ്രവാളശ്ലോകങ്ങളെഴുതി കഴിഞ്ഞുകൂടാൻ ഏതായാലും നമ്പ്യാർക്കാവുമായിരുന്നില്ല. അങ്ങനെ ഒരു പുതിയ കാവ്യസരണിയെക്കുറിച്ചുണ്ടായ ചിന്തയാണു നമ്പ്യാരെ തുള്ളൽക്കൃതികളുടെ രചനയിലെത്തിച്ചതെന്നു പറയാം.

എഴുത്തച്ഛൻ കൊയ്തിറങ്ങിയ മണിപ്രവാളഭൂമിയിൽ സമാനമായ വിത്തുകൾ വിതച്ചുകൊണ്ടാണ് നമ്പ്യാരും കടന്നുവന്നത്. പക്ഷേ, വളവും വെള്ളവും വേറെയാണു നല്കിയത്! എഴുത്തച്ഛന്റെ കവിത അമ്പലപ്പറമ്പിലെ ആൽമരത്തിൽ മാത്രം പടർന്നുകയറിയപ്പോൾ

നമ്പ്യാരുടെ കവിത സാധാരണക്കാരന്റെ വീട്ടുമുറ്റത്തെ മരങ്ങളിലെല്ലാം പടർന്നുകയറി നാട്ടു വെളിച്ചത്തിൽ കുളിച്ചു പൂവിട്ടിറങ്ങുകയായിരുന്നു!

ദ്രാവിഡഭാഷയായ മലയാളത്തിലൂടെ ജീവിക്കാൻ പോന്ന സാഹചര്യം സംസ്കൃതത്തിന് ഒരുക്കിക്കൊടുത്ത കവി എന്ന നിലയിൽ എഴുത്തച്ഛൻ ആദരിക്കപ്പെടേണ്ടതുണ്ട്. വ്യവഹാരത്തിൽ നിന്നു പണ്ടേ പുറത്തുപോയ സംസ്കൃതം ഇന്നു ജീവിക്കുന്നതു മലയാളത്തിലൂടെയാണ്! നമ്പ്യാർ പക്ഷേ, ദ്രാവിഡത്തനിമകളിലേക്കു ചേർത്തുനിർത്തി മലയാളത്തെ പരിഷ്കരിച്ചെടുത്തു സമ്പന്നമാക്കാനാണു കൂടുതൽ ശ്രമിച്ചതും ശ്രദ്ധിച്ചതും.

കുഞ്ചൻനമ്പ്യാർ കവിതയെഴുതിയ കാലത്തെ സാഹിത്യപശ്ചാത്തലവും അതിലേക്കെത്തിപ്പെട്ട വഴികളുമാണ് പരിശോധിച്ചത്. കുഞ്ചൻ നമ്പ്യാർ കാവ്യസപര്യ അനുഷ്ഠിച്ച കാലത്തെ രാഷ്ട്രീയ പശ്ചാത്തലം അല്പമാത്രമായി ഒന്നാമത്തെ അദ്ധ്യായത്തിൽ പരാമർശിച്ചിട്ടുണ്ട്. ഇനി, സാമൂഹികപശ്ചാത്തലം കൂടി അന്വേഷിക്കേണ്ടതായിട്ടുണ്ട്. തെക്കൻ കേരളം പലപല കൊച്ചു നാട്ടുരാജ്യങ്ങളായിക്കിടന്നിരുന്ന കാലത്താണ് കുഞ്ചൻ നമ്പ്യാർ കിടങ്ങൂരെത്തുന്നത്. അവിടെ നിന്നു ചെമ്പകശ്ശേരിയിലെത്തുമ്പോഴും സ്ഥിതിക്കു മാറ്റമില്ലായിരുന്നു. മദ്ധ്യകേരളത്തിലെയും തെക്കൻ കേരളത്തിലെയും നാട്ടുരാജ്യങ്ങളിലെ ഭരണസംവിധാനങ്ങൾ കെട്ടുറപ്പുള്ളവയായിരുന്നില്ല. ദേശിങ്ങനാട്(കൊല്ലം) തെക്കുംകൂറ്(ചങ്ങനാശ്ശേരി), വടക്കുംകൂറ്(ഏറ്റുമാനൂര്) പറവൂര്, പട്ടാഴി, കായംകുളം, ചെമ്പകശ്ശേരി(അമ്പലപ്പുഴ) എന്നിങ്ങനെ അന്നുണ്ടായിരുന്ന എല്ലാ കൊച്ചു നാട്ടുരാജ്യങ്ങളിലും നാടുവാഴിത്തം അതിന്റെ എല്ലാ വൃത്തിഹീനതകളോടെയും നടമാടിയിരുന്നിരിക്കണം. രാജാവിന്റെ കാതിൽ ഏഷണിപറഞ്ഞുഫലിപ്പിക്കാൻ കഴിയുന്നവർ രക്ഷപെട്ടു നില്ക്കുകയും പ്രജകൾ കഷ്ടതയനുഭവിക്കുകയും ചെയ്തിരുന്നു. സമൂഹത്തിന്റെ സമുന്നതനിലകളിലെല്ലാം ബ്രാഹ്മണരാണു വിഹരിച്ചിരുന്നത്. നായർ എന്നാൽ പടയാളി എന്ന് അർത്ഥം പരിമിതപ്പെട്ടിരുന്നു. കയ്യിൽ വാളില്ലാതെ നായന്മാർ നടക്കാതെയായി. മാടമ്പികളും ബ്രാഹ്മണരും കുത്തഴിഞ്ഞ ജീവിതം നയിച്ചു. ബ്രാഹ്മണകുടുംബങ്ങളിൽ മൂത്ത ആൾക്കു മാത്രമേ സ്വസമുദായത്തിൽ നിന്നു വേളി അനുവദിച്ചിരുന്നുള്ളു. സ്വാഭാവികമായും ഇതരസമുദായങ്ങളിൽ, വിശിഷ്യാ, നായർസമുദായത്തിൽ അവരിൽ കുറച്ചുപേർ ബാന്ധവം കൂടി. മറ്റുള്ളവർ വേശ്യാംഗനകളെ തേടിയിറങ്ങി. ഇതു സാമൂഹികമായ ജീർണ്ണതയ്ക്കു വഴിവച്ചു.

ഏറ്റവും ആഴത്തിലുള്ള മുറിവുകൾ സാമൂഹികപരിതഃസ്ഥിതിയിൽ ഉണ്ടാക്കിയതു മരുമക്കത്തായമായിരുന്നു. ഭാര്യയെ കാണണമെങ്കിൽ

രാത്രിയിൽ ചൂട്ടും കത്തിച്ചു പോകേണ്ട ഗതികേടു ഭർത്താക്കന്മാർക്കുണ്ടായിരുന്നു. അച്ഛൻ സ്വന്തം മക്കളെ കാണുന്നത് ഉറങ്ങിക്കിടക്കുമ്പോൾ മാത്രമായിരുന്നു! ചിലവേള ഒരു രാത്രി, ചൂട്ടും മിന്നിച്ചു ചെല്ലുമ്പോൾ പടിപ്പുരവാതിലിൽ ഭാര്യയ്ക്കു താൻ കൊടുത്ത പുടവ വച്ചിരിക്കും. അതിനർത്ഥം ബന്ധമൊഴിഞ്ഞുവെന്നാണ്! കുടുംബബന്ധങ്ങളുടെ കെട്ടുറപ്പില്ലായ്മ അന്നത്തെ സമൂഹത്തിന്റെ മുഖമുദ്രയായിരുന്നു. ചില കുടുംബങ്ങളിൽ കാരണവർ സ്വത്തുവകകൾ സ്വന്തം ഭാര്യയുടെ കുടുംബത്തിലേക്കു കടത്തി. പെങ്ങളെയും മക്കളെയും കവർച്ച ചെയ്തു ദരിദ്രരാക്കി. ഇങ്ങനെ തകർന്നടിഞ്ഞ കുടുംബങ്ങൾ അനവധിയുണ്ടായിരുന്നിരിക്കണം. നായന്മാരുടെ ഇടയിൽ ലഹരിക്കടിപ്പെടുന്നവരുടെ എണ്ണം ഏറിവന്നിരുന്നു. പടയാളികൾ പണിയില്ലാതെ വന്നപ്പോൾ കൃഷിപ്പണിക്കിറങ്ങി. ചിലരൊക്കെ രക്ഷപെട്ടു. ചിലരൊക്കെ തകർന്നു. 'സാമൂഹികമായി പറഞ്ഞാൽ നമ്പ്യാരുടെ കേരളം ഒരു സവർണ്ണ കേരളമായിരുന്നു' [2] എന്നത്രേ ഏവൂർ പരമേശ്വരൻ പറയുന്നത്. നമ്പ്യാർ കൂടുതലും രാജാക്കന്മാരെയും നമ്പൂരാരെയും നായന്മാരെയുമാണു തുള്ളലിൽ എഴുതിയത് എന്നതായിരിക്കണം ഈ അഭിപ്രായപ്രകടനത്തിനു പിന്നിലെ ചോദന.

മാർത്താണ്ഡവർമ്മ കൊച്ചുകൊച്ചു നാട്ടുരാജ്യങ്ങളെ കീഴടക്കി തിരുവിതാംകൂറിനോടു ചേർത്തു ഭരണം നടത്തിത്തുടങ്ങിയപ്പോൾ നാടുവാഴിത്തമ്പ്രാക്കന്മാരുടെ വിത്താധികാരങ്ങൾ നഷ്ടമായി. സാമ്പത്തികമായ ആധിപത്യം ബ്രാഹ്മണരുടെ കൈകളിൽ നിന്നു തട്ടിത്തെറിപ്പിക്കപ്പെട്ടു. മാർത്താണ്ഡവർമ്മ നായർമാടമ്പികളെ നിലയ്ക്കു നിർത്തി. മുൻചൊന്നവരുടെ അഴിഞ്ഞാട്ടങ്ങൾക്കിടയിലേക്കാണു നമ്പ്യാർ കവിതയുമായി പ്രവേശിച്ചത്. നമ്പ്യാർ വരച്ചുകാട്ടുന്ന സമൂഹം അന്നത്തെ യഥാർത്ഥസമൂഹമാണെന്നു ധരിച്ചുകളയരുത്. ഹാസ്യത്തിനു വേണ്ടി ഏതളവുവരെയും കാര്യങ്ങൾ പെരുപ്പിച്ചെടുക്കുന്നതിൽ നമ്പ്യാർക്കു മടിയില്ലായിരുന്നു എന്നറിയണം. പക്ഷേ, അക്കാലത്തെ സമൂഹത്തിന്റെ ബാഹ്യവും ആഭ്യന്തരവുമായ നാനാവിധവിനിമയങ്ങൾ അറിയാൻ നമ്മൾ തുള്ളൽക്കൃതികളിലേക്കു കടക്കുകയും വേണം. അക്കാലത്തെ നാണയങ്ങൾ തൊട്ട് ആഭരണങ്ങൾ വരെ തിരിച്ചറിയാൻ, സദ്യയുടെ വിഭവങ്ങൾ തൊട്ട് നായർസ്ത്രീകളുടെ ഉടുത്തുകെട്ടുരീതി വരെ മനസ്സിലാക്കാൻ നാം നമ്പ്യാരുടെ തുള്ളൽക്കൃതികൾ പരിശോധിച്ചാൽ മതിയാകും.

സാമൂഹികതയെ സാർത്ഥകമായി കൂടെനിർത്തി[3] കവിത കുറിച്ച ആദ്യത്തെ മലയാളകവി കുഞ്ചൻ നമ്പ്യാരാകയാൽ അദ്ദേഹത്തിന്റെ

സാഹിതി പരിശോധിക്കുമ്പോൾ അവശ്യം നമ്മൾ അറിഞ്ഞിരിക്കേണ്ട ഒന്നാണ് അന്നത്തെ സമൂഹം എന്നതുകൊണ്ടാണ് ഇത്രയും കുറിച്ചത്. നമ്പ്യാരുടെ സമൂഹത്തിൽ പതിതനും അധഃസ്ഥിതനും ഒന്നും കടന്നുവരുന്നില്ല. പതിതനും പട്ടിണിക്കാരനും വേണ്ടിയെഴുതിയ കവി എന്നൊക്കെ ചിലർ നമ്പ്യാരെ വിശേഷിപ്പിച്ചുകാണുന്നതിൽ കഴമ്പില്ല താനും. നമ്പ്യാരുടെ സമൂഹം സാധാരണക്കാരന്റെ സമൂഹമാണ് എന്നു പറയുമ്പോൾ അത് മദ്ധ്യവർത്തിയുടേതാണ്. കൊട്ടാരം നിവാസികളും ഭരണത്തിലെ പങ്കാളികളും നായർപടയാളികളും അവരുടെ കുടുംബാംഗങ്ങളുമൊക്കെയാണ്- അവരുടെ കുറവുകളാണ്- തുള്ളൽക്കൃതികളിൽ പ്രധാനമായും കടന്നുവരുന്നത്. വിശക്കുന്നവന്റെയും വേദനിക്കുന്നവന്റെയും കരയുന്നവന്റെയും കവിയായി നമ്പ്യാരെ വിശേഷിപ്പിച്ചുകൂടാത്തതാകുന്നു. നമ്പൂരാരും പട്ടന്മാരും നാടകശാലയിൽ സദ്യയുണ്ണാൻ കയറുമ്പോൾ പട്ടിണിപ്പാവങ്ങൾ പുറത്തു വിശന്നുകരഞ്ഞിരുന്നതുകൊണ്ടാണ് നമ്പ്യാർ അവരെ പരിഹസിച്ചതെന്നൊക്കെ എഴുതിപ്പിടിപ്പിക്കാൻ എളുപ്പമാണ്. പക്ഷേ, അതിൽ സത്യമുണ്ടാവണമെന്നു ശാഠ്യംപിടിക്കരുത്. അഴിമതിയില്ലാത്ത, സ്വജനപക്ഷപാതങ്ങളില്ലാത്ത, സമ്പൽ സമൃദ്ധമായ, സദാചാരങ്ങൾക്കു പ്രാമുഖ്യം നൽകുന്ന, ധർമ്മച്യുതിയില്ലാത്ത, ഒരു സമൂഹത്തെ അക്കാലത്തെ മാനദണ്ഡങ്ങൾ മുൻനിർത്തി, നമ്പ്യാർ സ്വപ്നംകണ്ടിരുന്നിരിക്കാം. അന്നത്തെ സമൂഹത്തിനിണങ്ങാത്തത് എന്നു കണ്ട എന്തിനെയും അദ്ദേഹം ആക്ഷേപി ച്ചത്, ശുദ്ധീകരണപ്രക്രിയയിലൂടെ അങ്ങനെയൊരു സമൂഹം പുലർന്നു കാണാൻ കഴിയുമെന്ന തീവ്രമായ വിശ്വാസത്തിലായിരുന്നിരിക്കാൻ സാദ്ധ്യതയില്ലെങ്കിലും അങ്ങനെ ഒരു സമൂഹം നിർമ്മിച്ചെടുക്കുന്നതിൽ തനിക്കും ചില പങ്കാളിത്തങ്ങളും ഉത്തരവാദിത്തങ്ങളും ഉണ്ടെന്നു നമ്പ്യാർ കരുതിയിരുന്നു. അന്നുവരെ ഒരു കവിക്കും തോന്നാതിരുന്ന പ്രതിബദ്ധതയായിരുന്നു അത്. അതു സാർത്ഥകമായി നിർവ്വഹിക്കുകയായിരുന്നു അദ്ദേഹം. ഭക്തിയിലൂടെ കുറച്ചുപേരെ അകർമ്മണ്യതയിലേക്കും ബ്രാഹ്മണപൂജയിലേക്കും ആത്മാവിന്റെ മോക്ഷത്തിലേക്കും ഒക്കെ നയിക്കാൻ ശ്രമിച്ച എഴുത്തച്ഛന്റെ ഒരു മറുപുറം കൂടി നാം നമ്പ്യാരിൽ വായിക്കുന്നുണ്ട്.

സമകാലികമായ സമൂഹം ശുദ്ധീകരിക്കപ്പെടേണ്ടതുണ്ടെന്ന കവിയുടെ തോന്നലാണു നാം ആദ്യം വകയിരുത്തേണ്ടത്. ആ ലക്ഷ്യം വച്ചുള്ള ഒറ്റയാൾപ്പടനയിക്കലായിരുന്നു അദ്ദേഹത്തിനു കവിതയെഴുത്ത്. അതിനുവേണ്ടിയാണ് പട്ടരെയും പട്ടാണിയെയും നായരെയും ഏത് ഇന്ദ്രസദസ്സിലേക്കും അദ്ദേഹം പറിച്ചുനട്ടത്. അതിനു വേണ്ടിയാണ് ഈ

കൊച്ചു മലയാളത്തെ, മലയാണ്മയെ, ഇവിടുത്തെ ശീലങ്ങളെ, വ്യവസ്ഥകളെ, വൃത്തികളെ, പ്രകൃതിയെ, കുടുംബസംവിധാനങ്ങളെ, ദുരാചാരങ്ങളെ, ധർമ്മവിപര്യയങ്ങളെ അറുത്തെടുത്തു താൻ പ്രമേയമായി സ്വീകരിച്ച പുരാണകഥകളുടെ ഒട്ടും ചേരാത്ത പശ്ചാത്തലങ്ങളിലേക്കു ചേർത്തുപിടിച്ചു തുറന്നുവച്ചത്. സാമൂഹികവൈകല്യങ്ങളെ നിശിതവും ക്രൂരവുമായി ആക്ഷേപത്തിനു വിധേയമാക്കിയത്. ഇതു മനസ്സിൽ വച്ചുകൊണ്ടു വേണം നാം നമ്പ്യാർ സാഹിതിയിലേക്ക്, വിശിഷ്യാ, തുള്ളൽക്കൃതികളിലേക്കു കടക്കാൻ.

□

കുറിപ്പുകൾ:

1. സംസ്കൃതമിശ്രശാഖ-ഇളംകുളം-സാഹിത്യചരിത്രം പ്രസ്ഥാനങ്ങളിലൂടെ എൻ.ബി.എസ്., 2000, പുറം 200

2. തുള്ളൽക്കളരി- ഏവൂർ പരമേശ്വരൻ, എൻ.ബി.എസ്. കോട്ടയം,1989, പുറം 125.

3. വിശാലമായ അർത്ഥത്തിൽ, എല്ലാ കവികളും തങ്ങളുടെ സമൂഹത്തെ ആവിഷ്കരിച്ചവരാണ്. തങ്ങൾക്കറിയുന്ന ചുറ്റുവട്ടങ്ങളാണ് എല്ലാവരും ആവിഷ്ക്കരിച്ചിട്ടുള്ളത്. കാളിദാസൻ അദ്ദേഹത്തിന്റെയും തോലൻ അദ്ദേഹത്തിന്റെയും മണിപ്രവാളകവികൾ അവരുടെയും ചുറ്റുവട്ടങ്ങളാണ് ആവിഷ്ക്കരിച്ചത്. വാരവധൂടികൾക്കിടയിൽ വീണുപോയവർക്ക് അവരെയല്ലേ പ്രകീർത്തിക്കാൻ കഴിയൂ? പക്ഷേ, ഈ സമൂഹചിത്രണത്തിൽ പലരും ഗതാനുഗതികത്വത്തിന്റെ കുടത്തണലിൽ നിന്നപ്പോൾ, നമ്പ്യാർ ആ കുട തട്ടിമാറ്റി ചെറിയ നാട്ടുവെളിച്ചത്തിലേക്കിറങ്ങി നിന്ന് ചില കാഴ്ചകൾ കൂടിക്കണ്ടുവെന്നതാണ് അദ്ദേഹത്തെ വേറിട്ടുനിർത്തുന്നത്.‘സമൂഹത്തെ സാർത്ഥകമായി കൂടെനിർത്തി’ എന്നെഴുതിയിരിക്കുന്നത് അതുകൊണ്ടാണ്.

3

തുള്ളൽപൂർവ്വകൃതികൾ

തുള്ളക്കൃതികൾക്കു മുമ്പ് കുഞ്ചൻനമ്പ്യാർ രചിച്ചതെന്നു കരുതപ്പെടുന്ന കൃതികൾ പരിശോധിക്കുമ്പോൾ, പ്രധാനമായും രാമപാണിവാദനാമമുദ്ര അടയാളപ്പെടുത്തിയതെന്നു കണ്ടെത്തിയ ശിവപുരാണവും ശ്രീകൃഷ്ണചരിതം മണിപ്രവാളവും കൂടാതെ, ദൂതവാക്യം പതിന്നാലു വൃത്തവും ഭാഗവതം ഇരുപത്തിനാലു വൃത്തവും പഞ്ചതന്ത്രം കിളിപ്പാട്ടും കുടമാളൂർ വച്ചു രചിച്ചുവെന്നു പറയപ്പെടുന്ന കിരാതം വഞ്ചിപ്പാട്ടും ആണ് ഉൾപ്പെടുത്തിയിരിക്കുന്നത്. കുമാരപുരേശ്വരീസ്തോത്രം, രാസക്രീഡ നാലുവൃത്തം, രുക്മിണീസ്വയംവരം പത്തുവൃത്തം, ശീലാവതി നാലുവൃത്തം തുടങ്ങിയവയും നമ്പ്യാർക്കൃതികളായി പറയപ്പെടുന്നുണ്ടെങ്കിലും വിശകലനത്തിന് എടുത്തിട്ടില്ല. ഭാരതസംബന്ധിയായ എട്ട് ആട്ടക്കഥകൾ ഉൾപ്പടെ പതിനാറ് ആട്ടക്കഥകളും നമ്പ്യാരുടെ കണക്കിൽ ചേർത്തുകാണുന്നുണ്ട്. അവയും ഇവിടെ വിശകലനം ചെയ്യപ്പെടുന്നില്ല. ഈ അടുത്തകാലത്തു കണ്ടെത്തിയതും രാമപാണിവാദനാമമുദ്രയുണ്ടെന്നു പറയുന്നതുമായ ഒരു 'ശാരികാസന്ദേശ'വും നമ്പ്യാരുടെ വകയിൽ കുഞ്ചൻ നമ്പ്യാർ എന്ന ഗ്രന്ഥം ഉൾക്കൊള്ളിച്ചിട്ടുണ്ട്. ഇതു സംസ്കൃതത്തിലാകയാൽ ഇവിടെ പര്യാലോചനയ്ക്ക് എടുക്കേണ്ടതില്ല എന്നു കരുതുന്നു. തന്നെയുമല്ല, അതു രാമപാണിവാദന്റെ കൃതിയുമാണ്. നമ്പ്യാരുടെ തുള്ളൽപൂർവ്വകൃതികൾ തുള്ളൽക്കൃതികളിലെത്തിച്ചേരാൻ നമ്പ്യാർ ചെയ്ത ഗൃഹപാഠങ്ങൾ എന്ന നിലയ്ക്കു ഭാവുകന് അനുഭവപ്പെടുമെന്നു മുമ്പു സൂചിപ്പിച്ചിട്ടുണ്ട്.

ദൂതവാക്യം പതിന്നാലുവൃത്തം

മേല്പ്പുത്തൂരിന്റെ ദൂതവാക്യം പ്രബന്ധത്തെ അവലംബിച്ചിരിക്കുന്ന

സങ്കീർത്തനം എന്നാണ് ഉള്ളൂർ ഈ കൃതിയെ വിശേഷിപ്പിച്ചിട്ടുള്ളത്. നമ്പ്യാർക്കൃതികളുടെ താളിയോലക്കെട്ടുകളിൽ നടന്നതുപോലെ അഴിമതിയും കൂട്ടിച്ചേർക്കലുകളും മറ്റൊരു കവിയുടെതിലും നടന്നിരിക്കാൻ ഇടയില്ല. ആരുടെയൊക്കെയോ അധിനിവേശങ്ങൾ താളിയോലക്കെട്ടുകളിൽ നടന്നിരിക്കുന്നു. ഇപ്പോൾ നമ്മുടെ കയ്യിൽ കിട്ടുന്ന മുദ്രിത രൂപം നമ്പ്യാർ രചിച്ചതിൽ നിന്നു വളരെയേറെ വ്യത്യസ്തമാകാനുള്ള സാദ്ധ്യത തള്ളിക്കളയാനാവില്ല. ശുദ്ധമായ മൂലപാഠമേത് എന്ന അന്വേഷണം പല രീതിയിൽ ഇപ്പോഴും നടക്കുന്നുണ്ട്. 2009- ൽ ഭാഷാഇൻസ്റ്റിറ്റ്യൂട്ട് പുറത്തിറക്കിയ ദൂതവാക്യം പതിന്നാലുവൃത്തത്തിന്റെ ഒരു പതിപ്പ് അപപാഠങ്ങൾ നിറഞ്ഞിരിക്കുന്നതായി തോന്നി.[1] ഡോ.സത്യജിത്.ആർ, മൂലത്തോട് ഏറ്റവും അടുത്ത പാഠം കണ്ടെത്താൻ സ്വീകരിച്ചിരിക്കുന്ന മാർഗ്ഗത്തിലാണ് അപകടം പതിയിരുന്നതെന്നു തോന്നുന്നു. ഏറ്റവും പഴയ തീയതി രേഖപ്പെടുത്തിയിരിക്കുന്നത് ഏറ്റവും പഴയ പാഠമാണെന്നുറപ്പിച്ചതു തന്നെ തെറ്റായ മാർഗ്ഗമാണ്. ആരെങ്കിലും കുറിക്കുന്ന തീയതിയിൽ പൂർണ്ണവിശ്വാസം അർപ്പിക്കുന്നതു ശരിയായ രീതിയല്ല. ആദ്യം കുറിക്കുന്നതു സുപാഠവും പിന്നെക്കുറിക്കുന്നത് അപപാഠവുമായിക്കൊള്ളണമെന്നുമില്ല. ഏറ്റവും കൂടുതൽ പഴക്കമുള്ള പാഠം ശുദ്ധപാഠം കണ്ടെത്തുന്നതിനു മാനദണ്ഡമാക്കിക്കൂടാത്തതാകുന്നു. രാമപാണിവാദനും കുഞ്ചൻനമ്പ്യാരും ഒരാൾ തന്നെയെന്നുള്ള വാദകോലാഹലം, ചില ഓലപ്പകർപ്പുകളിൽ ആരോ കുറിച്ചു വച്ച കീർത്തനപാദങ്ങളും 'രാമേണപാണിവാദേന...'കളുമാണ് സൃഷ്ടിച്ചതെന്നു വായനക്കാർ തിരിച്ചറിഞ്ഞതാണ്. നമ്പ്യാരുടെ കവിതയുമായി നിരന്തരപരിചയം സമ്പാദിച്ചിട്ടുള്ള ഒരുവൻ, നമ്പ്യാർ കുറിച്ചതുതന്നെയോ എന്നറിയാൻ ഭാഷാപരവും വ്യാകരണപരവും ശൈലീപരവുമായ സവിശേഷതകൾ, കവിയുടെ വ്യക്തിത്വത്തിൽ അലിഞ്ഞുചേർന്നിട്ടുള്ള ചില ഭാവമുദ്രകൾ ഇവ മാനദണ്ഡങ്ങളായി സ്വീകരിച്ചു നടത്തുന്ന പാഠാന്വേഷണം മാത്രമേ സ്വീകാര്യത നേടാൻ സാദ്ധ്യതയുള്ളു.

ഡോ. സത്യജിത്.ആർ അന്ധമായി പിന്തുടർന്ന രീതി അദ്ദേഹത്തെ വഴിതെറ്റിച്ചിരിക്കുന്ന സന്ദർഭങ്ങൾ ഏറെയാണ്. ഒന്നാം വൃത്തത്തിൽ ഒന്നാം പദ്യത്തിൽത്തന്നെ ഒരു മാത്ര കുറഞ്ഞ് വൃത്തം തെറ്റിയിരിക്കുന്നതു ശ്രദ്ധിച്ചാൽ ഇതു മനസ്സിലാകും.

ഗുണഗണനിലയൻ ഗണനായകനും
പ്രണതശിവങ്കരി കവിമാതാവും
ഫണിപതിശയൻ ചരിതമുരപ്പൻ
തുണ ചെയ്തീടുക നാരായണജയ

ഇവിടെ മൂന്നാമത്തെ വരിയിൽ 'ഫണിപതിശയനൻ'എന്നതിലെ 'ശയനൻ'മാറ്റി 'ഫണിപതിശയൻ' എന്നു പകർത്തിയ പാഠം അവലംബിച്ചിരിക്കുന്നു. വെറുതെ ഒന്നു ചൊല്ലിനോക്കിയാൽ മതി, നമ്പ്യാർ വരുത്താൻ സാദ്ധ്യതയേതുമില്ലാത്ത ഈ തെറ്റു കണ്ടുപിടിക്കാൻ. പകർത്തിയെഴുതിയപ്പോൾ വിട്ടുപോയ 'ന', പകർപ്പിൽ കുറിക്കപ്പെട്ടിരിക്കുന്ന തീയതി മാനദണ്ഡമാക്കി ആദ്യപാഠമെന്നും സുപാഠമെന്നും നിശ്ചയിക്കുമ്പോൾ ശ്രദ്ധിക്കാതെയുമിരുന്നു. മലയാളി പാടിപ്പതിഞ്ഞിരിക്കുന്ന വരിയിലെ 'ന' വിട്ടുപോയപ്പോൾ വൃത്തവും താളവും അവതാളത്തിലാകുന്ന വിവരം ശ്രദ്ധിക്കാതെയും പോയി! മൂന്നാമത്തെ പദ്യത്തിൽ, രണ്ടാമത്തെ വരി 'മൃദുലമനോഹരലീലാതൃഷ്ണൻ' എന്ന സ്വീകാര്യ പാഠം കളഞ്ഞ് 'മൃദുതരസുലളിതലീലാനിഷ്ണൻ' സ്വീകരിച്ചിരിക്കുന്നു. പദസങ്കലനത്തിന്റെ കൃത്രിമത്വം അനുഭവപ്പെടുന്നതും താളഭംഗം സംഭവിക്കുന്നതുമായ ഈ വരി നമ്പ്യാരുടേതാവാൻ സാദ്ധ്യതയില്ല. മൂന്നാമത്തെ വരി 'മൃദുലമനോഹര' എന്നു തുടങ്ങിയിട്ടുണ്ടെങ്കിൽ, നാലാമത്തെവരി ,'ഹൃദയമുദം മമ ' എന്നു തന്നെയാവണം കവിഹൃദയത്തിൽ നിന്നു വീണിട്ടുണ്ടാവുക എന്നത് നമ്പ്യാർക്കവിതയുമായി ഗാഢപരിചയമില്ലാത്തവർക്കും ഊഹിക്കാവുന്നതേയുള്ളു. നമ്പ്യാർ അനിവാര്യമായും ദീക്ഷിച്ചുപോന്നിട്ടുള്ള ശബ്ദസൗന്ദര്യത്തെ മുൻനിർത്തി ആലോചിച്ചാൽ മാത്രം മതിയാകും ഇതു മനസ്സിലാകാൻ!

പാഠസ്വീകരണത്തിലെ അപാകം വെളിവാകാൻ മലയാളി പാടിപ്പതിഞ്ഞ പത്താംവൃത്തം ഒന്നു പരിശോധിക്കുക.

'അത്രാന്തരേ തത്ര ദുര്യോധനൻ താൻ
മിത്രാത്മജൻതാനുമാസ്ഥാനദേശേ
മിത്രങ്ങളും പൗരവൃന്ദങ്ങളും വ-
ന്നെത്തീതികേട്ടു മഹാദേവശംഭോ'

ഈ പദ്യം ശബ്ദസൗകുമാര്യത്തെക്കുറിച്ചു യാതൊരു ബോദ്ധ്യവുമില്ലാതിരുന്ന ആരോ പകർത്തിയപ്പോൾ,

'അത്രാന്തരേ തത്ര ദുര്യോധനൻ താൻ
മിത്രാത്മജനോടുമാസ്ഥാനദേശേ
മിത്രങ്ങളും പൗരവൃന്ദങ്ങളെല്ലാം
എത്തിത്തികഞ്ഞു മഹാദേവശംഭോ'

എന്നായിപ്പോയത്, തീയതികുറിച്ചിരിക്കുന്നതിന്റെ പേരിൽ സുപാഠമായി മലയാളി സ്വീകരിക്കുമോ? അടുത്ത ശ്ലോകത്തിൽ 'ഗംഗാസുതദ്രോണ ശല്യാദികന്മാർ' എന്നത് 'ഗംഗാസുതൻ ദ്രോണശല്യാദികന്മാർ' എന്നു

നമ്പ്യാർ ഒരുകാരണവശാലും പിരിച്ചെഴുതിയിട്ടുണ്ടാവില്ല. പത്താം വൃത്തത്തിലെ പന്ത്രണ്ടാം ശ്ലോകം ' ക്ഷത്താവു തൻ വീട്ടിലത്താഴമൂട്ടി' എന്നതു പ്രകടമായ തെറ്റാണ്. വിദുരന്റെ വീട്ടിൽ അത്താഴമുണ്ണാൻ ചിത്തത്തിൽ അവനു പണ്ടേ കൂറുണ്ട് എന്നുതന്നെ അർത്ഥം വരത്തക്ക വിധത്തിൽ 'ഉണ്ണാൻ' എന്നോ 'ഉണ്മാൻ' എന്നോ ഉള്ള പാഠമേ സ്വീകാര്യമാകൂ. അതേ ശ്ലോകത്തിൽ അത്താഴമുണ്ണാൻ എന്നതിലെ 'ത്ത' മൂന്നാമത്തെ വരിയിൽ'ക്ക'എന്നു തന്നെ വരണമെന്നു നമ്പ്യാരുടെ ശബ്ദസൗന്ദര്യശാസ്ത്രം നിർബ്ബന്ധിക്കുന്നുണ്ട് എന്നാണെന്റെ പക്ഷം. അവിടെ 'ഗ്രഹിയായ്ക' എന്ന പാഠം അസ്വീകാര്യമാണ്. 'ഗ്രഹിക്കായ്ക' എന്ന പാഠമേ സ്വീകാര്യമാകൂ. പതിന്നാലുവൃത്തത്തിന്റെ മറ്റൊരു വ്യാഖ്യാനം, പ്രൊഫ. കെ. കുമാരൻ നായർ 2003-ൽ ഭാഷാ ഇൻസ്റ്റിറ്റ്യൂട്ടു വഴി ഇറക്കിയത് പക്ഷേ, ഇത്തരം അപപാഠങ്ങളിൽ നിന്നു മുക്തമായിരിക്കുന്നു താനും.[2] മഹാനായ പ്ലേറ്റോ എഴുത്തിനെ ഭയന്നത്, അതു മനസ്സിലാക്കാത്തവരുടെ കയ്യിൽ എത്തിപ്പെടുമെന്നതുകൊണ്ടായിരുന്നു എന്നു കേട്ടിട്ടുണ്ട്. നമ്പ്യാർക്കു വളരെക്കാലത്തിനു ശേഷം വന്ന കുമാരനാശാന്റെ ആദ്യകാവ്യമായ 'വീണപൂ'വിന്റെ ആദ്യശ്ലോകത്തിൽ പോലും അപകടരഹിതമെന്നു തോന്നുന്ന ഈ വീഴ്ച കണ്ടിട്ടുണ്ട്.

'നിന്റെയാഭൂതിയെങ്ങു പുനരിങ്ങു കിടപ്പതോർത്താൽ'

എന്നവരി ഏറ്റവും പുതിയ മുദ്രിതപാഠത്തിൽ പോലും 'പുനരെങ്ങു കിടപ്പതോർത്താൽ' എന്നു തെറ്റായിട്ടാണു കാണുന്നത്! 'നിന്റെ ആ ഐശ്വര്യങ്ങളെങ്ങ് പുനരെങ്ങ് കിടപ്പതോർത്താൽ'എന്നു തെറ്റായി ആശാൻ എഴുതുമെന്നു വിശ്വസിക്കുകവയ്യ. ഇത്രയും കുറിച്ചത് നമ്പ്യാരുടെ കൃതികൾ നേരിട്ട നിർഭാഗ്യം തിരിച്ചറിയുന്നതിലേക്കാണ്.

ദൂതവാക്യം പതിന്നാലുവൃത്തം ഭാരതത്തിലെ കൃഷ്ണദൂത് ഉപജീവിക്കുന്നു. ഈ കൃതി കുഞ്ചന്റേതു തന്നെ എന്നുറപ്പിക്കാൻ ഇതിലെ വരികൾ തന്നെ സാക്ഷ്യം പറയുന്നുണ്ട്.

'കമലാകാന്തന്റെ കാരുണ്യശീലന്റെ
കമനീയാംഗന്റെ കാമസമാനന്റെ
ഗമനസന്നാഹം കേട്ടു വിഷാദിച്ചു
കമനി പാഞ്ചാലി ദേവനാരായണ'

എന്നിങ്ങനെ മലയാളത്തിൽ മറ്റാരും കുറിക്കാൻ സാദ്ധ്യതയില്ല എന്നു തോന്നുന്നതു തന്നെ മതിയാകും പതിന്നാലുവൃത്തം നമ്പ്യാരുടേതാണെന്നുറപ്പിച്ചു പറയാൻ. അതിൽ 'ദേവനാരായണ' എന്ന ചെമ്പകശ്ശേരി രാജാക്കന്മാരുടെ മാറാപ്പേരു വരുന്നതുകൊണ്ടു മാത്രമല്ല ഈ തോന്നൽ. കവിതയുടെ ശയ്യാഗുണം നമ്മളെക്കൊണ്ട് അങ്ങനെയേ

തോന്നിപ്പിക്കുന്നുള്ളു എന്നതാണു പ്രധാനം. സ്വരപരമായ മാധുര്യവും അവിച്ഛിന്നധാരാവാഹിത്വവും ഇതു നമ്പ്യാരുടെ വരികളാണെന്നു വിളിച്ചുപറയുന്നുണ്ട്. ഈ കൃതി അമ്പലപ്പുഴയിൽ വച്ചെഴുതി എന്നതിന്റെ തെളിവിലേക്ക് 'ദേവനാരായണ' ശബ്ദം ഉപോൽബലകമായി കാണുന്ന ഗവേഷകരുണ്ട്. എവിടെ വച്ചു രചിച്ചു എന്നതിന് അധികപ്രാധാന്യം നൽകിയവരാണ് നമ്മുടെ പൂർവ്വസൂരികൾ എന്നു തോന്നുന്നു.

അക്കാലത്തു കവിതകൾക്കു പേരിടുമ്പോൾ, ഉപയോഗിച്ചിരിക്കുന്ന വൃത്തങ്ങളുടെ എണ്ണം സൂചിപ്പിച്ചുവന്നിരുന്നത് സവിശേഷതയായിരുന്നു. പതിന്നാലുവൃത്തം എന്നു പറയുന്നെങ്കിലും യഥാർത്ഥത്തിൽ പതിമൂന്നുവൃത്തമേ ഇതിൽ ഉപയോഗിച്ചിട്ടുള്ളു എന്നു മനസ്സിലാക്കാവുന്നതാണ്. മൂന്നും ഒൻപതും വൃത്തങ്ങളായി 'മല്ലിക' തന്നെയാണ് ഉപയോഗിച്ചിരിക്കുന്നത്. പ്രഥമവൃത്തമായി സ്വീകരിച്ചിരിക്കുന്നത് നമ്പ്യാരുടെ ഇഷ്ടവൃത്തവും തുള്ളലിൽ ധാരാളമായി ഉപയോഗിച്ചിരിക്കുന്നതുമായ തരംഗിണിയാണ് എന്നതു ശ്രദ്ധേയമായിരിക്കുന്നു. ഓരോ ശ്ലോകത്തിന്റെയും ഒടുവിൽ ദൈവസ്തുതി ചേർത്തിരിക്കുന്ന, കീർത്തന സ്വഭാവമുള്ള കൃതിയാണിത്. നാരായണജയ, ഹരികൃഷ്ണ, കൃഷ്ണനമോസ്തുതേ, പ്രണതമുകുന്ദം, ജയശൗരേ, വാസുദേവം ഭജേ, ദേവനാരായണ, ശംഭോ ശരണം, ശങ്കര പാഹി മാം, മഹാദേവ ശംഭോ, മുകുന്ദ ഹരേ, ഹര ശംഭോ, വിശ്വംഭരായ നമഃ, നമസ്തേ നമസ്തേ എന്നിങ്ങനെയാണ് യഥാക്രമം ശ്ലോകങ്ങൾ അവസാനിക്കുന്നത്.

യുദ്ധം ഉറപ്പായപ്പോൾ സഹായമഭ്യർത്ഥിച്ചുകൊണ്ടു കുരുപാണ്ഡവർ കൃഷ്ണനെ സമീപിക്കുന്നതു തൊട്ട് അന്തിമസന്ധിസംഭാഷണത്തിനു കൃഷ്ണൻ ദൂതുപോകുമ്പോളുണ്ടാകുന്ന സംഭവങ്ങൾ വരെയുള്ള മഹാഭാരതകഥയാണ് ഇതിവൃത്തമായി സ്വീകരിച്ചിരിക്കുന്നത്. ദൂതനായ കൃഷ്ണനെ പിടിച്ചുകെട്ടി കാരാഗൃഹത്തിലടയ്ക്കാൻ ചെന്നപ്പോൾ കൃഷ്ണൻ നിന്നിരുന്ന സ്ഥാനത്ത് മഹാവിഷ്ണുവിന്റെ വിശ്വരൂപമാണ് കൗരവാദികൾ കാണുന്നത്! പിന്നെ, വിശ്വരൂപവർണ്ണനയും അവതാരകീർത്തനവുമായി അവസാനിക്കുന്ന ഈ കൃതി ഭക്തി ഉണർത്താൻ ഉദ്ദേശിക്കപ്പെട്ടു രചിച്ചതാണ്. പ്രൊഫ.കെ. കുമാരൻനായർ എഴുതിയിരിക്കുന്നു: 'ഇവിടെ, പൂർവ്വഗാമിയായ എഴുത്തച്ഛൻ കാട്ടിക്കൊടുത്ത പാതയിലൂടെയാണ് കവി സഞ്ചരിച്ചത്. എഴുത്തച്ഛനാകട്ടെ പലപ്പോഴും കഥാഖ്യാനത്തിനിടയിൽ സ്വയം മറന്ന് ഈശ്വരസ്തുതിയിൽ മുഴുകിപ്പോകും. ഇവിടെ അത് സംഭവിക്കുന്നില്ല. വേണമെങ്കിൽ കാവ്യത്തിൽ നിന്നും അടർത്തി മാറ്റി നിത്യപാരായണത്തിനു പറ്റിയ ഒരു വിഷ്ണുനാമസങ്കീർത്തനമായി ഉപയോഗിക്കാവുന്ന

താണ് ഈ ഖണ്ഡത്തിലെ (14-ാമത്തെ വൃത്തം) ആദ്യത്തെ എൺപതു വരികൾ. അതേ സമയം അവയാകട്ടെ കഥാസന്ദർഭത്തോട് ഇണങ്ങി ച്ചേർന്നവയുമാണ്.'

തരംഗിണി, ഇന്ദുവദന, മല്ലിക, സമ്പുടിതം, സ്വാഗത, മണികാഞ്ചി, ഉപസർപ്പിണി, അജഗരഗമന, മല്ലിക, കല്യാണി, തോടകം, മദനാർത്ത, സ്തിമിത, ഭുജംഗപ്രയാതം തുടങ്ങിയ വൃത്തങ്ങളാണ് പതിന്നാലുവൃത്ത ത്തിൽ ക്രമമായി ഉപയോഗിച്ചിരിക്കുന്നത്. ഇതിൽ മല്ലിക മൂന്നും ഒൻപതും വൃത്തങ്ങളാകുന്നതു ശ്രദ്ധിച്ചിരിക്കുമല്ലോ. അങ്ങനെ, ആകെ പതിമൂന്നുവൃത്തങ്ങളേ ഉപയോഗിച്ചിട്ടുള്ളൂ.

ഒരു സങ്കീർത്തനകാവ്യത്തിൽ ഹാസ്യം വിളമ്പാൻ പഴുതുകൾ വളരെക്കുറവാണ്. എന്നിട്ടും ചിലയിടങ്ങളിൽ നമ്പ്യാർ ഹാസ്യത്തിനു പഴുതുണ്ടാക്കുന്നുണ്ട്. പത്താംവൃത്തത്തിലെ,

'സ്വർണ്ണം തരേണം നമു'ക്കെന്നു ചൊല്ലി
കണ്ണും മിഴിച്ചങ്ങിരിക്കുന്ന നേരം
പൊണ്ണൻ മറിഞ്ഞങ്ങുവീഴുന്നകണ്ടാൽ
കണ്ണിന്നു സൗഖ്യം മഹാദേവശംഭോ..

തുടങ്ങിയവരികൾ ഉദാഹരണം. ഈ വരികളും നമ്പ്യാരുടെ തുള്ളൽ ക്കൃതികളിലെ കാവ്യശൈലിയെ പ്രവചിക്കുന്നുണ്ട്. തുള്ളൽക്കൃതിക ളുടെയും ദൂതവാക്യം പതിന്നാലുവൃത്തത്തിന്റെയും കർത്താവ് ഒരാൾ തന്നെയെന്നു കാണിക്കാൻ പ്രൊഫ.കെ.കുമാരൻ നായർ കുറച്ചു വരി കൾ സാർത്ഥകമായി എടുത്തുകാട്ടുന്നുണ്ട്. 'മലയാളത്തിലെ ഭക്തി സാഹിത്യത്തിന് കുഞ്ചൻ നമ്പ്യാർ എന്ന പ്രതിഭാധനൻ നല്കിയ സംഭാവന തന്നെയാണ് പതിന്നാലുവൃത്തം' എന്നു പ്രൊഫസർ കൂട്ടി ച്ചേർക്കുന്നു.

ചുരുക്കത്തിൽ കാവ്യഗുണം കൊണ്ടും മധുരഭാഷാസന്നിവേശം കൊണ്ടും ഒന്നാം നിരയിൽ നിർത്താൻ കഴിയുന്ന ഭക്തിസാന്ദ്രമായ കൃതിയാണ് 'ദൂതവാക്യം പതിന്നാലുവൃത്തം'. പഴമക്കാരുടെ മനസ്സിൽ ഇതിലെ അനേകം വരികൾ പതിഞ്ഞുകിടക്കുന്നുണ്ട്. ഭക്തിവിഷയ മാകയാൽ അനാവശ്യസ്ഥൗല്യം വകവച്ചുകൊടുക്കേണ്ടിവരുന്നുണ്ട് എന്നതൊഴിച്ചുനിർത്തിയാൽ നമ്പ്യാരുടെ കൃതികളിൽ അവശ്യം നാം പരിഗണിക്കേണ്ട ഒന്നാണ് ദൂതവാക്യം പതിന്നാലുവൃത്തം എന്നതിൽ സംശയമില്ല.

ശിവപുരാണം

കൊച്ചി രാജാവിന്റെ അധികാരത്തെ അംഗീകരിക്കാതെ വടക്കാ

ഞ്ചേരിക്കും ചെറുതുരുത്തിക്കുമിടയിലുള്ള പ്രദേശങ്ങൾ ഭരിച്ചിരുന്നവരാണ് മനക്കോട്ടച്ചന്മാർ എന്നറിയപ്പെടുന്നവർ. അമ്പലപ്പുഴയിൽ വന്നതിനുശേഷം ഇടക്കാലത്ത് മനക്കോട്ടച്ചന്റെ അടുത്തുപോയി താമസിച്ചുവെന്നും അവിടെവച്ച് നമ്പ്യാർ ശിവപുരാണം രചിച്ചുവെന്നുമാണ് ഗവേഷകരുടെ അഭിപ്രായം. 25-30 വയസ്സിലാണ് നമ്പ്യാർ ഈ കൃതി രചിച്ചതെന്നത്രേ ശ്രീ.ഏവൂർ പരമേശ്വരന്റെ നിഗമനം.[3] ശ്രീകൃഷ്ണചരിതം, പഞ്ചതന്ത്രം, ദൂതവാക്യം പതിന്നാലുവൃത്തം തുടങ്ങിയ കൃതികൾക്കു ശേഷവും തുള്ളൽക്കൃതികൾക്കു മുമ്പുമാണ് ശിവപുരാണം രചിച്ചിരിക്കാൻ സാദ്ധ്യത കാണുന്നതെന്നും നമ്പ്യാർസാഹിതിയിൽ ഗവേഷണം നടത്തിയവർ പൊതുവിൽ അനുമാനിക്കുന്നുണ്ട്. അതിനോടു വിയോജിപ്പു രേഖപ്പെടുത്താൻ കാരണമൊന്നും കാണുന്നില്ല, ഒന്നൊഴിച്ച്. മറ്റൊന്നുമല്ല, നമ്പ്യാർ എഴുത്തച്ഛനോടു പുലർത്തുന്ന കടുത്ത ആധമർണ്ണ്യമാണത്. ദൂതവാക്യം പതിന്നാലുവൃത്തത്തിലും ശ്രീകൃഷ്ണചരിതം മണിപ്രവാളത്തിലും ഏതു കവിയോടും നമ്പ്യാർക്കുണ്ടെന്നു കണ്ടെത്തിയേക്കാവുന്ന ആധമർണ്ണ്യത്തിൽ കൂടുതലാണത് എന്നതാണ് ഒരുവനെ ഏതൽക്കൃതികൾക്കു മുമ്പ് ശിവപുരാണം രചിച്ചിരിക്കാൻ സാദ്ധ്യതയില്ലേ എന്നു ചിന്തിപ്പിക്കുന്നത്. അതൊരു തർക്കവിഷയമല്ല. ആവുകയുമരുത്.

ശിവപുരാണം വായിച്ചുപോകുമ്പോൾ പലപ്പോഴും എഴുത്തച്ഛൻ മനസ്സിൽ കടന്നുവന്നു. പഞ്ചാക്ഷരമാഹാത്മ്യം എന്ന ഖണ്ഡത്തിന്റെ തുടക്കത്തിൽത്തന്നെ,

'സൽക്കഥാമൃതങ്ങളെ കേട്ടുകൊണ്ടകക്കാമ്പി-
ലുൽക്കടപ്രസന്നതാസാന്ദ്രരാം മുനീന്ദ്രന്മാർ
വീതസംശയം പുരാണങ്ങളെക്കഥിക്കുന്ന
സൂതനോടരുൾചെയ്താരേകദാ മോദത്തോടെ...'

എന്നിങ്ങനെ വായിക്കുമ്പോൾ,

'ഇന്ദ്രനായതും ശിവൻ ചന്ദ്രനായതും ശിവൻ
ഇന്ദ്രിയാർത്ഥങ്ങളായിക്കാണുന്നതെല്ലാം ശിവൻ
ബ്രഹ്മനാകുന്നതും ശിവൻ വിഷ്ണുവാകുന്നതും ശിവൻ
ബ്രഹ്മവാദിക്കൾക്കേതും ഭേദമില്ലറിഞ്ഞാലും'

എന്നിങ്ങനെ വായിക്കുമ്പോൾ,

'പണ്ടുപോൽ മഥുരയെന്നുള്ളൊരുപുരംതന്നി-
ലുണ്ടായി ദശാർഹനെന്നിങ്ങനെയൊരു നൃപൻ
വിത്തവാൻ വിനീതവാൻ വിശ്രുതൻ വിചക്ഷണൻ
വിത്തനായകോപമൻ വിദ്യയാവിശാരദൻ

സുന്ദരൻ സുമാനുഷൻ സുന്ദരീമനോഹരൻ
സുന്ദരാനനൻ സുഖസൂക്തിമാധുരീയകൻ'

എന്നിങ്ങനെ വായിക്കുമ്പോൾ എഴുത്തച്ഛൻ കൂടെവരുന്നതു പോലെ തോന്നുന്നുവെങ്കിൽ തെറ്റല്ല. അതെ, ശിവപുരാണത്തിൽ നമ്പ്യാർ എഴുത്തച്ഛനോട് ശൈലീപരമായി അളവറ്റ ആധമർണ്യം പുലർത്തുന്നുണ്ട്. കുറച്ചങ്ങോട്ടു പോകുമ്പോൾ പക്ഷേ, ആ ആധമർണ്യം പലയിടത്തും കുലുക്കിക്കളയുന്നുമുണ്ട്. മനക്കോട്ടച്ചന്മാരുടെ അടുത്തു കഴിഞ്ഞപ്പോഴാവാം ഇതിനു പൂർണ്ണരൂപം നല്കിയതെങ്കിലും നമ്പ്യാർ ആദ്യമെഴുതിയ കൃതി ഇതാണെന്നു വന്നുകൂടായ്കയുമില്ല. എന്തെഴുതി, എപ്പോളെഴുതി എന്നതിനെക്കാൾ പ്രാധാന്യം സാഹിത്യത്തിൽ എങ്ങനെയെഴുതി എന്നതിനാണ്. ഇതരവാക്കുകളിൽ പറഞ്ഞാൽ പരിചരണത്തിനാണ് സാഹിത്യത്തിൽ പ്രാമുഖ്യം. അങ്ങനെവരുമ്പോൾ തുള്ളൽപൂർവ്വകൃതികളിൽ ഏറ്റവും കുറഞ്ഞ പ്രാധാന്യമേ ശിവപുരാണത്തിനു നല്കാൻ കഴിയൂ. എഴുത്തച്ഛന്റെ കൃതിയെന്നു തെറ്റായി ധരിപ്പിക്കുമാറ് ശൈലീപരമായ കടംകൊള്ളൽ നടന്നിരിക്കുന്നുവെന്നതാണ് അതിനു കാരണം. പരിചരണത്തിലെ പരാങ്മുഖത്വമാണ് അഥവാ, എഴുത്തച്ഛനോടുള്ള ഉന്മുഖത്വമാണ് ഈ കൃതി എഴുത്തച്ഛന്റേതാണെന്നു ചിലരെങ്കിലും ഇപ്പോഴും വാദിക്കുന്നതിനു കാരണമാകുന്നത്.

ശിവപുരാണത്തിന്റെ പ്രമേയം, സ്കന്ദപുരാണത്തിലെ ബ്രഹ്മോത്തരകാണ്ഡമാണ്. അഥവാ, ആ കാണ്ഡത്തിന്റെ സ്വതന്ത്രവിവർത്തനമാണു ശിവപുരാണം എന്നു പറയാം. 'ഭാഷാനുവാദം' എന്നാണ് ഉള്ളൂർ പറഞ്ഞിരിക്കുന്നത്(കേരളസാഹിത്യചരിത്രം, പുറം.416). ശിവന്റെ മാഹാത്മ്യം വെളിപ്പെടുത്തുന്ന പന്ത്രണ്ട് നിബന്ധങ്ങളുള്ള വിരസദീർഘമായ (prolix)ഭക്തികാവ്യമാണിത്. ഭക്തി ഉള്ളിലുള്ളവർക്കു വിരസത അനുഭവപ്പെട്ടെന്നുവരില്ല. പഞ്ചാക്ഷരമാഹാത്മ്യം എന്ന ഒന്നാം ഖണ്ഡത്തിൽ, മഥുരാപുരിയിലെ ദശാർഹൻ എന്ന നൃപൻ ശൈവവ്രതമനുഷ്ഠിച്ചു പാപമുക്തി നേടുന്ന കഥ പറഞ്ഞിരിക്കുന്നു. കാശിരാജപുത്രിയും ദശാർഹപത്നിയുമായ കലാവതിയെ മാരതാപത്താൽ കൈപിടിക്കാൻ ശ്രമിക്കുമ്പോൾ സാഹസം പാടില്ലെന്ന് അവൾ വിലക്കുന്നു.

'രാഗവും വിരക്തിയും തങ്ങളിലൊരേടത്തു
യോഗമുണ്ടായാലതിനേതുമേ ശോഭയില്ല'

എന്നു പറഞ്ഞിട്ട് ഒഴിഞ്ഞുനില്ക്കുമ്പോൾ അവളെ ബലാൽ പുണരുന്ന ദശാർഹനു സഹിക്കാൻ കഴിയാത്ത താപം അവളുടെ ശരീരത്തിൽ അനുഭവപ്പെടുന്നു. ദുർവ്വാസാവിന്റെ നിർദ്ദേശപ്രകാരം പഞ്ചാക്ഷരീമന്ത്രം ഉരുക്കഴിച്ചു പാപമുക്തയായ കലാവതിയെ തൊടാൻ പാപം ചെയ്തിട്ടുള്ള

ദശാർഹനു കഴിയില്ല. കലാവതിയുടെ നിർദ്ദേശപ്രകാരം ദശാർഹൻ പഞ്ചാക്ഷരീമന്ത്രം ഉരുക്കഴിച്ചു തപം ചെയ്ത് പാപനിർമ്മുക്തനാകുന്നു.

'ക്ഷോണീനായകൻ തന്റെ മസ്തകേ മഹാമുനി (ഗർഗ്ഗമുനി)
പാണികൾ നിവേശിച്ചു നിന്നിതു ക്ഷണനേരം
തൽക്ഷണം ദശാർഹന്റെ വിഗ്രഹം തന്നിൽ നിന്നു
പക്ഷിരൂപിണികളായ് പാതകസമൂഹങ്ങൾ'

സംഖ്യയില്ലാതെ പറന്നു. എന്നിട്ടു ചിറകു കരിഞ്ഞു നിലംപതിച്ചു! ഇങ്ങനെയുള്ള പന്ത്രണ്ടു ഖണ്ഡങ്ങൾ ഈ കൃതിയിൽ അടങ്ങിയിരിക്കുന്നു.

ഉജ്ജയിനിയിലെ രാജാവായ ചന്ദ്രസേനനു മാണിഭദ്രൻ എന്ന ശിവപാർഷദൻ ചിന്താമണി നല്കുന്നതും അതു കൈക്കലാക്കാൻ മറ്റു രാജാക്കന്മാർ യുദ്ധത്തിനൊരുങ്ങുന്നതും ശിവൻ വന്നു ചന്ദ്രസേനനെ രക്ഷിക്കുന്നതുമാണു 'ശനിപ്രദോഷമാഹാത്മ്യം' എന്ന രണ്ടാം ഭാഗത്തിലെ പ്രമേയം. വിദർഭയിലെ കുണ്ഡിനപുരി ഭരിച്ചിരുന്ന സത്യരഥൻ സാല്വനാൽ ആക്രമിക്കപ്പെടുന്നതും സത്യരഥപുത്രനായ ധർമ്മഗുപ്തനും ബ്രാഹ്മണപുത്രനായ ശുചിവ്രതനും പ്രദോഷവ്രതമാചരിച്ചു പുണ്യം നേടുന്നതുമോക്കെ പ്രതിപാദിക്കുന്ന,'പ്രദോഷമാഹാത്മ്യം' എന്ന മൂന്നാം ഖണ്ഡത്തിൽ പില്ക്കാലനമ്പ്യാരെ പ്രവചിക്കുന്ന ചില വരികൾ കാണുന്നുണ്ട്.

'ഇല്ലവും ചെല്ലവും വല്ലവും വർദ്ധിക്കു-
മില്ലൊരു സംശയം നോറ്റുകൊണ്ടാലുടൻ'
'നാട്ടിൽ പ്രഭുത്വം നിനക്കില്ലെനിക്കിനി-
ക്കാട്ടിത്തരാമെന്റെ പൗരുഷം സംഗരേ'
'സ്നേഹിച്ചു കാൽക്കൽ പതിക്കുന്ന മർത്ത്യനെ
സ്നേഹമില്ലാതുള്ള കൂട്ടമീ നാരിമാർ
ദ്രവ്യത്തിലാഗ്രഹം കൊണ്ടു തരുണിമാർ
ഭവ്യനെക്കണ്ടാൽ വശത്താക്കുമപ്പൊഴേ;
വിത്തം പതുക്കെക്കരസ്ഥമാക്കിക്കൊണ്ടു
സത്വരം പിന്നെ ത്യജിക്കുമെന്നോർക്ക നീ
രണ്ടുപണം കയ്യിലുള്ള പുരുഷനെ
ക്കണ്ടാലയയ്ക്കയില്ലിന്ദീവരാക്ഷിമാർ.'

തുടങ്ങിയ വരികൾ നമ്പ്യാരുടെ പില്ക്കാലരചനകളിലേക്കു ചില സൂചനകൾ നീട്ടുന്നതായി ഭാവുകന് അനുഭവപ്പെടുന്നുണ്ടാവണം. നാലാമത്തെ ഖണ്ഡം 'ശിവരാത്രിമാഹാത്മ്യ'മാണ്. സൂര്യവംശത്തിലെ മിത്രസഹൻ എന്ന രാജാവ് ഒരു രാക്ഷസനെ വധിക്കുന്നതും മറ്റൊരു രാക്ഷസൻ ദാസനായ് മരുവി വസിഷ്ഠനു പച്ചയിറച്ചി വിളമ്പുന്നതും

വസിഷ്ഠൻ മിത്രസഹനെ ശപിക്കുന്നതും മിത്രസഹൻ പ്രതിശാപത്തിനു തുനിയുമ്പോൾ പത്നിയായ ദമയന്തി തടയുന്നതും ശാപോദകം സ്വന്തം പാദത്തിൽ വീഴ്ത്തി കല്മഷപാദനാകുന്നതും രാക്ഷസനായി മിത്രസഹൻ പന്തീരാണ്ടു കഴിച്ച ശേഷം വരുമ്പോൾ ദമയന്തിയെ പ്രാപിക്കാൻ കഴിയാതെവരുന്നതും തുടർന്നു ഗോകർണ്ണക്ഷേത്രത്തിൽ ചെന്നു ശിവരാത്രിവ്രതമനുഷ്ഠിച്ചു പുണ്യം നേടുന്നതുമാണു ശിവരാത്രി മാഹാത്മ്യത്തിലെ ഇതിവൃത്തം. ഇടയിൽ ഒരു ചണ്ഡാലികാഖ്യാനവും കടന്നുവരുന്നുണ്ട്. ആര്യാവർത്തത്തിലെ ചിത്രവർമ്മരാജന്റെ പുത്രി സീമന്തിനി, സോമവാരവ്രതാനുഷ്ഠാനത്തിലൂടെ ജാതകദോഷം മറികടക്കുന്നതാണ് 'സോമവാരവ്രതം' എന്ന അഞ്ചാം ഖണ്ഡത്തിലെ പ്രമേയം. വന്നുകൂടിയ ആപത്തുകൾ ശിവപൂജ കൊണ്ടകറ്റുന്ന ബ്രാഹ്മണസ്ത്രീയുടെ കഥയാണ് 'ഉമേശാന വ്രതമാഹാത്മ്യം' എന്ന ആറാം ഖണ്ഡം പ്രതിപാദിക്കുന്നത്. '*മന്നവൻ മഹാബലൻ മദ്യപൻ മാംസപ്രിയൻ*' വിമർശനന്റെയും ഭാര്യ കുമുദ്വതിയുടെയും കഥ പറയുന്നു 'ചതുർദ്ദശി മാഹാത്മ്യം'എന്ന ഏഴാം ഖണ്ഡം. ശിവനെ പൂജിച്ചു പാപമുക്തനാകുന്ന വിമർശനനെ അനുവാചകൻ ഇവിടെ കാണുന്നു. 'ശിവയോഗിമാഹാത്മ്യം' എന്ന എട്ടാം ഖണ്ഡം, അദ്ധ്യാത്മരാമായണത്തിലെ സുന്ദരകാണ്ഡത്തെ അനുസ്മരിപ്പിക്കുന്ന രചനാരീതിയാണ് അവലംബിച്ചിരിക്കുന്നത്. അനാവശ്യമായ ശബ്ദഘോഷം കൊണ്ടു ശ്രദ്ധേയമായിരുക്കുന്നു രണ്ടും എന്നു പറയേണ്ടതില്ലല്ലോ! ശിവയോഗിയുടെ ഉപദേശം കൊണ്ടും ശിവപൂജ കൊണ്ടും തിരസ്കരിക്കപ്പെട്ടവർ പൂർവ്വാവസ്ഥ പ്രാപിക്കുന്നതാണു പ്രമേയം.

'മദനരിപുമഹിമകളിലമിതതരശീലരാം
മാമുനീന്ദ്രന്മാരരുൾ ചെയ്തു പിന്നെയും'

എന്നു തുടങ്ങുന്ന ഈ ഖണ്ഡം എഴുത്തച്ഛന്റെ കവനരീതിയോടു മുഖാമുഖം നില്ക്കുന്നു. ഏതാണ്ടു 960 വരികളിൽ നിബന്ധിച്ചിരിക്കുന്ന ഈ ഭാഗം അദ്ധ്യാത്മരാമായണം കിളിപ്പാട്ടിലെ സുന്ദരകാണ്ഡം പോലെ തന്നെ പദസങ്കലനശാസ്ത്രം അഭ്യസിക്കാനുതകുന്നതാണ്. ശബ്ദഘോഷം കവിതയിലേക്കു വളരുന്നില്ല എന്നർത്ഥം.

ശിവയോഗിയെ ഭക്ഷിക്കാൻ ചെന്ന രക്ഷസ്സിന്റെ ശരീരത്തിൽ പവിത്രമായ ഭസ്മം പുരളുകയും അങ്ങനെ രക്ഷസ്സ് ജ്ഞാനിയായിത്തീരുകയും ചെയ്യുന്ന സംഭവമാണു 'ഭസ്മമാഹാത്മ്യം' എന്ന ഒൻപതാം ഖണ്ഡം പ്രതിപാദിക്കുന്നത്.

ശബരൻ എന്ന കിരാതൻ കാട്ടിലെ ഇടിഞ്ഞുപൊളിഞ്ഞ ക്ഷേത്രത്തിൽ നിന്നു ലഭിക്കുന്ന ശിവലിംഗവുമായി സിംഹകേതുവെന്ന

രാജാവിനെ സമീപിക്കുന്നു. ശിവലിംഗം കല്ലിനു മുകളിൽ പ്രതിഷ്ഠിച്ചിട്ടു ദിവസവും ചുടലഭസ്മം കൊണ്ട് അംഗരാഗം ചെയ്യണമെന്നു രാജാവു പറയുന്നു. അതു കൃത്യമായി തുടർന്നു വരുന്ന ശബരനു ചിതാഭസ്മം കിട്ടാതെവന്നപ്പോൾ പുളിന്ദി എന്ന ഭാര്യ അഗ്നിയിൽ ചാടി സ്വയം ചാരമായി ചുടലച്ചാരം ഉണ്ടാക്കുന്നു. ശബരൻ പൂജചെയ്യാൻ തുടങ്ങവെ, അറിയാതെ പുളിന്ദിയെ വിളിക്കുന്നു. പുളിന്ദിയുണ്ടു ജീവനോടെ അരികിൽ നിൽക്കുന്നു! ശിവഭക്തി മൂലം അവർക്കുണ്ടാകുന്ന അനുഗ്രഹമാണ് പത്താം ഖണ്ഡമായ ശബരമാഹാത്മ്യത്തിൽ അവതരിപ്പിച്ചിരിക്കുന്നത്. ഈ കാവ്യഭാഗം അല്ലറചില്ലറ വ്യതിയാനങ്ങൾ വരുത്തി കുറച്ചുവരികൾ കൂട്ടിച്ചേർത്ത് ആരോ ഒരാൾ നിർമ്മിച്ച താണു 'പുളിന്ദീമോക്ഷം' എന്ന തുള്ളൽക്കഥ. സദാചാരത്തിന്റെ സാമാന്യസീമകളെ അതിലംഘിക്കുന്ന വിധത്തിലും നിപുണമല്ലാത്ത രീതിയിലുമാണ് തുള്ളൽക്കഥ നിബന്ധിച്ചിരിക്കുന്നത്. ശിവപുരാണത്തിൽ നാലുവരികൾ കൊണ്ടു നമ്പ്യാർ പറഞ്ഞതിനെ അല്പം തെറി കൂടിച്ചേർത്തു നിരത്തിപ്പരത്തിപ്പറഞ്ഞു വികലമാക്കാൻ പുളിന്ദീമോക്ഷകർത്താവു ശ്രമിച്ചിരിക്കുന്നതു കാണാം.

പുളിന്ദി സ്വന്തം ശരീരത്തിന്റെ നശ്വരത ചൂണ്ടിക്കാട്ടുന്ന ഇടം ശിവപുരാണത്തിൽ നോക്കുക:

'നിരൂപിച്ചാൽ മഹാ കഷ്ടം ശരീരം ഘോരദുർഗന്ധം
ദുരൂഹം മൂഢതാപാത്രം മൂത്രകുംഭം മലാധാരം
ദുരാധിവ്യാധിസങ്കേതം മാംസപിണ്ഡമതുകൊണ്ടു
പരന്മാർക്കങ്ങുപകാരം വരുന്നേരം ത്യജിക്കണം'

ഈ നാലുവരികൾ പുളിന്ദീമോക്ഷം എഴുതിയ ആൾ വിശദീകരിച്ചു വൃത്തിഹീനമാക്കിയിരിക്കുന്നതു നോക്കുക:

'മർത്ത്യദേഹമിതെത്ര കഷ്ടമശുദ്ധികൾക്കൊരിരിപ്പിടം
മൂത്രവും മലവും നിറഞ്ഞൊരു പാത്രമാത്രമിതല്ലയോ?
നേത്രമെന്നതളിഞ്ഞു പീളനിറഞ്ഞു വാരി പൊഴിഞ്ഞുപോം
ശ്രോത്രമെന്നതിലും മലം വരുമോർത്തുകാൺക മഹാമതേ!
ഗാത്രമൊക്കെ വിയർത്തുവെള്ളമലിച്ചൊലിച്ചൊരു നാറ്റവും
വക്ത്രമെന്നൊരു പോടുമുണ്ടതുമെത്രതന്നെ ജുഗുപ്സിതം!
ഉദരമെന്നതിനുള്ളിലനവധി വിരകളനവധി കൃമികളും
രുധിരവും പുനരുള്ളിലിളകിന ഗുളുഗുളെച്ചില ശബ്ദവും
മണ്ണുകൊണ്ടു പിണ്ഡമിങ്ങനെ പെണ്ണിനും പുനരാണിനും
പുണ്ണു വന്നു പുഴുക്കുമൊരുമുറിവേറ്റുവെങ്കിലതപ്പൊഴേ;
കണ്ണുരണ്ടുമടച്ചിരുന്നു നിനച്ചുകാണുകിലിന്നഹോ!

*പെണ്ണിനുള്ളശരീരവികൃതികളെണ്ണിയെണ്ണിയറിഞ്ഞിടാം;
മൂക്കിൽനിന്നുവരുന്ന ശ്ലേഷ്മമിതാർക്കു നല്ലതു ചൊല്ലണം
നാക്കിൽ നിന്നു വരും ജലത്തിനു നീക്കമില്ലൊരുനേരവും
കാക്കരിച്ചവൾ തുപ്പുമക്ഷണത്തിനുള്ളൊരു നാറ്റവും
ഓർക്കിലാരുമടുക്കയില്ല കൊടുക്കയില്ലൊരുവീശവും
പല്ലുതേയ്ക്കുന്നേരമയ്യോ! പരവശം പരിഹാസവാക്കുക-
ളല്ലെടോ ജലവും കൊഴുത്തു കഴുത്തിലോളമൊലിക്കയും
വല്ലഭൻ ബത കണ്ടുവെങ്കിലൊളിച്ചുമണ്ടുമസംശയം;
മുല രണ്ടും കിഴുപ്പോട്ടങ്ങുലയുമ്പോളവൾക്കുള്ള
വില പാരമിടിഞ്ഞുപോം നിലച്ചിടുമഹംഭാവം
മലരമ്പനവളോടു യാത്രചൊല്ലിപ്പോമകന്നു
തല കുമ്പിട്ടിരിക്കെന്യേ തരുണിക്കില്ലൊരാധാരം;
മുലയും മുഞ്ഞിയും കാതുംതലയും കണ്ടു കാമിച്ചു
വലയും കാമുകൻതന്റെ നിലയും നിഷ്ഠയും കൂടാ-
തുലയും യൗവനം വന്നു തലയിൽ കേറുമന്നേരം
പലരും ചെന്നവളൊടു തലകാട്ടുന്നതും പോയി
കുഴവി പോൽ മുല വീണുകിഴവിയായ് വരുന്നേരം
അഴകില്ലെന്നല്ല കണ്ടാലഴലുണ്ടാം നരന്മാർക്ക്
തഴുകിപ്പണ്ടിരിക്കുന്നോൻ പിഴുകിപ്പോമൊരുകാശു
കൊടുക്കില്ലെന്നല്ലവൻ വാലെടുക്കും കൊഞ്ഞനംകാട്ടും
അടുക്കുമ്പോൾ പിഴുനാറ്റം പറയുമ്പോൾ വായ്നാറ്റം
ഒടുക്കം പട്ടിണിതന്നെ കിടക്കുമപ്പഴന്തള്ള.*

....

*ജാരം മൂഢതാപാത്രം മൂത്രകുംഭം മലാധാരം
ദുരിതം വ്യാധിസങ്കേതം മാംസപിണ്ഡം മഹാഭാസം'*

നാറ്റം, ദുർഗന്ധം തുടങ്ങിയ പദങ്ങൾ ധാരാളമായി ഉപയോഗിച്ചിരിക്കുന്ന വരികൾ വായിച്ചാൽ നമ്മുടെ ഭാവുകത്വത്തിന്റെ മൂക്കിലെ രോമവും കരിഞ്ഞുപോകുമെന്നതാണു സത്യം! അത്രയ്ക്കും അസഹ്യമായ നാറ്റം! 'മുല' എന്ന മലയാളത്തിലെ അത്യന്തം മനോഹരമായ പദം മൂന്നുപ്രാവശ്യം ആവർത്തിച്ചു വൃത്തിഹീനമാക്കിയിരിക്കുന്നതും ശ്രദ്ധിക്കുക. ഒരു സ്ത്രീ തന്റെ തന്നെ വൃത്തിഹീനതകൾ ഇത്ര ജുഗുപ്സാവഹമായി ഭർത്താവിന്റെ മുമ്പിൽ അവതരിപ്പിക്കുമോ? നമ്പ്യാരുടെ രചനകളിൽ അനുചിതമായ പല ഘടകങ്ങളും കടന്നുവരുന്നുണ്ടാവാം. പക്ഷേ, ഇത്തരം വരികൾ നമ്പ്യാരെഴുതിച്ചേർക്കുമെന്നു ചിന്തിക്കുന്നവർ പോലും ശിക്ഷാർഹരാണ് എന്നാണെന്റെ പക്ഷം. പുളിന്ദീമോക്ഷം എന്ന കൃതി

പരിശോധിച്ചിട്ടും പി.കെ.ശിവശങ്കരപ്പിള്ള എന്തുകൊണ്ട് ഈ വൃത്തി ഹീനത കുഞ്ചനെഴുതിയതല്ല എന്നു തിരിച്ചറിയാതെപോയി?! സാഹിത്യ അക്കാദമി ഇറക്കിയ പുസ്തകത്തിൽ ഒരു കാരണവശാലും ഇതു കുഞ്ചന്റെ തുള്ളലായി ഉൾപ്പെടുത്താൻ പാടില്ലായിരുന്നു. ഇവിടെ ശ്രീ.ഏവൂർ പരമേശ്വരന്റെ വാക്കുകൾ ഉദ്ധരിക്കാതിരിക്കാൻ മനസ്സനു വദിക്കുന്നില്ല. അദ്ദേഹം കുറിച്ചിരിക്കുന്നു:
"ശിവപുരാണത്തിലെ 'ശബരമാഹാത്മ്യം' ഏറെക്കുറെ അപഹരിച്ചെ ടുത്ത് അതിൽ കുറെ ഏച്ചുകെട്ടുകളും വേണ്ടാതീനങ്ങളും ഉണ്ടാക്കി വച്ച്, 'പുളിന്ദീമോക്ഷം' എന്ന പേരിൽ ഒരു തുള്ളൽക്കഥ ഏതോ സാഹ സികൻ പ്രചരിപ്പിച്ചിരിക്കുന്നു. 'സകലനിബന്ധനഹർത്താവായ ഒരു കവിരാക്ഷസനായേ ഈ മോഷ്ടാവിനെ കാണാൻ പറ്റൂ." അതിശയി ക്കണ്ട. ഇതൊക്കെ ഈ കൊച്ചു കേരളത്തിൽ തന്നെ നടക്കുന്നതാണ്! 1986-ൽ സാഹിത്യ അക്കാദമി ഇറക്കിയ ശിവപുരാണത്തിന്റെ പതിപ്പിലാണ് ഏവൂർ തന്റെ രോഷപൂർണ്ണമായ അഭിപ്രായം രേഖപ്പെടുത്തിയിട്ടുള്ളത്. അതിനു ശേഷം കുഞ്ചൻനമ്പ്യാരുടെ തുള്ളൽക്കൃതികൾ പല പ്രാവശ്യം സാഹിത്യഅക്കാദമി ഇറക്കിക്കഴിഞ്ഞിട്ടും ഇപ്പോഴും പുളിന്ദീമോക്ഷം എന്ന 'വികലവൃത്തിഹീനവികൃതി' നമ്പ്യാരുടേതായി അതിലുൾപ്പെട്ടു വന്നുകൊണ്ടിരിക്കുന്നു. മലയാളിക്കും നമ്പ്യാർക്കും ആക്ഷേപകര മാണിത്. 2009-ൽ സാഹിത്യ പ്രവർത്തക സഹകരണ സംഘം വെളിച്ച പ്പെടുത്തിയ 'കുഞ്ചൻനമ്പ്യാർ' എന്ന പുസ്തകത്തിലും പുളിന്ദീമോക്ഷം നമ്പ്യാരുടെ കൃതി തന്നെയെന്നും അത് അമ്പലപ്പുഴ വച്ചു രചിച്ചതെന്നും പറഞ്ഞിരിക്കുന്നു. മേലുദ്ധൃതവരികൾ നമ്പ്യാരെഴുതിയതാണെന്നു പറയുന്നവർ നമ്പ്യാരുടെ തുള്ളൽക്കൃതികൾ വായിച്ചിട്ടുള്ളവരാകാം, പക്ഷേ, മനസ്സിലാക്കിയിട്ടുള്ളവരാവില്ല എന്നു തീർത്തുപറയേണ്ടിവരു ന്നതിൽ യാതൊരു ഖേദവും ഇതെഴുതുന്ന ആളിനില്ല. നമ്പ്യാരെ മറ്റു ള്ളവരുടെ മുമ്പിൽ താറടിക്കാൻ താല്പര്യമുള്ളവർക്കേ ഇവിടെ എടുത്തുകാട്ടിയിട്ടുള്ള വൃത്തികെട്ട വരികൾ നമ്പ്യാരുടേതാണെന്നു സമർത്ഥിക്കാനാവൂ. അല്ലെങ്കിൽത്തന്നെ, സ്വയം 'കോപ്പിയടിക്കേണ്ട' ആവശ്യം നമ്പ്യാർക്കുള്ളതായി ആരെങ്കിലും കരുതുമെന്നു പറയുകവയ്യ. ശിവപുരാണത്തിൽ നാലുവരിയിൽ നിവേദിച്ച കാര്യം നാല്പതു വരി യിൽ, അറയ്ക്കുന്നതരത്തിൽ തെറികലർത്തി വികലമാക്കാൻ നമ്പ്യാർ തന്നെ മുതിരുമെന്നു വിശ്വസിക്കാൻ എനിക്കേതായാലും സാധി ക്കുന്നില്ല.

ശിവപുരാണത്തിലെ 'കാശിമാഹാത്മ്യം' എന്ന പതിനൊന്നാം ഖണ്ഡം, സിംഹദ്ധ്വജരാജാവിനും പത്നി മന്ദാരലക്ഷ്മിക്കും കാശിതീർ

ത്ഥാടനത്തിലൂടെ അനപത്യതയകറ്റാൻ കഴിഞ്ഞതിനെക്കുറിച്ചു പറയുന്നു. പൂർവ്വജന്മത്തിൽ കുന്തളക്ഷോണീരാജ്യത്തു താടങ്കനെന്ന പേരോടു കൂടി ജനിച്ച് ഗോവിന്ദശർമ്മാവിന്റെ പുത്രന്റെ പുലിനഖ മോതിരവും കാഞ്ചനകാഞ്ചിയും വളകളും മോഷ്ടിക്കാൻ അവനെ കഴുത്തു മുറിച്ചു കിണറ്റിലിട്ടു. രാജാവു ശൂലത്തിലേറ്റി ശിക്ഷ നല്കിയെങ്കിലും ഈ മുജ്ജന്മപാപമാണ് കാശിതീർത്ഥാടനത്തിലൂടെ കഴുകിക്കളയപ്പെട്ടത്.

പന്ത്രണ്ടാമത്തെയും ഒടുവിലത്തെയും ഖണ്ഡം 'രുദ്രാക്ഷമാഹാത്മ്യ' മാണ്. ഇതിൽ, വേശ്യയെങ്കിലും ശിവഭക്തയായ മഹാനന്ദയ്ക്ക് മോക്ഷം ലഭിക്കുന്ന കഥ പറഞ്ഞിരിക്കുന്നു.

ചുരുക്കത്തിൽ, ശിവപുരാണം തുള്ളൽക്കൃതികളെഴുതാൻ നമ്പ്യാർ ചെയ്ത ഒരു ഗൃഹപാഠമായി കരുതിയാൽ പോരും. ഭക്തികാവ്യമെന്ന നിലയിൽ ശിവപുരാണത്തിന് അതിന്റേതായ ഇടം മലയാള സാഹിത്യത്തിൽ കൊടുക്കാവുന്നതാണ്.

ശ്രീകൃഷ്ണചരിതം മണിപ്രവാളം

ശ്രീകൃഷ്ണചരിതം മണിപ്രവാളവും പഞ്ചതന്ത്രം കിളിപ്പാട്ടും എന്നല്ല, നമ്പ്യാരുടെ മിക്ക കൃതികളും ബാലസാഹിത്യകൃതികളാണെന്നൊക്കെ ചിലർ പറഞ്ഞു കള്ളിതിരിച്ചുനിർത്തുന്നവരുണ്ട്. ഏതർത്ഥത്തിലാണ് അതു പറഞ്ഞിട്ടുള്ളതെന്നു നമുക്കറിയില്ല. കുറച്ചു ലളിതമലയാള പദ്യങ്ങൾ ഈ കൃതികളിൽ കണ്ടതുകൊണ്ടാവാം അങ്ങനെയൊരു തീരുമാനത്തിൽ ചിലർ എത്തിച്ചേർന്നിട്ടുള്ളതെന്നു കരുതണം. അല്ലെങ്കിൽ സാരോപദേശനിബദ്ധമായതിനാലാവാം. അതുമല്ലെങ്കിൽ, മറ്റാരെങ്കിലും കൃതിമുഖത്ത് 'ബാലാനാം ബോധഹേതവേ' എന്നെഴുതിച്ചേർത്തതിനാലുമാവാം. ഗഹനമായ ആദ്ധ്യാത്മികതത്ത്വങ്ങൾ ഉദീരണം ചെയ്തിട്ടുള്ള ഭക്തികാവ്യങ്ങളും ബാലസാഹിത്യമെന്നു വിശേഷിപ്പിക്കപ്പെടുന്നുണ്ട്. ശ്രീകൃഷ്ണചരിതം മണിപ്രവാളം ഭക്തികാവ്യമാണ്. പക്ഷേ, ബാലസാഹിത്യമായി കരുതാനാവില്ല. കൃഷ്ണന്റെ അത്ഭുതലീലകൾ വർണ്ണിക്കുന്നതുകൊണ്ട് ഒരു കൃതി ബാലസാഹിത്യമാകുമോ? പ്രമേയം മാത്രമല്ല പരിചരണവും ബാലസാഹിത്യത്തിനിണങ്ങുന്നതായെങ്കിലേ ഒരു കൃതിയെ ബാലസാഹിത്യമെന്നു വിശേഷിപ്പിക്കാനാകൂ. തന്നെയുമല്ല, ഇത്രയും ദീർഘമായ ബാലസാഹിത്യകൃതിയെക്കുറിച്ചു സങ്കല്പിക്കാൻ കഴിയുമോ? 912 ശ്ലോകങ്ങളുള്ള(കെ.പി.നാരായണപ്പിഷാരോടിയുടെ വ്യാഖ്യാനത്തോടെ സാഹിത്യഅക്കാദമിയിറക്കിയ

പുസ്തകത്തിൽ ഈ സംഖ്യ jumbling -നു വിധേയമായി 921 എന്നു കൊടുത്തിരിക്കുന്നു.) ഒരു ബൃഹദാഖ്യാനകാവ്യം ബാലസാഹിത്യമായി കണക്കാക്കിക്കൂടാ. 'ഫിക്ഷ'നാണെങ്കിൽ ദൈർഘ്യം വകവച്ചുകൊടുക്കാമായിരുന്നു. മഹാകാവ്യമെന്നു പറയുകയും അതു ബാലസാഹിത്യമാണെന്നു പറയുകയും ചെയ്യുന്നത് ഒരാൾ തന്നെയെങ്കിൽ അതു ചിരിക്കാൻ വക നല്കുന്നതാണ്! ശ്രീകൃഷ്ണചരിതത്തിൽ, പന്ത്രണ്ടാം സർഗ്ഗത്തിലെ കുചേലസദ്ഗതി വരുന്ന ഭാഗം മാത്രം ബാലസാഹിത്യവിഭാഗത്തിൽ പെടുത്താമെന്നു തോന്നുന്നു. ഈ കാവ്യത്തിന്റെ പ്രമേയം സ്വീകരിച്ചിരിക്കുന്നത് ഭാഗവതം ദശമസ്കന്ധത്തിൽ നിന്നാണ്. കൃഷ്ണന്റെ അവതാരവും ലീലാവിലാസങ്ങളുമാണ് പ്രതിപാദ്യവിഷയം. 'രാമേണപാണിവാദേന രചിതേ മിശ്രസംസ്കൃതേ/ ശ്രീകൃഷ്ണചരിതേ കാവ്യമുതൽസർഗ്ഗം സമാപ്ത' എന്ന് ആദ്യസർഗ്ഗത്തിന്റെ അവസാനം ആരോ എഴുതിച്ചേർത്തത്, ഇതും രാമപാണിവാദകൃതമാണെന്നു തെറ്റായി ധരിക്കാൻ പ്രേരണയായിട്ടുണ്ട്. ഈ അതിക്രമം, രാമപാണിവാദനും കുഞ്ചൻനമ്പ്യാരും ഒരാൾ തന്നെയെന്ന വാദത്തിന് ഉപോൽബലകമായി സ്വീകരിക്കുന്നവരുമുണ്ട്. ഓരോ സർഗ്ഗത്തിന്റെയും അവസാനമോ കൃതിയുടെ ആദ്യമോ അവസാനമോ ഇത് എഴുതിച്ചേർക്കാനുള്ള സാമാന്യബുദ്ധി പോലുമില്ലായിരുന്നല്ലോ ഈ 'കൈകടത്തൽകാര'ന് എന്നു ചിന്തിക്കാതെ, ഇതിൽ തൂങ്ങി ആടിക്കളിക്കാൻ താല്പര്യമെടുക്കുന്നതു സാമാന്യപ്രജ്ഞയ്ക്കു നിരക്കുന്നതല്ല. നേരത്തേ സൂചിപ്പിച്ചതുപോലെ നമ്പ്യാർക്കൃതികളിൽ ബോധപൂർവ്വമായ അതിക്രമങ്ങൾ പലരും കാട്ടിയിരിക്കുന്നുവെന്നതിന് ഇതും ഒരു തെളിവാകുന്നു. സാഹിത്യഅക്കാദമി, കെ.പി.നാരായണപ്പിഷാരോടിയുടെ വ്യാഖ്യാനത്തോടെ 1977 -ൽ ഇറക്കിയ ഈ കൃതിയുടെ രണ്ടാം പതിപ്പ് 1999-ൽ ഇറങ്ങി. ശ്രീ.നാരായണപ്പിഷാരോടി ആമുഖത്തിൽ ഇപ്രകാരം കുറിച്ചിരിക്കുന്നു: 'രാമപാണിവാദൻ വ്യാകരണപണ്ഡിതനായ ഒരു സംസ്കൃതകവിയാണ്. കുഞ്ചൻ നമ്പ്യാർ ഒന്നാന്തരം ഭാഷാകവിയാണ്. രണ്ടുപേരുടെയും ഭാവനാഗതിയും വർണ്ണനാരീതിയും രചനാകൗശലവുമെല്ലാം രണ്ടു മട്ടിലുള്ളതാണ്....രണ്ടു ഭാഷയിൽ വിഭിന്നരീതിയിൽ അനേകം കൃതികൾ നിർമ്മിച്ചു പ്രസിദ്ധിയാർജ്ജിച്ചിട്ടുള്ള ഏതെങ്കിലും ഒരു മഹാകവിയുണ്ടായിട്ടുണ്ടോ എന്നു സംശയമാണ്.' ഇവിടെ 'വിഭിന്നരീതിയിൽ'എന്നുള്ളത് 'പാടേ വിഭിന്നരീതിയിൽ' എന്നു വേണമായിരുന്നു എഴുതേണ്ടിയിരുന്നത് എന്നു തോന്നിപ്പോയി!

'പന്ത്രണ്ടു സർഗ്ഗമുള്ള ഈ കാവ്യം സർവ്വലക്ഷണസമ്പന്നമായ ഒരു മഹാകാവ്യമാണ്' എന്നു കെ.പി.നാരായണപ്പിഷാരോടി കുറിച്ചിരി

ക്കുന്നു. 'ദണ്ഡി, മഹാകാവ്യങ്ങൾക്കു നല്കിയിരിക്കുന്ന ലക്ഷണങ്ങളിൽ ചിലത് ഒഴിവാക്കുന്ന പക്ഷം ഭാഷയിലെ ആദ്യത്തെ മഹാകാവ്യമെന്ന ബഹുമതി ശ്രീകൃഷ്ണചരിതത്തിന് അവകാശപ്പെടാം' എന്നാണ് ശ്രീ.ഏവൂർ പരമേശ്വരൻ കുറിച്ചിരിക്കുന്നത്.[4] 'ഭാഷയിലെ ആദ്യത്തെ ലക്ഷണയുക്തമായ മഹാകാവ്യമാണ് ശ്രീകൃഷ്ണചരിത'മെന്നത്രേ കുഞ്ചൻനമ്പ്യാർ എന്ന കൃതിയിൽ കാണുന്നത്.[5] കാളിദാസന്റെ, മൂന്നാം നൂറ്റാണ്ടിലുണ്ടായതെന്നുകരുതപ്പെടുന്ന, രഘുവംശകാവ്യവും മറ്റും മുന്നിൽ വച്ചുകൊണ്ട് ദണ്ഡി ഏഴാം നൂറ്റാണ്ടിലോ എട്ടാം നൂറ്റാണ്ടിലോ മഹാകാവ്യത്തിനു കുറിച്ച ലക്ഷണം പില്ക്കാലത്തു സാഹിത്യത്തിൽ വലിയ അപകടങ്ങൾ ഉണ്ടാക്കിയിട്ടുണ്ടാവണം. ഈ നിയമങ്ങൾ പാലിച്ചാൽ കാവ്യമുണ്ടാവില്ല എന്നറിയാത്ത പലരും മഹാകാവ്യങ്ങൾ ചമച്ചിട്ടുണ്ടാവണം. ഹൃദയത്തിൽ പ്രതിഭാപ്രസരവും വിഭവസമൃദ്ധിയുമില്ലാത്തവർ ചമച്ച ഇത്തരം അനേകം കാവ്യങ്ങൾ കാലത്തിന്റെ കുത്തൊഴുക്കിനെ അതിജീവിക്കാൻ കഴിയാതെ നശിച്ചുപോയിട്ടുമുണ്ടാവണം. ആദിമഹാകാവ്യമെഴുതിയ കവിയുടെ മുമ്പിൽ ഏതായാലും ദണ്ഡിയുടെ നിയമങ്ങളില്ലായിരുന്നു. അപ്പോൾ കാവ്യമെഴുതാൻ നിയമബോധമല്ല, പ്രതിഭയാണു വേണ്ടത് എന്നു ചുരുക്കം. ഏതു സാഹിത്യമീമാംസയും സാഹിത്യമുണ്ടായതിനു ശേഷം ഉണ്ടാക്കപ്പെടുന്നതാണ്. നമ്മുടെ ആധുനികകവിത്രയത്തിൽപ്പെട്ട രണ്ടു പേർ എഴുതിയ മഹാകാവ്യങ്ങൾ ഇപ്പോൾ എവിടെ? കുറച്ചൊക്കെ മെച്ചം അവകാശപ്പെടാനുണ്ടായിരുന്നിട്ടും ഇപ്പോൾ സാഹിത്യവിദ്യാർത്ഥികളോ സാഹിത്യാദ്ധ്യാപകരോ പോലും ഉമാകേരളവും ചിത്രയോഗ(താരാവലീചന്ദ്രസേന)വും മറിച്ചു നോക്കാറുണ്ടോ? സാഹിത്യവിദ്യാർത്ഥികൾക്കു വേണ്ടി സാന്ദർഭികമായി ഇത്രയും കുറിച്ചുവെന്നേയുള്ളു.

ഇതിഹാസകഥയാണോ, ധർമ്മാർത്ഥകാമമോക്ഷചതുർവർഗ്ഗഫലത്തോടു കൂടിയതാണോ, ചതുരോദാത്തനായകമാണോ, നഗരാർണ്ണവശൈലർത്തു ചന്ദ്രാർക്കോദയങ്ങൾ വർണ്ണിച്ചിട്ടുണ്ടോ, ഉദ്യാനജലക്രീഡാമധുപാനരതോത്സവങ്ങൾ വിവരിച്ചിട്ടുണ്ടോ, വിപ്രലംഭവും വിവാഹവും അർഭകജനനവും വർണ്ണിച്ചിട്ടുണ്ടോ, നായകാഭ്യുന്നതിക്കായി ദൂതപ്രയാണമുണ്ടോ, ബന്ധുരാലങ്കാരദന്തുരമാണോ, അസംക്ഷിപ്തമാണോ, രസഭാവനൈരന്തര്യമുണ്ടോ, സർവ്വത്രഭിന്നവൃത്തങ്ങളോടുകൂടിയതാണോ സർഗ്ഗങ്ങൾ അനതിവിസ്തീർണ്ണങ്ങളാണോ, സുസന്ധീബദ്ധമാണോ, ലോകരഞ്ജകമാണോ എന്നൊക്കെ[6] കൃത്യമായി പരിശോധിച്ച് ഈ കൃതി മഹാകാവ്യമാണോ എന്നുറപ്പു വരുത്തിയാലുള്ള പ്രയോജനം ഇതു മാത്രമാണ്- പി.എസ്.സി.യുടെ ഉത്തരസൂചികയിൽ അഴകത്തു പത്മനാഭ

ക്കുറുപ്പിന്റെ സ്ഥാനം പോയിക്കിട്ടും! രാമചന്ദ്രവിലാസത്തിന് ആകെ യുണ്ടായിരുന്ന മേൽവിലാസവും കൂടി നഷ്ടപ്പെടും!

കൃഷ്ണാവതാരവും കൃഷ്ണലീലകളുമാണ് കൃതിയുടെ പ്രമേയമെന്നു പറഞ്ഞുകഴിഞ്ഞു. എഴുത്തച്ഛന്റെ ഭാഗവതം കിളിപ്പാട്ടും ചെറുശ്ശേരിയുടെ കൃഷ്ണഗാഥയും മേൽപ്പുത്തൂരിന്റെ[7] നാരയണീയവുമൊക്കെ വായിക്കുന്ന മലയാളിക്ക് അത്രമേൽ പുതുമയുള്ള കഥകളൊന്നും ഈ കൃതി പറഞ്ഞുതരുന്നില്ല. പക്ഷേ, നമ്പ്യാരുടെ രസികത്വം പലയിടത്തും ഇടപെട്ട് കൃതി ആസ്വാദ്യമാക്കുന്നുണ്ട്. ഭാഷാപരമായ ഒരു 'നമ്പ്യാരിത്തം' പലയിടത്തും തെളിഞ്ഞുവരുന്നതു ഭാവുകനു തിരിച്ചറിയാൻ കഴിയും. ലളിതമധുരമായ മലയാളത്തിൽ കുറിച്ച കുറച്ചു ശ്ലോകങ്ങൾ ഇതിൽ ആസ്വാദകർ വായിക്കുന്നുണ്ട്. 'മധുരപദാകലിതം മണിപ്രവാളം' എന്നു മൂന്നാമത്തെ പദ്യത്തിൽ പറഞ്ഞിട്ടുള്ളതിനെ അന്വർത്ഥമാക്കുമാറ് ഹൃദയഹാരിയും ലളിതകോമളപദാവലിയിൽ വിരചിതവുമായ അനേകം ശ്ലോകങ്ങൾ ഇതിലുണ്ട്. മഹാവിഷ്ണുവിനോട് ഭൂമീദേവി അസുര/ദുർജ്ജനഭാരം ചുമക്കാൻ കഴിയുന്നില്ല എന്നു പരാതി നിവേദിക്കുന്നിടത്താണു കാവ്യം തുടങ്ങുന്നത്.

'ഗിരികളടവിയും മരങ്ങളും മേ
തരളതിമിംഗിലമാഴിചക്രങ്ങളും
ഇവപലതുമെനിക്കു ഭാരമല്ലാ
ശിവ! ശിവ! ദുർജ്ജനഭാരമേവഭാരം!'

ഒന്നാം സർഗ്ഗത്തിന്റെ അറുതിയിൽ ഹൃദ്യമായ വിഷ്ണുചിത്രം കോറിയിട്ടിരിക്കുന്നു. .

'മിന്നും പൊന്നിൻ കിരീടം, തരിവള,കടകം,
കാഞ്ചി, പൂഞ്ചേല, മാല,
ധന്യശ്രീവത്സ,സൽകൗസ്തുഭമിടകലരും
ചാരുതോരന്തരാളം
ശംഖും ചക്രം ഗദാപങ്കജമിതിവിലസും
നാലു തൃക്കൈകളോടെ
സങ്കീർണ്ണശ്യാമവർണ്ണം, ഹരിവപുരമലം
പൂരയോന്മംഗലം വഃ'

മലയാളിക്കു സുപരിചിതമാണ് ഈ ചിത്രം. മണ്ണുതിന്ന കണ്ണൻ യശോദയുടെ നിർബ്ബന്ധപ്രകാരം വായ് തുറക്കുമ്പോൾ കാണുന്ന കാഴ്ച വർണ്ണിച്ചിരിക്കുന്നതു നോക്കുക:

മാതാവു നോക്കുന്ന ദശാന്തരാളേ
പാതാളഭൂലോകസുരേശലോകം

ഭൂതങ്ങളും പ്രേതപിശാചകൂളി-
വേതാളജാലങ്ങളുമത്ര കണ്ടു.
കാടും മഹാശൈലകുലങ്ങളേഴും
നാടും നദീപാളി സമുദ്രമേഴും
ആടും ഫണിശ്രേണി മനുഷ്യജാലം
ചാടും മൃഗവ്രാതവുമത്രകണ്ടാൾ.
പാലാഴിതന്നിൽ ഫണിരാജതല്പേ
ലീലാസുഖം പൂണ്ടഥ പള്ളികൊള്ളും
നീലാംബുദശ്യാമള വിഷ്ണുരൂപം
നാലാനനാദീപതി തത്ര കണ്ടാൾ.
രക്ഷോഗണം പക്ഷിതരക്ഷുജാലം
വൃക്ഷങ്ങളും പക്ഷികൾ കുക്ഷിജാലം
നക്ഷത്രമക്ഷത്രവിപക്ഷപക്ഷ-
ലക്ഷങ്ങളും തൽക്ഷണമത്ര കണ്ടാൾ.'

കാളിയമർദ്ദനം വരുമ്പോൾ നാരയണീയവുമായി വരികൾക്കു സാമ്യം വരുന്നുണ്ട്. ഭാഗവതംകിളിപ്പാട്ടിൽ ഉള്ളതിനെക്കാൾ ഹൃദ്യമാണ് നാരയണീയത്തിലെ ഈ ഭാഗം എന്നു പണ്ഡിതന്മാർ അഭിപ്രായപ്പെട്ടിട്ടുണ്ട്. അത്രത്തോളം ഭംഗി പക്ഷേ, നമ്പ്യാരുടെ വരികൾ സംവഹിക്കുന്നില്ല. ഒരു ഉദാഹരണം:

വേഗേന കാളിയനാമിവൻ തന്നെ ഞാൻ
ദൂരെക്കളവനെന്നദ്ധ്യാവസിച്ചുകൊ-
ണ്ടാരൂഢമോദാൽ തളിർത്തുകുളിർത്തൊരു
നീലക്കടമ്പു നില്ക്കുന്നതുകണ്ടതി-
ന്മേലാശു പാഞ്ഞുകരയേറി മെല്ലവെ...

(ഭാഗവതം കിളിപ്പാട്ട് -എഴുത്തച്ഛൻ)

'അഥവാരിണിഘോരതരം ഫണിനം
പ്രതിവാരയിതും കൃതധീർഭഗവൻ!
ദ്രുതമാരിധ തീരഗനീപതരും
വിഷമാരുതശോഷിതപർണ്ണചയം'

(നാരായണീയം- മേല്പുത്തൂർ)

അതിസങ്കടമാശു കണ്ടനേരം
മതിപത്മേ കനിവുള്ള വാസുദേവൻ
അധിരുഹ്യതദാ കടമ്പുതന്മേ-
ലധികപ്രഭാവമൊടു തത്ര നിന്നാൻ' (നമ്പ്യാർ)

ഇവിടെ ലാവണ്യപരമായി നാരായണീയപദ്യത്തോട് അടുത്തിനില്ക്കാൻ

മറ്റു രണ്ടെണ്ണത്തിനും കഴിയാതെവരുന്നു. അഞ്ചാം സർഗ്ഗത്തിൽ, ഗോപികമാരുടെ വസനം കവർന്നെടുക്കുന്ന ഭാഗത്തുള്ള ചില ശ്ലോകങ്ങൾ മധുരോദാരമായി അനുഭവപ്പെടുന്നുണ്ട്.

'നാണിച്ചു നാഥനുടെ മുമ്പിലണഞ്ഞുനിന്നാ-
രേണാങ്കബിംബമുഖിമാരഥ പാണികൂപ്പി
അന്നേരമാശു വസനങ്ങൾ കൊടുത്തു കൃഷ്ണൻ
മന്ദസ്മിതാർദ്രവദനൻ പുനരേവമൂചേ.'
"കാമിച്ചവസ്തു കനിവോടു വരുത്തുവൻ ഞാൻ
പ്രേമത്തിനിങ്ങു കുറവില്ല കൃശാംഗിമാരേ!
കാളിന്ദിതൻ പുളിനമുണ്ടിഹ വെൺനിലാവു-
മേളിച്ച രാത്രികളുമുണ്ടിനി വേണ്ടുവോളം."

കൃഷ്ണന്റെ പ്രണയതരളമായ വാഗ്ദാനം കാല്പനികഭംഗികളോടെ നമ്പ്യാർ അവതരിപ്പിച്ചിരിക്കുന്നു. ഇതുമൊക്കെ ബാലസാഹിത്യമെന്നു കള്ളിതിരിക്കുമോ ആവോ? പന്ത്രണ്ടു സർഗ്ഗങ്ങളിലായി 912 ശ്ലോകങ്ങൾ ഈ കൃതിയിലുണ്ട്. പന്ത്രണ്ടാമത്തെ സർഗ്ഗത്തിൽ കുചേലസദ്ഗതി വർണ്ണിക്കുന്നിടത്ത്, കുചേലപത്നി ഭർത്താവിനോടു സങ്കടം പറയുന്നത് ഭാവോൽക്കടമാണ്. ഇത്രയും ഹൃദയസ്പർശിയായി ഇല്ലായ്മ ചൊല്ലുന്ന വരികൾ മലയാളത്തിൽ ഉണ്ടായിട്ടുണ്ടോ എന്നു സംശയമാണ്.

'ഇല്ലങ്ങളിൽ ചെന്നു നടന്നിരന്നാ-
ലില്ലെന്നു ചൊല്ലുന്ന ജനങ്ങളേറും
അല്ലെങ്കിലാഴക്കരി നല്കുമപ്പോൾ
നെല്ലെങ്കിൽ മൂഴ,ക്കതുമന്തിനേരം.
ഉഴക്കുചോർകൊണ്ടൊരു വാസരാന്തം
കഴിക്കുമഞ്ചാറു ജനങ്ങളിപ്പോൾ
കിഴക്കുദിക്കുമ്പൊഴുതാത്മജന്മാർ
കഴല്ക്കുകെട്ടിക്കരയുന്നു കാന്താ..'

നല്ല മലയാളകവിതയ്ക്ക് ഉദാഹരണം ചോദിച്ചാൽ നമുക്ക് ഈ വരികൾ ധൈര്യമായി ചൂണ്ടിക്കാട്ടാം. ഇതാണു മുലപ്പാലിന്റെ സംശുദ്ധിയുള്ള മലയാളം. ഇതാണു കരളിൽ കുളിർകോരി നിൽക്കേണ്ട മലയാളം. ഈ കൃതിയെക്കുറിച്ച് 'വലിയ മെച്ച'മൊന്നുമില്ലാത്തത് എന്ന ഉള്ളൂരിന്റെ അഭിപ്രായം നേരത്തെ സൂചിപ്പിച്ചിരുന്നു. സംസ്കൃതവൃത്തങ്ങൾ നിപുണമായി ഉപയോഗിക്കാൻ നമ്പ്യാർക്കു കഴിഞ്ഞിട്ടില്ല എന്ന ആക്ഷേപവും ഉള്ളൂർ ഉന്നയിച്ചിരുന്നു. വളരെ ശക്തമായി ഇതിനെ വടക്കുംകൂർ എതിർത്തിരുന്നു. തന്റെ 'കേരളസാഹിത്യചരിത്രം ചർച്ചയും പൂരണവും' എന്ന കൃതിയിൽ അദ്ദേഹം എഴുതിയിരിക്കുന്നു,ഇങ്ങനെ: "സംസ്കൃത

വൃത്തങ്ങൾ കൈക്കൊണ്ടു ഭാഷയിൽ രസഭരിതങ്ങളായ പദ്യങ്ങൾ നിർമ്മിക്കുന്നതിനു ശ്രീകൃഷ്ണചരിതകാരൻ അതിനിപുണനെന്നു കൃതിയിലെ മിക്കവാറും എല്ലാ സർഗ്ഗങ്ങളും തെളിയിക്കുന്നു. എല്ലാം കൊണ്ടും പ്രസ്തുതകാവ്യതല്ലജത്തിന് അതർഹിക്കുന്ന 'വലിയമെച്ചം' സമ്മതിച്ചുകൊടുക്കുകതന്നെ വേണം"[8] സംസ്കൃതത്തിലെ ശ്രീകൃഷ്ണവിലാസത്തിന്റെ അനുകരണം മാത്രമാണു ശ്രീകൃഷ്ണചരിതം മണിപ്രവാളം എന്നു പറഞ്ഞ് കൃതിയിലെ ചില സദാചാരവാക്യങ്ങൾ എടുത്തുകാട്ടി പിൻവാങ്ങിയ ഭാഷാചരിത്രകാരനായ പി.ഗോവിന്ദപ്പിള്ളയെ ശ്രീ.സുകുമാർ അഴീക്കോട് നിശിതമായി വിമർശിച്ചുകാണുന്നു, സാഹിത്യ അക്കാദമി ഇറക്കിയ ഗ്രന്ഥത്തിന്റെ അവതാരികയിൽ:

"1) ചെറുപ്പകാലങ്ങളിലുള്ള ശീലം
മറക്കുമോ മാനുഷനുള്ളകാലം?
കാരസ്കരത്തിൻ കുരു പാലിലിട്ടാൽ
കാലാന്തരേ കയ്പു ശമിപ്പതുണ്ടോ?

2) ജലത്തിലെപ്പോളകളെന്നപോലെ
ചലം മനുഷ്യർക്കു ശരീരബന്ധം
കുലം ബലം പുത്രകളത്രജാലം
ഫലം വരാ മൃത്യു വരും ദശായാം.

ശ്രീകൃഷ്ണചരിതത്തിൽ നിന്നുള്ള ഇത്തരം അനേകം വരികൾ നമ്മുടെയെല്ലാം മനസ്സിൽ പച്ചപ്പുല്ലു പോലെ പടർന്നുപിടിച്ചുകിടപ്പുണ്ട്.

.....'മറക്കുമോ മാനുഷനുള്ളകാലം?',
'ജലത്തിലെപ്പോളകളെന്നപോലെ'

എന്നീ വരികളുടെ ഒഴുക്ക് കവിതാശക്തിയുടെ പരമോച്ചകോടിയിൽ നിന്നു മാത്രം ഉണ്ടാകുന്നതാണ്. അവയുടെ അതീവസാധാരണമായ ലാളിത്യം കൊണ്ട് നാം ഈ രഹസ്യം അറിയാതെപോകുന്നുവെന്നേയുള്ളു. അങ്ങനെ അറിയാതാക്കുന്നതാകട്ടെ, മഹാകവികൾക്കു മാത്രം സാധിക്കുന്ന വലിയ ഒരു കലാകൗശലമാകുന്നു." ഇവിടെ അഴീക്കോടു പറഞ്ഞിരിക്കുന്നത് ഒരു വലിയ കാവ്യസത്യമാണ്. അതിലാളിത്യം പലപ്പോഴും അനുവാചകനെ വഴിതെറ്റിക്കും! നമ്പ്യാർ ഇത്തരം ലോകോക്തികൾ ഉപയോഗിച്ചു കവിതയെഴുതി എന്നാണ് പൊതുവെ ധരിച്ചുവച്ചിരിക്കുന്നത്. നമ്പ്യാർ സ്വയം സൃഷ്ടിച്ചെടുത്ത ഉക്തികൾ ചൊല്ലിപ്പതിഞ്ഞു ലോകോക്തികളായവയെത്രയെന്നു കൂടി കണക്കെടുക്കണം. നമ്പ്യാർവചനങ്ങൾ മലയാളിയുടെ ജീവിതത്തിൽ കലർന്നതു പോലെ മറ്റൊരു കവിയുടെയും വചനങ്ങൾ കലർന്നിട്ടില്ല എന്നുറപ്പിച്ചു പറയാൻ നമുക്കു കഴിയും. തുള്ളൽപൂർവ്വകൃതികളിൽ ഭാഷാപരമായ ഈടുവയ്

പുകളും മലയാളപദസന്നിവേശമാധുര്യവും കാവ്യഗുണവും കണക്കിലെടുത്താൽ ശ്രീകൃഷ്ണചരിതം അത്യന്തം ഗണനീയമായ കൃതിയാണെന്നു പറയാൻ ആരും മടിക്കേണ്ടതില്ല.

കിരാതം വഞ്ചിപ്പാട്ട്

മലയാളത്തിലെ ആദ്യത്തെ വഞ്ചിപ്പാട്ട്, കുഞ്ചൻനമ്പ്യാർ രചിച്ച 'കിരാതം' ആണെന്നും അത് സാഹിത്യചരിത്രകാരന്മാർ ശ്രദ്ധിക്കേണ്ടതാണെന്നും കുഞ്ചൻനമ്പ്യാർ എന്ന പുസ്തകത്തിൽ പറയുന്നു. (2009-ൽ സാഹിത്യഅക്കാദമി 'മലയാളത്തിലെ ആദ്യത്തെ വഞ്ചിപ്പാട്ട് -കിരാതം' എന്ന ശീർഷകത്തിൽ ഇറക്കിയ പുസ്തകത്തിന്റെ ആമുഖപഠനം അതേ വർഷം തന്നെ എൻ.ബി.എസ്സിലൂടെ ഇറങ്ങിയ കുഞ്ചൻ നമ്പ്യാർ എന്ന പുസ്തകത്തിലും വള്ളിപുള്ളിവിസർഗ്ഗവ്യത്യാസമില്ലാതെ കാണുന്നു! ഒരു വ്യത്യാസം വന്നിട്ടുണ്ട്-അക്കാദമി ഇറക്കിയ പുസ്തകം, നമ്പ്യാരുടെ കിരാതം കൃതിയുടെ text - 8 പുറം- ഒഴിവാക്കപ്പെട്ട്, എൻ.ബി.എസ്സിലൂടെ ഇറക്കിയ പുസ്തകത്തിൽ ഒരദ്ധ്യായമായി മാറിയിരിക്കുന്നുവെന്നതാണത്!) 'കിരാതം' കണ്ടെത്തിയ താളിയോലക്കെട്ടിൽ /കയ്യെഴുത്തുപ്രതിയിൽ വഞ്ചിപ്പാട്ട് എന്നു രേഖപ്പെടുത്തിയിരുന്നിരിക്കാൻ സാദ്ധ്യതയില്ല. അക്കാലത്തു വഞ്ചിപ്പാട്ടെന്നു വിളിക്കപ്പെട്ടിരുന്ന ഏതെങ്കിലും പാട്ടുകളുണ്ടായിരുന്നോ? കണ്ടെത്തിയവർ, ആ കൃതി വഞ്ചിപ്പാട്ടാണ് എന്നങ്ങു സ്വയം തീരുമാനിച്ചോ? അതിന് അവരെ പ്രേരിപ്പിച്ചതെന്താകാം? വൃത്തവിശേഷമോ?

ഇതരസാഹിത്യ പ്രസ്ഥാനങ്ങൾ പോലെ വഞ്ചിപ്പാട്ട് എന്നൊരു പ്രസ്ഥാനം നമുക്കുണ്ടോ? ഉണ്ടെങ്കിൽ അതിന്റെ സവിശേഷതകൾ എന്തൊക്കെയാണ്? ആ സവിശേഷതകൾ ആദ്യമായിക്കാണുന്നത് ഈ കൃതിയിലാണോ? 'നതോന്നത'വൃത്തത്തിൽ വിരചിക്കുന്ന കൃതിയെയാണോ വഞ്ചിപ്പാട്ട് എന്നു വിളിക്കുന്നത്? ഇത്തരം സംശയങ്ങൾ ആരും ചോദിക്കാവുന്നതാണ്. രാമപുരത്തുവാര്യരുടെ കുചേലവൃത്തമാണ് അറിയപ്പെടുന്ന ആദ്യത്തെ വഞ്ചിപ്പാട്ട് എന്നും പറഞ്ഞുവരുന്നു. ആരാണ് ഈ വഞ്ചിപ്പാട്ടിനു ലക്ഷണം കുറിച്ചിട്ടുള്ളത് ? കുചേലവൃത്തം ഭേദപ്പെട്ട ഒരു കാവ്യമാണ്. അതിന്റെ നിർമ്മാണത്തെക്കുറിച്ചു പറഞ്ഞു കേൾക്കുന്ന ഐതിഹ്യം രസകരവുമാണ്. നമ്പ്യാർ പെട്ടെന്നു തട്ടിൽ കേറി കല്യാണസൗഗന്ധികം തുള്ളിയെന്നു പറയുന്നതു പോലെ അവിശ്വസനീയമാണ് ആ ഐതിഹ്യവും. വഞ്ചിയിൽ (യന്ത്രവത്കൃതമായ

ബോട്ടുകൾ അന്നു സാർവ്വത്രികമായി നിലവിൽ വന്നിട്ടുണ്ടായിരുന്നില്ല. 'കുഞ്ചൻനമ്പ്യാർ','കിരാതം' തുടങ്ങിയ കൃതികളിൽ ബോട്ട് എന്നാണെഴുതിക്കാണുന്നത്. ഇപ്പോൾ കുട്ടനാട്ടുകാർ ബോട്ട് എന്നുവിളിക്കുന്നത് യന്ത്രം വച്ചു പ്രവർത്തിപ്പിക്കുന്നതിനെ മാത്രമാണ്. അല്ലെങ്കിൽത്തന്നെ, ബോട്ട് എന്ന ഇംഗ്ലീഷുപദം ഇവിടെ ഉപയോഗിച്ചിരിക്കുന്നതെന്താണെന്നു മനസ്സിലായില്ല. ബോട്ടിൽ വച്ചു പാടിയിരിക്കാൻ സാദ്ധ്യത ബോട്ടുപാട്ടല്ലേ?!) കൂടെ യാത്ര ചെയ്തപ്പോൾ വഞ്ചി തുഴയാൻ പാകത്തിൽ ഈണമോ താളമോ ഉള്ള വരികൾ ചൊല്ലാൻ രാജാവ് വാര്യരോടാവശ്യപ്പെട്ടിട്ടുണ്ടാവാം. വാര്യർ നേരത്തെ എഴുതി ഹൃദിസ്ഥമാക്കിയിരുന്ന കുചേലവൃത്തം ചൊല്ലിക്കേൾപ്പിച്ചും കാണും. അല്ലെങ്കിൽ ഓലയുടെ സഹായത്തോടെ ചൊല്ലിയിട്ടുണ്ടാവും. ഇത്രയുമൊക്കെ ആ ഐതിഹ്യത്തിൽ നിന്നു നമുക്കു വിശ്വസിക്കാവുന്നതാകുന്നു. വൈക്കത്തുനിന്നു വഞ്ചി തുഴഞ്ഞ് തിരുവനന്തപുരത്തെത്താൻ കൂടിയാൽ ഒരു ദിവസം മതിയാകും. ഇതിനോടകത്ത് കുചേലവൃത്തം എഴുതിക്കളഞ്ഞു എന്നൊക്കെ വിശ്വസിക്കാൻ ആർക്കും അല്പം പ്രയാസം നേരിടും.

നതോന്നതയിലെഴുതുന്നതാണ് വഞ്ചിപ്പാട്ടെങ്കിൽ കുമാരനാശാന്റെ 'കരുണ' വഞ്ചിപ്പാട്ടല്ലേ?

'ചെത്തി മന്ദാരം തുളസി പിച്ചകമാലകൾ ചാർത്തി
ഗുരുവായൂരപ്പാ നിന്നെക്കണികാണണം.'

എന്ന വയലാറിന്റെ സിനിമാപ്പാട്ട് വഞ്ചിപ്പാട്ടല്ലേ? തുള്ളലിൽത്തന്നെ നതോന്നത വൃത്തത്തിൽ ധാരാളം വരികൾ രചിച്ചു കാണുന്നുണ്ടല്ലോ. അവയൊക്കെ വഞ്ചിപ്പാട്ടുകളാണോ? വഞ്ചിപ്പാട്ടായി ചൊല്ലുന്ന ഏതു കീർത്തനവും വഞ്ചിപ്പാട്ടാകുമോ? എങ്കിൽ, 'അഞ്ജനശ്രീധരാ, ചാരുമൂർത്തേ കൃഷ്ണാ.' എന്ന കീർത്തനം വള്ളപ്പാട്ടായി പാടി താളമിട്ടു ഞങ്ങൾ കളിവള്ളം തുഴഞ്ഞിട്ടുണ്ട്. അതു വഞ്ചിപ്പാട്ടാകുമോ? കേവഞ്ചികളിൽ നിന്നു രാത്രികാലങ്ങളിൽ നീട്ടിപ്പാടുന്ന നാടൻ ശീലുകൾ കേട്ടിട്ടുണ്ട്. അവ വഞ്ചിപ്പാട്ടിൽ പെടുമോ? ഒരു കൃതി എഴുതി അതിനു മീതെ/ചോടെ വഞ്ചിപ്പാട്ട് എന്നെഴുതിയാൽ വഞ്ചിപ്പാട്ടാകുമോ? കുചേലവൃത്തം പോലും നിയതമായ അർത്ഥത്തിൽ ഒരു കാവ്യം മാത്രമാണ്. അതു വഞ്ചി തുഴയുമ്പോൾ ഉപയോഗിക്കാൻ പാകത്തിൽ താളമിട്ടു ചൊല്ലാവുന്ന നതോന്നത വൃത്തത്തിലാണു നിബന്ധിച്ചിരിക്കുന്നത് എന്നല്ലേയുള്ളു? ഒട്ടുമിക്ക താളാത്മകവൃത്തങ്ങളും വഞ്ചിപ്പാട്ടായി ഉപയോഗിച്ചുകൂടേ? ആ വൃത്തങ്ങളിലെഴുതപ്പെട്ടിരിക്കുന്ന കാവ്യങ്ങളൊക്കെ അപ്പോൾ വഞ്ചിപ്പാട്ടാകുമോ? കിരാതം എന്നത് നതോന്നതയിൽ എഴുതപ്പെട്ട നമ്പ്യാർ കാവ്യമാണ്. അതുകൊണ്ടു കുചേലവൃത്തത്തിന്റെ

സ്ഥാനം നഷ്ടപ്പെടുന്നില്ല. ആദ്യമായി നതോന്നത ഉപയോഗിച്ചത് അല്ലെങ്കിൽത്തന്നെ, രാമപുരത്തു വാര്യരാണെന്ന് ആരെങ്കിലും പറഞ്ഞോ? നമ്പ്യാർ തന്നെ ഈ വൃത്തം തുള്ളൽക്കൃതികളിൽ ഉപയോഗിച്ചിരുന്നില്ലേ? അപ്പോൾപ്പിന്നെ, വഞ്ചിപ്പാട്ടിന്റെ വേറെയും ലക്ഷണങ്ങൾ കൃത്യമായി ഉണ്ടാക്കി ആ മാനദണ്ഡങ്ങൾ വച്ചുകൊണ്ട് 'ഇതു വഞ്ചിപ്പാട്ടാണ്' എന്നു പറയാൻ കഴിയണം.

കുചേലവൃത്തത്തിൽ മാർത്താണ്ഡവർമ്മയെ പ്രകീർത്തിച്ചിരിക്കുന്നതിനാൽ കൃതിയുടെ രചനാപരമായ ഐതിഹ്യം തന്നെ തെറ്റാണെന്നു 'കുഞ്ചൻനമ്പ്യാർ'എന്ന പുസ്തകത്തിൽ പറഞ്ഞിരിക്കുന്നു. നമ്പ്യാരും വാര്യരുമൊക്കെ സമകാലികരായിരുന്നുവെന്നതും ഓർമ്മിക്കേണ്ടതുണ്ട്. കുചേലവൃത്തം കഴിഞ്ഞാൽ പിന്നെയുള്ള വഞ്ചിപ്പാട്ടുകളിൽ 'കിരാത'വും ഉള്ളൂർ ഉൾപ്പെടുത്തിക്കാണുന്നുണ്ട്. ഏത് ആദ്യമുണ്ടായി എന്നുള്ള കാര്യത്തിന് എന്തെങ്കിലും ഗൗരവമുള്ളതായി ഉള്ളൂരിനും തോന്നിയിട്ടുണ്ടാവില്ല. വഞ്ചിപ്പാട്ട് ഒരു മഹത്തായ പ്രസ്ഥാനമായി ഉരുവംകൊണ്ടു വികസിച്ചിരുന്നുവെങ്കിൽ, ചരിത്രപരമായ പ്രസക്തിക്കായി വേണമെങ്കിൽ ഇത് ഉയർത്തിക്കാട്ടുന്നതിൽ തെറ്റില്ല. നിർഭാഗ്യവശാൽ(അതോ ഭാഗ്യവശാലോ?),അങ്ങനെയൊന്നും സംഭവിച്ചതുമില്ല! ചക്രപ്പാട്ടും പറയൻപാട്ടും മാരൻപാട്ടും കുത്തിയോട്ടപ്പാട്ടും ഒക്കെപ്പോലെ നിർദ്ദിഷ്ടവിഭാഗത്തിൽ ചേർന്നുനില്ക്കാൻ പോലും കുചേലവൃത്തം ഒഴികെ വഞ്ചിപ്പാട്ടെന്നു വിശേഷിപ്പിക്കപ്പെട്ട ഒരു കൃതിക്കും കഴിഞ്ഞിട്ടില്ല. കുചേലവൃത്തം നിലനിന്നതും നിൽക്കുന്നതും അത് ഒരു വഞ്ചിപ്പാട്ടായതുകൊണ്ടല്ല പ്രത്യുത, ഭാവാത്മകമായ കാവ്യമായതുകൊണ്ടാണ്. അക്കാദമികതാല്പര്യങ്ങൾക്കായി അനാവശ്യമായ ഇത്തരം വേർതിരിവുകൾ കണ്ണുമടച്ചു സ്വീകരിക്കുന്ന ഏർപ്പാട് ഇനിയെങ്കിലും മലയാളി നിർത്തേണ്ടിയിരിക്കുന്നു. സന്ദേശകാവ്യപ്രസ്ഥാനം എന്നൊക്കെ പറഞ്ഞുനടക്കുന്നുണ്ടെങ്കിലും ആ വകയിൽ അതൊന്നേയുള്ളുവെന്നു വിവരമുള്ളവർ പലരും പറഞ്ഞുകഴിഞ്ഞതോർക്കുക. മറ്റുള്ളതൊക്കെ ചില സാഹിത്യകൗതുകങ്ങൾക്കപ്പുറത്തേക്കു വല്ലപ്പോഴും കടക്കുന്നില്ല എന്നില്ല. മയൂരസന്ദേശം മേഘസന്ദേശത്തെക്കാൾ മെച്ചമാണെന്നു സൂചിപ്പിക്കപ്പെട്ടപ്പോൾ, മുണ്ടശ്ശേരിമാഷ്, ദൂതന്മാരുടെ സഞ്ചാരപഥങ്ങൾക്കുള്ള വ്യത്യാസം കൃതികൾക്കുമുണ്ട് എന്നാണു പറഞ്ഞത്. (മേഘം വളരെ മീതേ സഞ്ചരിക്കുന്നു; പക്ഷേ, മയിൽ ഇരുപതോ മുപ്പതോ അടി ഉയരത്തിലും! -ഇത് ഓർമ്മയിൽ നിന്നു കുറിക്കുന്നത്.)[8(1)] മുമ്പേ ഗമിക്കുന്ന ഗോവിന്റെ പിമ്പേ ഗമിക്കുന്നതു സാഹിത്യത്തിൽ പ്രാധാന്യമുള്ള കാര്യമല്ല. അവിടെ രൂപപരമാണെങ്കിൽ പോലും മൗലികതയ്ക്കും

നവീനതയ്ക്കുമാണ് കൂടുതൽ സ്ഥാനം എന്നു സാഹിത്യവിദ്യാർത്ഥികളും മനസ്സിലാക്കിക്കഴിഞ്ഞിട്ടുള്ളതാണ്.

വഞ്ചിപ്പാട്ടെന്നതു മറന്ന്, നതോന്നത ചൊല്ലേണ്ട രീതിയിൽ, 'കരുണ'യും മറ്റും നാം ചൊല്ലുന്നതു പോലെ, ചടുലതകളും ശബ്ദനതോന്നതങ്ങളും കളഞ്ഞ്, കുചേലവൃത്തം ഭാവാത്മകമായി ഒന്നു ചൊല്ലിനോക്കുക. വഞ്ചിപ്പാട്ടെന്ന സംജ്ഞ ഉപേക്ഷിക്കണമെന്നു ഭാവുകനു തോന്നും! 'കരുണ' പോലെയുള്ള ഭാവാത്മകകൃതികൾ വള്ളപ്പാട്ടു പാടുന്നതുപോലെ പാടിയാൽ കേട്ടുനില്ക്കുന്നവർ സഹിക്കുമെന്നു കരുതുക പ്രയാസമാണ്. വഞ്ചിയിൽ വച്ചു രചിച്ചു എന്ന് ഐതിഹ്യമുള്ളതു കൊണ്ടോ, വള്ളംകളിക്കു പാടാൻ ആരെങ്കിലും ഉപയോഗിച്ചതുകൊണ്ടോ ഒരു കാവ്യത്തെ വഞ്ചിപ്പാട്ടെന്നു കള്ളിതിരിച്ചു നിർത്താൻ ആർക്ക് ആര് അവകാശം നല്കിയെന്നു ഭാഷയിൽ പെരുമാറുന്നവർ ഇനിയെങ്കിലും ചോദിച്ചു തുടങ്ങണം. വഞ്ചിയിലിരുന്നു ചമച്ചെന്നോ വഞ്ചിയിൽ വച്ചു ചൊല്ലിയെന്നോ ഐതിഹ്യം നിർമ്മിക്കുക, എന്നിട്ട്, അക്കാരണത്താൽ ആ കൃതിയെ വഞ്ചിപ്പാട്ടെന്നു മുദ്രകുത്തുക, വ്യാസന്റെ കൃതി പരിഭാഷപ്പെടുത്തിയ ആളിനെ കേരളവ്യാസനെന്നു വിളിക്കുക, ഇബ്സനെ അനുകരിച്ചു നാടകമെഴുതിയ ആളിനെ മലയാളത്തിലെ ഇബ്സൻ എന്നു വിളിക്കുക, കൊണ്ടും കൊടുത്തും അനേകായിരങ്ങൾ കാലങ്ങളിലൂടെ കരുപ്പിടിപ്പിച്ചെടുത്ത ഒരു ഭാഷയ്ക്കു പിതാവിനെ നിർണ്ണയിക്കുക (അനുനിമിഷം അനന്തകോടി വിനിമയങ്ങൾ നിർമ്മിച്ച് മുമ്പോട്ടു കുതിക്കുന്ന പ്രവാഹനൈരന്തര്യമാണ് ഒരു ചെറിയഭാഷ പോലും എന്നിരിക്കെ, ലോകത്താകെയുള്ള ആയിരക്കണക്കിനു ഭാഷകളിൽ നമ്മുടെ കുഞ്ഞുമലയാളത്തിനു മാത്രമാണ് ഒരു പിതാവിനെ ചുമക്കേണ്ടിവന്നിട്ടുള്ളത്! ഭാഷയ്ക്കു ലിപിയുണ്ടാക്കിയതു കൊണ്ട് എഴുത്തച്ഛനെ ഭാഷയുടെ പിതാവായി കാണാമെന്ന് അടുത്തകാലത്ത് തീക്കടൽകടഞ്ഞെടുത്ത ഒരു തിരുമധുരവും മലയാളിക്കു നുണയാനായി!- വീണ്ടുവിചാരം, മലയാളം വാരിക നവംബർ 2, 2012,പുറം.8) തുടങ്ങിയ അസംബന്ധങ്ങൾ മലയാളി ഇനിയെങ്കിലും പുനഃപരിശോധിക്കുകയും നിർത്തലാക്കുകയും ചെയ്യണമെന്ന് സാന്ദർഭികമായി പറയേണ്ടതുണ്ട്.

മറ്റൊരു കാര്യം കൂടി ഇവിടെ പരിഗണിക്കേണ്ടതായിവരുന്നു. നതോന്നത വൃത്തത്തിൽ എഴുതുന്നതാണു വഞ്ചിപ്പാട്ട് എങ്കിൽ നമ്പ്യാരുടെതന്നെ ബാല്യകാലകൃതിയെന്നു ശ്രീ.എസ്.എൻ കൃഷ്ണപിള്ള അവർകളുടെ വിശേഷണവുമായി കേരളസാഹിത്യഅക്കാദമി പുറത്തിറക്കിയ ഭാഗവതം ഇരുപത്തിനാലുവൃത്തത്തിൽ പതിനേഴാമത്തെ വൃത്തം നതോന്നതയാണ്.[9] നതോന്നതയിൽ 98 അടികൾ ഉള്ള ഈ ഭാഗം എന്തായാലും 'കിരാത'ത്തിനു മുമ്പ് എഴുതിയതാണെന്നു കരുതണം. അതിനു

മുമ്പ് നതോന്നതയിൽ എത്രയോ പേർ കവിത രചിച്ചിട്ടുണ്ടാവും? ആദ്യത്തെ വഞ്ചിപ്പാട്ട് എന്ന വിശേഷണം, പ്രസ്തുത കൃതി സാഹിത്യ അക്കാദമി ഇറക്കിയതായതിനാൽ വ്യാപാരപ്രേരിതമാണെന്നു കരുതുകവയ്യ. ഉള്ളൂർ കേരളസാഹിത്യചരിത്രത്തിൽ എഴുതിയിരിക്കുന്നതു നോക്കുക: 'തുഴക്കാർ പാടുന്ന പാട്ടുകളാണ് നതോന്നത വൃത്തത്തിലുള്ള സാക്ഷാൽ വഞ്ചിപ്പാട്ടുകൾ. അവയിൽ ചിലതിനെല്ലാം എട്ടാം ശതകത്തോളം പഴക്കമുണ്ടെന്നു നാം ദേവനാരായണസ്തോത്രരൂപങ്ങളായ ഒന്നിലധികം ഗാനങ്ങളിൽ നിന്ന് ഇതിനുമുമ്പ് ധരിച്ചുകഴിഞ്ഞിരിക്കുന്നു.'[10] അപ്പോൾ ഏതാണ് ആദ്യത്തെ വഞ്ചിപ്പാട്ട്? വഞ്ചിപ്പാട്ട് എന്ന പേരുതന്നെ രാമപുരത്തുവാര്യരുടെ കുചേലവൃത്തത്തിന് ആരോ നല്കിയതാവണം. അതിനു മുമ്പും നതോന്നതയിൽ പലരും എഴുതിയിട്ടുണ്ട്. അപ്പോൾ വഞ്ചിപ്പാട്ട് എന്ന ഒരു പ്രസ്ഥാനമുണ്ടാകുന്നതിനു മുമ്പ്(അങ്ങനെയൊന്നുണ്ടായിട്ടുണ്ടെന്നു ശാഠ്യംപിടിക്കുന്നുവെങ്കിൽ) ഉണ്ടായ നതോന്നതക്കവിതകളെ നാം വഞ്ചിപ്പാട്ടെന്നു വിളിക്കുമോ? കൂടാതെ, ഉള്ളൂർ തന്നെ, "യാത്രക്കളിയിൽ പാടുന്ന 'കിരാതം'വഞ്ചിപ്പാട്ടും" എന്നെഴുതിയിരിക്കുന്നതിൽ നിന്ന് അതു വഞ്ചി തുഴയാൻ ഉപയോഗിച്ചിരുന്നില്ല എന്നു വരുന്നില്ലേ? കുചേലവൃത്തം പോലെ കുറച്ചൊക്കെ അത്മബലമുള്ള കാവ്യങ്ങളെ വള്ളപ്പാട്ടെന്നു കള്ളിതിരിച്ചു തരം താഴ്ത്തിയതാരാണ്? കുചേലവൃത്തം യഥാർത്ഥത്തിൽ ഹൃദ്യമായ ഭക്തികാവ്യമല്ലേ? ചില കാവ്യങ്ങൾ ചില സവിശേഷ വിനോദങ്ങൾക്കുപയോഗിച്ചുവെന്നു കരുതി അങ്ങനെ യുള്ള കാവ്യങ്ങളെ കള്ളിതിരിച്ചു നിർത്തുന്നത് അഭിലഷണീയമാണോ എന്നു ചിന്തിക്കണം. അങ്ങനെ ചെയ്യണമെന്നു നിർബ്ബന്ധമുള്ളവർ കിരാതത്തെ യാത്രക്കളിപ്പാട്ടെന്നല്ലേ വിശേഷിപ്പിക്കേണ്ടത്? കുട്ടനാട്ടിലെ നാടൻപാട്ടുകൾ അന്വേഷിച്ചിറങ്ങിയ ശ്രീ.കാവാലം വിശ്വനാഥക്കുറുപ്പ്, നതോന്നതയിൽ രചിക്കപ്പെട്ട രാമായണം കണ്ടെടുത്തിരുന്നു.(കുട്ടനാടിന്റെ തനിമയും പാട്ടുകളും, പുറം.89 കേരളസാഹിത്യഅക്കാദമി,1989) ഇതിന്റെ പഴക്കം കൃത്യമായി അറിയില്ലെങ്കിലും ചക്രപ്പാട്ടായിട്ടാണ് ഇത് ഉപയോഗിച്ചുവന്നിരുന്നതെന്നു വ്യക്തമാണ്. രാമായണം സുന്ദരകാണ്ഡം കഥ പറയുന്ന ഈ പാട്ട് ഔപയോഗികത പരിഗണിച്ചാൽ ചക്രപ്പാട്ടും നതോന്നതയിൽ രചിതമാകയാൽ വഞ്ചിപ്പാട്ടുമെന്നു വരുന്നു! ചക്രപ്പാട്ടിനെ വഞ്ചിപ്പാട്ടെന്നു വിളിക്കാൻ ഇവിടെ നാം നിർബ്ബന്ധിക്കപ്പെടുന്നുവെന്നു സാരം.

ഉള്ളുറപ്പുള്ള സാഹിത്യകൃതികളുടെ പെരുമ കണക്കിലെടുത്തുകൊണ്ടാവണം ഏതു ഭാഷയിലെയും സാഹിത്യത്തിന്റെ മികവുകൾ അളന്നെടുക്കേണ്ടത്. അല്ലാതെ, പ്രസ്ഥാനപ്പെരുക്കങ്ങൾ അളന്നുകൂട്ടിയാവരുത്. നമ്പ്യാർക്കു നല്കിയ 'ആദ്യവഞ്ചിപ്പാട്ടിന്റെ രചയിതാവ്' എന്ന

സ്ഥാനം അസംബന്ധമാണ്. അതു നല്കിയാലും നമ്പ്യാർക്കോ നമ്പ്യാർസാഹിതിക്കോ കൂടുതൽ യശഃസ്കരമായി എന്തെങ്കിലും ലഭിക്കുന്നുമില്ല. നാളെ, ഇത് നമ്മുടെ പി.എസ്. സി. ചോദ്യങ്ങളിൽ കടന്നുകൂടുമെന്നോർമ്മിക്കേണ്ടതുണ്ട്. ഇത്തരം അസംബന്ധങ്ങൾ പി.എസ്. സി. ചോദ്യങ്ങളിലും ഇതര പരീക്ഷാചോദ്യങ്ങളിലും കടന്നുകൂടാതിരിക്കാൻ ഭാഷാസ്നേഹികൾ പ്രേരിപ്പിക്കേണ്ടതുണ്ട്.

ഇനി 'കിരാതം ' എന്ന നതോന്നതക്കൃതി പരിശോധിക്കാം. മലയാളത്തിലെ ആദ്യത്തെ വഞ്ചിപ്പാട്ട് -കിരാതം- കുഞ്ചൻനമ്പ്യാർ- സംശോധനം പഠനം-ഡോ.അമ്പലപ്പുഴ ഗോപകുമാർ എന്നു പുറഞ്ചട്ടയിൽ നല്കിയാണ് സാഹിത്യ അക്കാദമി 2009-ൽ ഈ കൃതി ഇറക്കിയത്. നമ്പ്യാരുടെ വ്യക്തിവിവരം നല്കിയിരിക്കുന്നിടത്ത്, 'ചെമ്പകശ്ശേരി രാജാവിന്റെ ആശ്രിതനായി കൊല്ലവർഷം 919-ൽ തിരുവനന്തപുരത്ത് രാജകൊട്ടാരത്തിൽ അദ്ദേഹം പാർത്തിരുന്നതിനു തെളിവുകളുണ്ട്' എന്നെഴുതിയിരിക്കുന്നു. ഇതു വായിക്കുന്നവർ ചെമ്പകശ്ശേരിയുടെ തലസ്ഥാനം തിരുവനന്തപുരമായിരുന്നെന്നു ധരിച്ചുപോവില്ലേ? ചെമ്പകശ്ശേരി രാജാവിന്റെ ആശ്രിതനായിരുന്ന കാലത്തുതന്നെ തിരുവനന്തപുരത്തു രാജകൊട്ടാരത്തിൽ അദ്ദേഹം പാർത്തിരുന്നുവെന്നാണ് അർത്ഥമാക്കുന്നതെന്നു കരുതിയാൽ, വീണ്ടും ചോദിച്ചുപോകും; ഇതറിഞ്ഞിരുന്നിട്ടും 2009-ൽത്തന്നെ എസ്.പി.സി.എസ്. വഴി എഴുതിപ്പുറത്തിറക്കിയ 'കുഞ്ചൻനമ്പ്യാർ' എന്ന പുസ്തകത്തിൽ എന്തിനാണ് മാത്തൂർ പണിക്കരുടെ ശിപാർശയോടെ തിരുവനന്തപുരത്തേക്കു നമ്പ്യാർ പോയി എന്നെഴുതിയത് എന്ന്. അതവിടെ നിൽക്കട്ടെ.

നമ്പ്യാർ എഴുതിയ 'വഞ്ചിപ്പാട്ട് വളരെയൊന്നും മേന്മ അവകാശപ്പെടുവാൻ കഴിയുന്നതല്ല' എന്ന് അന്നത്തെ സാഹിത്യഅക്കാദമി സെക്രട്ടറി ശ്രീ.പുരുഷൻ കടലുണ്ടി കുറിച്ചിരിക്കുന്നു. പാഠം ലഭ്യമാക്കുക എന്ന ലക്ഷ്യമേയുള്ളുവെന്ന് അദ്ദേഹം കുട്ടിച്ചേർത്തിരിക്കുന്നു. അപ്പോൾ പാഠപരിശോധന നിശിതവും യുക്തിസഹവുമാകണ്ടേ? നമുക്ക് ആ പാഠം ഒന്നു പരിശോധിക്കാം. പദ്യഭാഗത്തെ സംഭാഷണങ്ങൾ ഉദ്ധരണിച്ചിഹ്നങ്ങളില്ലാതെ തുടരെ അച്ചടിച്ചിരിക്കുന്നതിനാൽ ആശയക്കുഴപ്പം സൃഷ്ടിക്കുന്ന സ്ഥലങ്ങൾ ഏറെയാണ്. 'അമ്പിളിത്തെല്ലണിഞ്ഞോനേ...'എന്ന 49-ാമത്തെ വരി തൊട്ട് 58-ാമത്തെ വരിവരെ ഇന്ദ്രൻ, ശിവനോടും 61 മുതൽ 64 വരെ ഇന്ദ്രൻ തന്നെ പാർവ്വതിയോടും 67 മുതൽ 68 വരെ പാർവ്വതി, ശിവനോടും 71 മുതൽ 72 വരെ ശിവൻ, പാർവ്വതിയോടും പറയുന്ന വാക്കുകളാണു കൃതിയിൽ കാണുന്നത്. 109 മുതൽ 120 വരെ ശിവൻ, അർജ്ജുനനോടും 123 മുതൽ 130 വരെ പാർത്ഥൻ, ശിവനോടും

132 മുതൽ 154 വരെ ശിവൻ, പാർത്ഥനോടും 157 മുതൽ 181 വരെ പാർത്ഥൻ, ശിവനോടും 184 മുതൽ 193 വരെ വീണ്ടും പാർത്ഥൻ, ശിവനോടും 194 മുതൽ 211 വരെ ശിവൻ, പാർത്ഥനോടും പറയുന്ന വാക്കുകൾ ഭാവുകൻ വായിക്കുന്നു. ഇങ്ങനെ സംഭാഷണത്തിനു പ്രാധാന്യമുള്ള കാവ്യത്തിൽ ആര് ആരോടു പറഞ്ഞുവെന്നറിയാൻ കാവ്യത്തിൽ സൂചനകളില്ലാതെവരുമ്പോൾ ഭാവുകനെ സഹായിക്കാൻ ചിഹ്നങ്ങൾ നിർബ്ബന്ധമായും ഉപയോഗിക്കേണ്ടതാകുന്നു.

'അർദ്ധചന്ദ്രക്കലാധരനിപ്രകാരമരുൾചെയ്തു
ഇന്ദ്രപുത്രനതു കേട്ടൊന്നുതത്താനപ്പോൾ'

എന്ന വരികളിൽ നിന്നു മനസ്സിലാകുന്നത് അതു വരെ ശിവൻ പറഞ്ഞുവെന്നും പാർത്ഥൻ വിതർക്കമുണ്ടാക്കിക്കൊണ്ടു ബാക്കി പറയുന്നുവെന്നുമാണ്.('ഉതത്തുക' എന്ന വാക്കിന്റെ അർത്ഥമൊന്നും പഠനത്തിൽ നല്കിയിട്ടില്ല. 'ഉത'എന്നത് വിതർക്കം, സമുച്ചയം, ചോദ്യം ഇവയെ സൂചിപ്പിക്കുന്നു. ഇന്ദ്രപുത്രൻ അതു കേട്ടു ചോദിച്ചുവെന്നോ തർക്കമുന്നയിച്ചുവെന്നോ അർത്ഥമെടുക്കാമെന്നു തോന്നുന്നു.) പക്ഷേ, അതുവരെ സംസാരിക്കുന്നതും പാർത്ഥൻ തന്നെയാണ് എന്നത് പാഠപരിശോധകൻ ശ്രദ്ധിച്ചിട്ടില്ല. ഉദ്ധൃതവരികൾക്കു മുമ്പ് ഏതോ ചില വരികൾ വിട്ടുപോയിരിക്കുന്നുവെന്നു സ്പഷ്ടമാണ്. ഈ രണ്ടു വരികൾ എടുത്തുകളഞ്ഞാൽ പക്ഷേ, അർജ്ജുനന്റെ ഭാഷണത്തിന്റെ തുടർച്ചയായി ബാക്കി കരുതാവുന്നതേയുള്ളുതാനും. *'ശങ്കരനെ ദുഷിക്കുന്ന നിൻ കരളു പിളർപ്പൻ ഞാൻ'* എന്നു തുടങ്ങി *'അന്നു നിന്റെ ചെവി രണ്ടുമെങ്ങെടാ മൂഢാ'* എന്നു വരെയുള്ള വരികൾ പാർത്ഥന്റെ ഭാഷണമാണെന്നു തീർച്ചപ്പെടുത്താൻ കഴിഞ്ഞിരുന്നെങ്കിൽ പാഠസംശോധകന് ഈ രണ്ടുവരികൾ വിട്ടുകളയുന്നതാണ് അഭിലഷണീയം എന്നു തോന്നുമായിരുന്നു.

'എന്ന നേരമർജ്ജുനൻ താനയച്ചോരുബാണമെല്ലാം
നന്നു നന്നു സൂനമായിപ്പോയതും കണ്ടു
ആദിമൂലമെന്നുതന്നേയറിഞ്ഞില്ലല്ലോ'

ഇവിടെ കുറഞ്ഞപക്ഷം ഒരു വരിയെങ്കിലും വിട്ടുപോയത് പാഠസംശോധകൻ അറിഞ്ഞതേയില്ല! ഒന്നും രണ്ടും പാദം കഴിഞ്ഞു നാലാം പാദമായിരിക്കണം ഇവിടെ തന്നിരിക്കുന്നത്. 16-നു പകരം 13 അക്ഷരമേ ആ വരിയിലുള്ളുവെന്നതെങ്കിലും ശ്രദ്ധിച്ചിരുന്നെങ്കിൽ ഇതു മനസ്സിലാകുമായിരുന്നു. വൃത്തം തെറ്റിയിട്ടും, അനവധാനത നിമിത്തം ഇതു മനസ്സിലാക്കാൻ കഴിയാതെ പോയിരിക്കുന്നു.

'എന്നുപോലെ ഭവിച്ചപ്പോളിളകീ പാർത്ഥനു കോപം
നന്നായി താഡനം ചെയ്തു ധനുസ്സുകൊണ്ട്

അതു കണ്ടു പാർവ്വതിയുമനുഗ്രഹം നൽകി പിന്നെ
ഇടികൊണ്ടർജ്ജുനൻതാനെന്നറിഞ്ഞു ദേവി'

എന്നിങ്ങനെയൊക്കെ ക്ലിഷ്ടമായ ഭാഗം എന്താണെന്നെങ്കിലും പറഞ്ഞു കൊടുക്കുവാനുള്ള ബാദ്ധ്യത പഠനമെഴുതുന്നവർക്കുണ്ട്. പാർത്ഥൻ കോപമിളകി ധനുസ്സുകൊണ്ടു നന്നായി താഡിക്കുന്നതു കണ്ടു പാർവ്വതി അനുഗ്രഹം നൽകിയോ? പിന്നെ, ഇടികൊണ്ട് അർജ്ജുനനാണെന്നു തിരിച്ചറിഞ്ഞെന്നോ? ആരുടെ ഇടി? പാർവ്വതിയെ അർജ്ജുനൻ ഇടിച്ചോ? ഇങ്ങനെ ഇനിയും ധാരാളം പോരായ്മകൾ ഈ പാഠത്തിൽ ചൂണ്ടിക്കാട്ടാനുണ്ട്. അതുപോലെ 'കുന്നിൻമാ'തിനെ 'കുന്നിമാ'തെന്നും 'കാട്ടാളനല്ലിവൻ' എന്നതിനെ 'കാട്ടാളല്ലിവൻ' എന്നുമൊക്കെ തെറ്റായി അച്ചടിച്ചിരിക്കുന്നു. ഇത്തരമൊരു പുസ്തകത്തിൽ അതും കർശനമായി ഒഴിവാക്കേണ്ടതാണ്.

'ആറുചൂടും ഭഗവാനെ അർജ്ജുനനെ വധിക്കൊല്ലെ
അവനൊരുപിഴയൊന്നും നിനച്ചില്ലല്ലോ'

എന്നഭാഗമൊക്കെ ഹൃദ്യമാണെന്നു പഠനത്തിൽ പറയുമ്പോഴും 'ആറുചൂടും ഭഗവാൻ' എന്ന പ്രയോഗം അരോചകമായിത്തോന്നാം. 'ഒരു പിഴ' എന്നു കഴിഞ്ഞ് 'ഒന്നും' വരുമ്പോൾ പുനരുക്തിയായി തോന്നുന്നുമുണ്ട്. അതു നമ്പ്യാരുടെ എഴുത്താവാൻ വഴിയില്ല.

നമ്പ്യാരുടെ കൃതിയാണ് ഇത് എന്നതിൽ തർക്കമുണ്ടാവാനിടയില്ല. 'പില്ക്കാലനമ്പ്യാരിലേ'ക്കു തെളിഞ്ഞെത്തുന്ന പല ഘടകങ്ങളും നമുക്കിതിൽ കാണാനാകുന്നുണ്ട്. 258 വരികൾ മാത്രമേ ഇതിന്റെ സാഹിത്യഅക്കാദമി പതിപ്പിൽ കാണുന്നുള്ളു. അവസാനഭാഗം പെട്ടെന്നു തീർത്തുപോകാനുള്ള തിടുക്കം കവി കാട്ടുന്നതായി തോന്നുന്നു.

പാണ്ഡവരെ കുറ്റം പറഞ്ഞുകൊണ്ടുള്ള കിരാതന്റെ വാക്കുകൾ കല്യാണസൗഗന്ധികത്തിൽ ഹനൂമാൻ ഭീമനെതിരെ പ്രയോഗിക്കുന്നവയുമായി പരസ്പരം നിർത്താം. ഇവിടെ കിരാതൻതന്നെ ശിവനെ ഭർത്സിക്കുന്നുണ്ട്. കല്യാണസൗഗന്ധികത്തിൽ ഹനൂമാൻ സ്വയം ആക്ഷേപിക്കുന്നില്ല എന്ന വ്യത്യാസമുണ്ടെന്നേയുള്ളു. അതൊഴിച്ചുനിർത്തിയാൽ വല്ലാത്ത സമാനത ഈ ഭാഗങ്ങൾ തമ്മിലുണ്ട്.

'പൊണ്ണനായ ഭീമസേനനണ്ണനായ ധർമ്മപുത്രൻ
കണ്ണനുടെ സഖിയാകും നീയുമന്നേരം
കണ്ണു രണ്ടും തുറന്നൊരു മണ്ണുകോലങ്ങളെപ്പോലെ
പെണ്ണിനെത്തല്ലുന്നതെല്ലാം കണ്ടുനിന്നില്ലെ
നാടൊരുത്തൻ കയ്ക്കലാക്കി വീടൊരുത്തൻ കയ്ക്കലാക്കി
കാടുനിങ്ങൾ കയ്ക്കലാക്കിയെന്നതും കേട്ടു'

തുടങ്ങിയ വരികൾ തുള്ളൽക്കൃതികളിലെ വരികളുമായി പരസ്പരം വയ്ക്കാവുന്നതാണ്. ഇവിടെ, 'കണ്ണുരണ്ടും തുറന്നങ്ങു മണ്ണുകോലങ്ങളെപ്പോലെ'എന്നാവും നമ്പ്യാർ എഴുതിയിരിക്കാൻ സാദ്ധ്യത. 'ഒരു മണ്ണു കോലങ്ങളെപ്പോലെ'എന്നു വചനവിരുദ്ധമായി നമ്പ്യാർ എഴുതിയിരിക്കാൻ സാദ്ധ്യതയില്ല. അതുപോലെ, 'കണ്ടുനിന്നില്ലെ?'എന്നത് 'കണ്ടു നിന്നില്ലേ?' എന്നാക്കണം. ഇതൊക്കെ പാഠസംശോധകൻ ശ്രദ്ധിക്കേണ്ടതുണ്ടായിരുന്നു. ശിവൻ കിരാതവേഷം ധരിച്ചു പാർവ്വതീഭൂതവൃന്ദസമേതനായി പോകുമ്പോൾ കൂടിയാട്ടവും അകമ്പടിയായുണ്ട്! ഇതും പില്ക്കാല നമ്പ്യാരിലേക്കു വിരൽ ചൂണ്ടുന്നുണ്ട്. തുള്ളൽക്കൃതികൾ വായിക്കുന്ന ഭാവുകന് ഉത്സവാത്മകതയുമായിട്ടാണു നമ്പ്യാർ ജനിച്ചതുതന്നെ എന്നു തോന്നിപ്പോകുകയില്ലേ? കൂടിയാട്ടത്തിൽ നിന്നു പലതും സ്വീകരിച്ചായിരുന്നുവല്ലോ തുള്ളൽ എന്ന രംഗകല തന്നെ നമ്പ്യാർ കരുപ്പിടിപ്പിച്ചത് എന്നതും ഇവിടെ ഓർമ്മിക്കാവുന്നതാണ്.

കിരാതം ഓട്ടൻതുള്ളൽ, പൂർവ്വവിരചിതമായ 'വഞ്ചിപ്പാട്ടി'ന്റെ വികസ്വരരൂപമാണ്. അതുകൊണ്ടുതന്നെ 'വഞ്ചിപ്പാട്ടി'ന്റെ പ്രസക്തി തീർച്ചയായും കുറഞ്ഞുപോയി എന്നു മനസ്സിലാക്കുക. രണ്ടിൽ മെച്ചം തുള്ളൽക്കൃതിയെന്നു തോന്നുകയാൽ നമ്പ്യാർ തന്നെ ആദ്യരചന അഗണ്യകോടിയിൽ തള്ളിയിട്ടുണ്ടാവണം! ഏതായാലും, ചരിത്രപരമായ പ്രാധാന്യം കണക്കിലെടുത്ത് ഇതും നമ്പ്യാരുടെ തുള്ളൽപൂർവ്വകൃതിയായി പരിഗണിക്കുന്നതിൽ തെറ്റില്ല. നിർജ്ജീവമായിരുന്ന പച്ചമലയാളപ്രസ്ഥാനത്തിൽ പെടുത്തി കുഞ്ഞിക്കുട്ടൻ തമ്പുരാന്റെ 'ഒടി' പോലെയുള്ള കൃതികൾ വരെ നാം സംരക്ഷിച്ചുപിടിക്കുന്നില്ലേ? തീർച്ചയായും അതിനെക്കാൾ ഒത്തിരി മേലേയാണ് നമ്പ്യാരുടെ ഈ 'തുള്ളൽപ്രാഗ്രൂപകൃതി'.

ഭാഗവതം ഇരുപത്തിനാലുവൃത്തം

കുഞ്ചന്റെ കൃതിയെന്നു വിശ്വസിക്കപ്പെടുന്ന, ഇതുവരെ മറ്റാരും രചിച്ചതെന്ന അവകാശം പറഞ്ഞുകേൾക്കാത്ത ഒന്നാണു ഭാഗവതം ഇരുപത്തിനാലുവൃത്തം. ഇതു നമ്പ്യാരുടെ കൃതി തന്നെ എന്ന് സ്ഥാപിച്ചെടുക്കാൻ പോന്ന ഉപാദാനങ്ങൾ തിരക്കവെ, ശ്രീ.എസ്.എൻ കൃഷ്ണപിള്ള എഴുതിയിരിക്കുന്നു:' മലയാളം കൊണ്ടു കൈയേറി കുറഞ്ഞൊരപസ്വരം പൊടുന്നനവെ പുറപ്പെടുവിച്ചുവെങ്കിലും ആട്ടക്കഥകളുടെ വെങ്കലപാകത്തിൽ വേരുറയ്ക്കാതെ മാറ്റി ഭാഷയ്ക്കു സഹജമായ പ്രതിഷ്ഠ സമ്പാദിച്ചുകൊടുക്കുവാൻ ശേഷിമാനായി കുഞ്ചൻനമ്പ്യാരെ

മാത്രമേ നാം ഈ ക്ലിപ്തകാലത്തിനുള്ളിൽ കാണുന്നുള്ളു.'[11] സൂക്ഷിച്ചു നോക്കിയാൽ ഒരു മഹാകവിയുടെ ചെറുപ്പകാലം ഇതിൽ സർവ്വത്ര ദർശിക്കപ്പെടുന്നു എന്നതു പരിഗണിച്ചും ഭാഗവതകഥാസമുദ്രത്തെ കരതലാമലകം പോലെ ചുരുക്കിക്കാട്ടുന്നതിലും ഏതു വൃത്തത്തിലും കൂസലേതുമില്ലാതെ പാടിത്തുള്ളുന്നതിലും ഇതിന്റെ രചയിതാവു പ്രകടിപ്പിക്കുന്ന സാമർത്ഥ്യം കണക്കിലെടുത്തും ഇതു നമ്പ്യാർകൃതിയാകാമെന്ന അനുമാനമാണ് ലേഖകൻ നല്കുന്നത്. എന്നാൽ ഇത് കുഞ്ചന്റെ ബാല്യകാലകൃതിയായിരിക്കണമെന്നും അദ്ദേഹം ഊഹിക്കുന്നുണ്ട്.

കൃതിയുടെ സൂക്ഷ്മപരിശോധന നടത്തിയപ്പോൾ, അവതാരികാകാരനോടു യോജിക്കാതിരിക്കാൻ കാരണമൊന്നും കണ്ടില്ല. നമ്പ്യാരുടെ ചില സവിശേഷസ്പർശങ്ങൾ പലയിടത്തും അനുഭവിക്കാൻ കഴിഞ്ഞെങ്കിലും അദ്ദേഹത്തിനു വന്നുപെടാൻ സാദ്ധ്യതയില്ലാത്ത ചില സ്ഖലിതങ്ങളും ചേർച്ചയില്ലായ്മകളും ഇതിൽ കാണുന്നുണ്ടു താനും. ഇരുപത്തിനാലു വൃത്തം എന്നു ശീർഷകം നല്കിയിരിക്കുന്നെങ്കിലും 18 വൃത്തങ്ങളേ ഇതിൽ ഉപയോഗിക്കപ്പെട്ടിട്ടുള്ളു 1, 19 എന്നിവയുടെ വൃത്തമായി ഉപയോഗിച്ചിരിക്കുന്നത് 'ഇന്ദുവദന'യാണ്. 2, 11, 21 എന്നിവയുടെ വൃത്തമായി 'സർപ്പിണി'യാണ്. 5, 20 ഇവയുടെ വൃത്തം 'മല്ലിക'യാണ്. 6, 17 ഇവയുടേത് 'കല്യാണി'യാണ്. 12, 24 എന്നിവയുടേത് കാകളിയുമാണ്. ഇങ്ങനെ നോക്കിയാൽ ആകെ 18 വൃത്തങ്ങളേ ഉപയോഗിച്ചിട്ടുള്ളു എന്നു മനസ്സിലാക്കാം. (പതിന്നാലു വൃത്തത്തിൽ 13 വൃത്തങ്ങളേ ഉപയോഗിച്ചിട്ടുള്ള എന്നു നാം കണ്ടുകഴിഞ്ഞതാണ്.)

നമ്പ്യാർക്കു വന്നുകൂടാത്തത് എന്നു ധരിക്കാവുന്ന ചില കാര്യങ്ങൾ ആദ്യം സൂചിപ്പിക്കാം. ആദ്യപദ്യത്തിൽത്തന്നെ കുംഭിമുഖൻ എന്നു പ്രയോഗിച്ചിരിക്കുന്നത് നമ്പ്യാർക്കിണങ്ങുന്നതായി തോന്നിയില്ല. രണ്ടാം വൃത്തത്തിലെ 24-ാമത്തെ പദ്യം ഇങ്ങനെ:

'പക്ഷികൾ തന്നുടേ മൃദുനാദവു-
മൃക്ഷതാരകപംക്തിക്കു ശോഭയും
ദിക്ഷുസർവ്വാസു നല്ല തെളിമയും
തൽക്ഷണമുളവായിതു ഗോവിന്ദ.'

ഇതിൽ ഋക്ഷ, താരക എന്നീ പദങ്ങൾ രണ്ടും നക്ഷത്രത്തെ സൂചിപ്പിക്കുന്നു.('ഋക്ഷ'ശബ്ദത്തിന് കരടി എന്നും ഒരുതരം മാൻ എന്നുമൊക്കെയുള്ള അർത്ഥം ഇവിടെ യോജിക്കുന്നതുമല്ല) ഇങ്ങനെ ഒരു പൗനരുക്ത്യം നമ്പ്യാരിൽ നിന്നു നാം പ്രതീക്ഷിച്ചുകൂടാ.(ഈ സ്ഖലിതം ശ്രീ.എസ്. എൻ.കൃഷ്ണപിള്ള തന്നെ എടുത്തുകാട്ടിയിട്ടുണ്ട്.)മൂന്നാം വൃത്തത്തിലെ

3-ാം പദ്യത്തിൽ,

'കുളിച്ചുവന്നു ഝടിതി തന്റെ ചെറുക്കനുടെയരികെ ചെന്നു'

എന്നിങ്ങനെ അസുഖകരമായ വരി നമ്പ്യാർ എഴുതുമോ എന്നു സംശയിക്കുമ്പോൾത്തന്നെ അതു നമ്പ്യാരുടെ നാടൻപദങ്ങളോടുള്ള ആഭിമുഖ്യത്തെ വെളിപ്പെടുത്തുന്നുണ്ടെന്നു ചിന്തിക്കുകയുമാവാം.

'അണ്ടികളഞ്ഞുള്ളൊരണ്ണാനെപ്പോലെയ-
ങ്ങിണ്ടൽ വളർന്നോരു ചേദിപനെ'

എന്നിങ്ങനെ, കൃഷ്ണൻ രുക്മിണിയെ കൊണ്ടുപോകുന്ന സന്ദർഭത്തിൽ ചേദിപനെ എഴുതിയിരിക്കുന്നിടത്തും ഒരു ചേർച്ചയില്ലായ്മ തോന്നുന്നു. ഇവിടെയും നേരത്തെ പറഞ്ഞ നാടൻതാല്പര്യം പ്രവർത്തിച്ചിട്ടുണ്ടാവാം. ഇതൊക്കെ പക്ഷേ, തുള്ളൽക്കൃതികളെഴുതിയ നമ്പ്യാരെ മുൻകൂട്ടി നിശ്ചയിച്ചിട്ടുണ്ടെന്നും വാദിക്കാം.

നമ്പ്യാർ തന്നെയാണ് ഈ കൃതിയെഴുതിയിരിക്കുന്നത് എന്നു തോന്നിച്ച ചില വരികൾ കൂടി എടുത്തുകാട്ടേണ്ടതുണ്ട്.

'അച്യുത മുകുന്ദ മധുസൂദന മുരാരേ
നിശ്ചല നിരഞ്ജന നിരാമയ നിരീഹ
ത്വച്ചരണപങ്കജപരാഗപരമാണും
നിശ്ചലധിയാ ഹൃദി ഭജാമി ഹരികൃഷ്ണ' (1-9)
'നളിനദളചാരുരുചി കലരുമൊരുലോചനവു-
മരിദരഗദാംബുരുഹപരിലസിതബാഹുതലം
നവജലദപാളിയൊടു പിശകിനൊരുരൂപമൊടു
വിലസി പുരുഷോത്തമനുമമലയദുനാഥ' (3-1)

(അരി =ചക്രം, ദരം=ശംഖ്, അംബുരുഹം=താമര. ഈ പദങ്ങളെ നിപുണമായി ചേർത്തിരിക്കുന്നെങ്കിലും ഇവിടെ വ്യാകരണസ്ഖലിതം വന്നുപെട്ടിട്ടുണ്ട്. 'ലോചനവും'കഴിഞ്ഞ് 'തലവും' എന്നായാലേ വ്യാകരണസമ്മതിയുണ്ടാകൂ.അതു ക്ഷന്തവ്യമെന്നു കരുതാം. പക്ഷേ, 'ജലദപാളിയൊടു'കഴിഞ്ഞ് ഉടനെതന്നെ 'രൂപമൊടു' എന്നു ചേർത്തിരിക്കുന്നത് അസുന്ദരമായി തോന്നിയേക്കാം. പക്ഷേ, ഇതിലെ പദസങ്കലനവും ശബ്ദരുചിരതയും നമ്പ്യാരുടെ വരികൾ തന്നെ ഇവ എന്നു പറയുന്നുണ്ടുതാനും. ആദ്യകാലകൃതിയായിത്തന്നെ നാം ഇതിനെ കണക്കാക്കേണ്ടിയിരിക്കുന്നുവെന്ന് ഇതൊക്കെ നമ്മെ ഓർമ്മിപ്പിക്കുന്നുണ്ട്)

'കനകകങ്കണകടകകിങ്കിണി
മണികൾ സകലമണിഞ്ഞുകൊ-
ണ്ടരികിലങ്കണേ വിഹിതരിംഖണം
രഹിതസങ്കടം ഹരിനംബോ.' (4-25)
പെണ്ണുങ്ങൾ തന്നുടെ മന്ദിരംപുക്കുനീ
വെണ്ണകട്ടുണ്ണുമാറെന്നു കേൾപ്പുണ്ടു ഞാൻ

കണ്ണനെന്നല്ല നിൻ പേരു ചൊല്ലേണ്ടതും
കള്ളനെന്നാകണം പത്മനാഭ! വിഭോ! (12-12)

ഈ വരികളിലൊക്കെ നമ്പ്യാർസ്പർശം നമുക്കനുഭവിക്കാൻ കഴിയുന്നുണ്ട്.

ഭാഗവതത്തിലെ ഒരേ ഭാഗം തന്നെ എന്തിനു രണ്ടു കൃതികളാക്കിയെഴുതണം എന്നതാണു നമുക്കുണ്ടാകാവുന്ന സംശയം. ആദ്യമെഴുതിയ ഇക്കൃതി മോശമെന്നു സ്വയം തോന്നിയിട്ട്, ശ്രീകൃഷ്ണചരിതം മണിപ്രവാളം എഴുതിയതായിക്കൂടാ എന്നില്ല. അസുരനൃശംസകൾ, വിഷ്ണുവിനോടുള്ള ഭൂമീദേവിയുടെ സങ്കടംപറച്ചിൽ , കംസന്റെ ക്രൂരതകൾ, ശ്രീകൃഷ്ണന്റെ ജനനം, വൃന്ദാവനത്തിലെ കൃഷ്ണന്റെ കുസൃതിനിറഞ്ഞ ജീവിതം, ശകടാസുരവധം, തൃണാവർത്തവധം, പൂതനാമോക്ഷം, ഗോപികമാരുടെ പരാതികൾ, സർപ്പാസുരവധം, ധേനുകവധം, കാളിയമർദ്ദനം, ഗോപസ്ത്രീകളുടെ കൃഷ്ണപ്രണയം, മഥുരയിലേക്കുള്ള കൃഷ്ണന്റെ ഗമനം, ഗോപികാവിരഹം, ചാണൂരവധം, കംസവധം, ദേവകീവസുദേവവിമോചനം, സാന്ദീപനീസമീപം വിദ്യ അഭ്യസിക്കൽ, സാന്ദീപനിയുടെ മൃതനായ സുതനെ വീണ്ടെടുക്കൽ, കംസഭാര്യമാരായ അസ്തിപ്രസ്തിമാരുടെ പിതാവ് ജരാസന്ധനുമായുള്ള യുദ്ധം, രുക്മിണീപരിണയം, പ്രദ്യുമ്നജനനം, ശംബരാസുരവധം, സ്യമന്തകം കഥ, ഖാണ്ഡവദാഹം, സത്യാസ്വയംവരം, നരകാസുരവധം, കൈലാസത്തിന്റെയും ഹിമാലയത്തിന്റെയും ശിവന്റെയും കഥകൾ, ബാണയുദ്ധം, നൃഗമോക്ഷം, പൗണ്ഡ്രകവധം, മഗധാധിപനായ ജരാസന്ധനെ വധിക്കുന്നത്, ശിശുപാലവധം, സാല്വവധം, കുചേലസദ്ഗതി, കംസൻ വധിച്ച സഹോദരങ്ങളെ വീണ്ടെടുക്കൽ, സന്താനഗോപാലം എന്നിങ്ങനെ പില്ക്കാലത്തു തുള്ളലിനുപയോഗിച്ചിരിക്കുന്നവയും അല്ലാത്തവയുമായ കഥകൾ ഇരുപത്തിനാലുവൃത്തത്തിൽ ഉൾപ്പെടുത്തിയിരിക്കുന്നു.

ചുരുക്കത്തിൽ നമ്പ്യാരുടെ കൃതിയായി സ്വീകരിക്കുമ്പോഴും ആദ്യകാലകൃതിയായി വേണം ഇതിനെ ഗണിക്കേണ്ടത്, അങ്ങനെയേ പാടുള്ളു.

പഞ്ചതന്ത്രം കിളിപ്പാട്ട്

അമരശക്തി എന്ന ചക്രവർത്തിക്കു മൂന്നു പുത്രന്മാർ ജനിച്ചു. അവർ ശുദ്ധമടയന്മാരായിരുന്നു. അവരെ വിദ്വാന്മാരാക്കാൻ വിഷ്ണുശർമ്മാവ് എന്ന ജ്ഞാനിയായ ഗുരു പറയുന്ന കഥകളാണ് പഞ്ചതന്ത്രം കഥകൾ. നമ്പ്യാർ അമരശക്തിയെ സുദർശനൻ ആക്കുന്നുണ്ട്. പഞ്ചതന്ത്രത്തിന്റെ രചയിതാവ് തന്നെ വിഷ്ണുശർമ്മാവാണെ

ന്നാണു വിശ്വാസം. രാജകുമാരന്മാരെ പഠിപ്പിക്കുന്ന കഥകൾ അഞ്ചു തന്ത്രങ്ങളായി-അഞ്ചുഭാഗങ്ങളായി- തിരിച്ചിരിക്കുന്നു. മുഖ്യമായും ചില രാഷ്ട്രീയതത്ത്വങ്ങൾ രാജകുമാരന്മാരെ ബോദ്ധ്യപ്പെടുത്തുകയെന്ന താണ് വിഷ്ണുശർമ്മാവിന്റെ ലക്ഷ്യം. പക്ഷിമൃഗാദികളാണു കഥാപാ ത്രങ്ങൾ. സിംഹരാജന്റെ മന്ത്രിയായ കുറുക്കന്റെ മക്കളാണ് ദമനകനും കരടകനും. അവരാണ് ആദ്യതന്ത്രത്തിലെ കഥാപാത്രങ്ങൾ. ഭിന്നിപ്പിച്ചു കാര്യം നേടുക എന്നതാണ് 'മിത്രഭേദം'എന്ന ആദ്യതന്ത്രത്തിലെ തത്ത്വം. മന്ത്രിപുത്രന്മാരുടെ തന്നെ സഹായത്താൽ മിത്രങ്ങളായ സിംഹ രാജനെയും കാളയെയും ഭരണത്തിന്റെ ആവശ്യത്തിലേക്കായി അവർ തന്നെ ഏഷണി പറഞ്ഞു ഭിന്നിപ്പിക്കുന്നു. പക്ഷിമൃഗാദികൾ പറയുന്ന അനേകം കഥകൾ നിറഞ്ഞതാണ് ഓരോ ഭാഗവും.

രണ്ടാമത്തെ തന്ത്രം 'മിത്രലാഭം' ആണ്. വിവേചിച്ചറിഞ്ഞതിനു ശേഷമേ മിത്രങ്ങളെ സ്വീകരിക്കാവൂ എന്ന് ഈ ഭാഗം നമുക്കു പറ ഞ്ഞുതരുന്നു. ആമയും കാക്കയും എലിയുമാണ് കഥാപാത്രങ്ങൾ. 'കാകോലുകീയം(സന്ധിവിഗ്രഹം)' എന്ന മൂന്നാമത്തെ തന്ത്രം, പ്രകൃത്യാ വിരോധികളായിരിക്കേണ്ടുന്നവർ മിത്രങ്ങളായാലുള്ള ദോഷങ്ങൾ വെളി വാക്കുന്നു. കാക്കയും മൂങ്ങയുമാണ് കഥാപാത്രങ്ങൾ.'ലബ്ധപ്രണാശം (ലബ്ധനാശം)' എന്ന നാലാം തന്ത്രം, കയ്യിൽ കിട്ടിയതിനെ കളഞ്ഞു കുളിക്കുന്നതു വിശദീകരിക്കുന്നു. കുരങ്ങും ചീങ്കണ്ണിയുമാണു കഥാ പാത്രങ്ങൾ. 'അപരീക്ഷിതകാരിതം(അസംപ്രേക്ഷ്യാകാരിത്വം)' എന്ന അഞ്ചാം തന്ത്രം, ഒരു കാര്യത്തിന്റെ എല്ലാ വശങ്ങളും നിഷ്കൃഷ്ടമായി പഠിക്കേണ്ടുന്നതിന്റെ ആവശ്യകതയിലൂന്നുന്നു. പഞ്ചതന്ത്രത്തിലെ പല കഥകളും മലയാളിക്കു സുപരിചിതമാണിന്ന്.

വിഷ്ണുശർമ്മാവിന്റെ പഞ്ചതന്ത്രം, കിളിപ്പാട്ടു വൃത്തങ്ങളിൽ നമ്പ്യാർ പുനരാവിഷ്കരിച്ചിരിക്കുന്നതാണ് പഞ്ചതന്ത്രം കിളിപ്പാട്ട് എന്ന റിയപ്പെടുന്നത്. വെട്ടം മാണി പഞ്ചതന്ത്രം കഥ പറയുമ്പോൾ പോലും നമ്പ്യാരുടെ വരികളാണ് എടുത്തുകാട്ടുന്നത് എന്നതു ശ്രദ്ധേയമാണ്. (പുരാണിക് എൻസൈക്ലോപ്പീഡിയ) എഴുത്തച്ഛനെ ധാരാളമായി നമ്പ്യാർ അനുകരിച്ചിട്ടുണ്ട്. നമ്പ്യാരുടെ ആദ്യകാലകൃതിയെങ്കിലും തുള്ളൽക്കൃ തികളിലെ കാവ്യശൈലിയിലേക്കായുന്ന ചില ഭാഗങ്ങൾ ഇതിൽ ദൃശ്യ മാണ്.

'പാടലാധരിമാർക്കു കേളിസങ്കേതസ്ഥാനം
പാടലീപുത്രമെന്നു നാമമാംമഹാപുരം
വാടകൾ കിടങ്ങുകൾ വാടികളങ്ങാടികൾ
നാടകാഗാരങ്ങളും നഗരസ്ഥാനങ്ങളും

ഹാടകാലയങ്ങളും ഹസ്തിമന്ദിരങ്ങളും
മാടവും മഹാമണിമേടകൾ മാങ്ങളും...'
ധൃഷ്ടനാം ക്രോഷ്ടാവിനെ ജംബുകനെന്നുചൊല്ലും
സ്പഷ്ടമാക്കേണമെങ്കിലായവൻ കുറുനരി.'

തുടങ്ങിയ വരികളിൽ ഒരു 'കുട്ടിനമ്പ്യാരിത്തം' തോന്നുന്നില്ലേ?

'അന്നേരം മരത്തിന്റെ വിള്ളലിൽ കുരങ്ങിന്റെ
അണ്ഡവുമകപ്പെട്ടു പൊണ്ണനും ബോധിച്ചീല
തട്ടിയങ്ങേല്പിച്ചൊരു കുറ്റിമേൽ ബലമൊക്കെ
കാട്ടിയ കുരങ്ങച്ചൻ കുറ്റിയെ വിടുത്തപ്പോൾ
ദാരുഭാഗങ്ങൾ തമ്മിൽ ചേർന്നിട്ടു കപിയുടെ
സാരമാമണ്ഡം പൊട്ടിച്ചതഞ്ഞുതാനും ചത്തു.'

മൂലകഥയിൽ കുരങ്ങന്റെ വാലാണ് തടിയുടെ വിടവിൽ പെട്ടുപോകുന്നത്. നമ്പ്യാർ വാലിനെ അണ്ഡ(വൃഷണ)മാക്കി മാറ്റിയിരിക്കുന്നു. ഈ കഥ അഹല്യാമോക്ഷം ഓട്ടൻതുള്ളലിൽ പുറംകഥയായി നമ്പ്യാർ അവതരിപ്പിച്ചിട്ടുണ്ട്. അല്പം അശ്ലീലം വരുന്ന ഈ കഥ പക്ഷേ, മേനകയെക്കൊണ്ടാണു പറയിപ്പിച്ചിരിക്കുന്നത്. ഇത് അനുചിതമായി എന്നു പറയാതെയും വയ്യ. 'മിത്രലാഭ'ത്തിലെ മൂന്നാം ഭാഗമായ 'എള്ളു കൊടുത്ത് എള്ളു വാങ്ങിച്ചത് 'എന്നതിൽ നിന്നു പ്രചോദനം ഉൾക്കൊണ്ടു നിർമ്മിച്ചെടുത്ത ഒരു കഥ ഘോഷയാത്ര ഓട്ടൻ തുള്ളലിലും കാണുന്നുണ്ട്.

നല്ല മലയാളത്തിൽ കവിതയെഴുതാൻ നമ്പ്യാർ ആദ്യം തന്നെ ശ്രമിച്ചിരുന്നുവെന്നതിനു പഞ്ചതന്ത്രം കിളിപ്പാട്ടിലെ ധാരാളം വരികൾ തെളിവു നല്കുന്നുണ്ട്.

പുല്ലുകൾ കൊണ്ടുമുപകാരമുണ്ടാകും, തന്റെ
പല്ലുകൾ തേപ്പാൻ കൊള്ളാം പൈക്കളെത്തീറ്റാൻ കൊള്ളാം.
മെല്ലവേ കർണ്ണങ്ങളിലിട്ടുടൻ ചെറുക്കിയാൽ
തെല്ലു സൗഖ്യമുണ്ടാകിലാവിധത്തിലും കൊള്ളാം.

(പ്രഥമതന്ത്രം 5-ാം ഭാഗം.)

ചുരുക്കത്തിൽ, നമ്പ്യാരുടെ തുള്ളൽ പൂർവ്വകൃതികൾ പരിശോധിക്കുമ്പോൾ പഞ്ചതന്ത്രം കിളിപ്പാട്ടിനും സ്ഥാനം അനുവദിക്കേണ്ടതാകുന്നു. തുള്ളൽപൂർവ്വകൃതികളിലെല്ലാം തന്നെ അവിടെയും ഇവിടെയുമായി തെളിയാൻ മടിച്ചുകിടന്ന 'നമ്പ്യാരിത്തങ്ങ'ളാണ് പൂർണ്ണശോഭങ്ങളായി പിന്നീട് തുള്ളൽക്കൃതികളിൽ കണ്ടെത്തുന്നത്.

□

കുറിപ്പുകൾ:

1. പതിന്നാലുവൃത്തം പാഠവും പഠനവും- ഡോ.സത്യജിത്, ആർ, ഭാഷാ ഇൻസ്റ്റിറ്റ്യൂട്ട്, തിരുവനന്തപുരം, 2009
2. പതിന്നാലുവൃത്തം പഠനവും വ്യാഖ്യാനവും- പ്രൊഫ. കെ.കുമാരൻനായർ, ഭാഷാഇൻസ്റ്റിറ്റ്യൂട്ട്, തിരുവനന്തപുരം, 2003
3. കുഞ്ചൻ നമ്പ്യാരുടെ ശിവപുരാണം- കേരളസാഹിത്യഅക്കാദമി, 1986 ആമുഖപഠനം
4. തുള്ളൽക്കളരി- ഏവൂർ പരമേശ്വരൻ, എൻ.ബി.എസ്. കോട്ടയം,1989 പുറം .20
5. കുഞ്ചൻനമ്പ്യാർ -ഡോ. അമ്പലപ്പുഴ ഗോപകുമാർ, എൻ.ബി.എസ്.2009 ഡിസംബർ. പുറം 126
6. മഹാകാവ്യത്തിനു ദണ്ഡി നിശ്ചയിച്ചിരിക്കുന്ന ലക്ഷണം:

   സർഗ്ഗബന്ധോ മഹാകാവ്യമുച്യതേ തസ്യ ലക്ഷണം:
   ആശീർനമസ്ക്രിയാ വസ്തുനിർദ്ദേശോ വാപി തൻ മുഖം
   തസ്യ രചനാസ്വരൂപം ച.
   'ഇതിഹാസകഥോദ്ഭൂതമിതരദ്യാസദാശ്രയം
   ചതുർവർഗ്ഗഫലോപേതം ചതുരോദാത്തനായകം
   നഗരാർണ്ണവശൈലർത്തുചന്ദ്രാർക്കോദയ വർണ്ണനൈഃ
   ഉദ്യാനസലിലക്രീഡാമധുപാനരതോത്സവൈഃ
   വിപ്രലംഭൈർ വിവാഹൈശ്ച കുമാരോദയവർണ്ണനൈഃ
   മന്ത്രദൂതപ്രയാണാജിനായകാഭ്യുദയൈരപി
   അലങ്കൃതമസംക്ഷിപ്തം രസഭാവനിരന്തരം
   സർഗ്ഗൈരനതിവിസ്തീർണ്ണൈഃ ശ്രവ്യവൃത്തൈഃസുസന്ധിഭിഃ
   സർവ്വത്ര ഭിന്നവൃത്താന്തൈരുപേതം ലോകരഞ്ജകം
   കാവ്യം കല്പാന്തരസ്യാപിജായതേസദലങ്കൃതി'

7. മേൽപ്പുത്തൂർ എന്നുള്ളത് നാരായണഭട്ടതിരിയുടെ ഇല്ലപ്പേരാണ്. പണ്ഡിതന്മാരുൾപ്പടെ പലരും എന്നല്ല, 99 ശതമാനം പേരും-ഈ പേരു തെറ്റിയാണ് എഴുതിക്കാണുന്നത്. 'തിരുനാവായമ്പലത്തിൽ നിന്നു രണ്ടുവിളിപ്പാടു വടക്കുള്ള ചന്ദനക്കാവ്എന്ന ഭഗവതിക്ഷേത്രത്തിന് ഒരു നാഴിക കിഴക്കു മാറി സ്ഥിതിചെയ്തിരുന്നു' മൽപ്പുത്തൂർ ഇല്ലം എന്നത്രേ (കേരളസാഹിത്യചരിത്രം രണ്ടാംസമ്പുടം 385-ാം പുറത്തിൽ) ഉള്ളൂർ രേഖപ്പെടുത്തിയിരിക്കുന്നത്. ചുരുങ്ങിയപക്ഷം, ഇത് മേല്പുത്തൂർ എന്നെങ്കിലും എഴുതേണ്ടതാകുന്നു. പുത്തൂർ എന്നതു പത്തൂർ ആകുന്നത് അഭിലഷണീയമല്ല. പേരുകൾ പോലും തങ്ങളുടെ ഇഷ്ടത്തിനൊത്തു തിരുത്തിയെഴുതാമെന്നായാൽ വരുംകാലത്തെ സാഹിത്യപഠിതാക്കൾക്കു ബുദ്ധിമുട്ടുണ്ടാകും. ഗവേഷകർ നിർബ്ബന്ധപൂർവ്വം ശ്രദ്ധിക്കേണ്ട കാര്യമാകുന്നു ഇത്. കെ.പി.നാരായണപ്പിഷാരോടി, 'മേപ്പത്തൂർ' എന്നേ എഴുതിക്കാണുന്നുള്ളു! ഉണ്ണിയച്ചീചരിതത്തിന്റെ അവസാനപദ്യത്തിൽ,

'തേവൻ ചിരികുമാരൻ ചൊന്ന ചമ്പുമുറ്റവുമാദരാൽ' എന്നു കാണുകയാൽ ഒരു ദേവൻ ശ്രീകുമാരനാണ് ഇതിന്റെ രചയിതാവ് എന്നൂഹിച്ചപ്പോൾ, ശ്രീ.കല്പറ്റബാല കൃഷ്ണൻ 'ചിരികുമാരൻ' എന്നും ഇളംകുളവും പി.വി.കൃഷ്ണൻനായരുമൊക്കെ 'ചിരികുമാൻ' എന്നുമാണു രേഖപ്പെടുത്തിയത്. സംജ്ഞാനാമങ്ങളിൽ കൃത്യത പാലി ക്കാതിരുന്നാൽ നാളെ 'മേൽപ്പുത്തൂർ' മറ്റു പലതുമായിക്കൂടായ്കയില്ല.

8. കേരളസാഹിത്യചരിത്രം ചർച്ചയും പൂരണവും -വടക്കുംകൂർ, ഒന്നാം ഭാഗം, പുറം 596 എൻ.ബി.എസ്, കോട്ടയം. 1967

8(1) ഇതേ കാര്യം ഇതിനു മുമ്പുതന്നെ ശ്രീ.എം.ആർ.വേലുപ്പിള്ള അഖില കേരള സാഹിത്യപരിഷത്തിന്റെ 1929-ലെ കൊല്ലം സമ്മേളനത്തിൽ പറഞ്ഞു പി.കെ.യും ഉള്ളൂരും ഒക്കെയായി കലഹിച്ചതിന്റെ ഓർമ്മ ശ്രീ.പി.സി.അബ്രഹാം തന്റെ ഓർമ്മ യാത്ര ജീവിതം എന്ന പുസ്തകത്തിന്റെ 104-ാം പുറത്തിൽ പങ്കുവച്ചിരിക്കുന്നു. കാളിദാസന്റെ മേഘസന്ദേശത്തിന്റെ മാതൃകയിൽ രചിക്കപ്പെട്ടിരിക്കുന്ന 'മയൂര സന്ദേശം' ചിലയിടങ്ങളിൽ മേഘസന്ദേശത്തെ ഉല്ലംഘിക്കുന്നു എന്ന് ഉള്ളൂർ പറഞ്ഞപ്പോൾ, മേഘം എന്നു കേൾക്കുമ്പോൾ ആപാതഹാരിയായ ഒരു പ്രകൃതി ശക്തിയെയാണു നാം ഓർക്കുക. മയൂരം എന്നു കേട്ടാലോ, നാം ഭൂമിയിൽ വളർത്തുന്ന കോഴിയുടെ ചേട്ടനായ ഒരു പക്ഷീന്ദ്രനെയും! മേഘവും മയൂരവും തമ്മിലുള്ള മഹത്വവ്യത്യാസങ്ങൾ കൃതികൾ തമ്മിലും ഉണ്ടായിരിക്കെ, ഈ പ്രസ്താവന എങ്ങനെ സഹിക്കും എന്നു വേലുപ്പിള്ള ചോദിച്ചുവത്രേ! ഇതോർത്തിട്ടാവണം മുണ്ടശ്ശേരിമാഷ് തന്റെ പ്രസ്താവന നടത്തിയത്! പി.സി.അബ്രഹാമിന്റെ പുസ്തകത്തിന്റെ രണ്ടാം പതിപ്പിൽ ഇതു വായിക്കാം. പുസ്തകം ന്യൂ മില്ലേനിയം മോണ്ടിസ്സോറി ബുക്സ്, ടെക്സാസ് യു.എസ്.എ. പ്രസാധനം ചെയ്തതും അമ്പലപ്പുഴ ബി.ബുക്സ് വിതരണം ചെയ്തതുമാണ്. ഈ വിവിരം ഒന്നാംപതിപ്പിൽ ചേർത്തിട്ടില്ലാത്തതാകുന്നു.

9. ഭാഗവതം ഇരുപത്തിനാലുവൃത്തം- കേരളസാഹിത്യഅക്കാദമി, തൃശൂർ, 1995 പതിപ്പ്

10. കേരളസാഹിത്യചരിത്രം- ഉള്ളൂർ, മൂന്നാം സമ്പുടം, പുറം 297, കേരളസർവ്വകലാ ശാല പ്രസിദ്ധീകരണം, 1990പതിപ്പ്

11. ഭാഗവതം ഇരുപത്തിനാലുവൃത്തം -അവതാരിക, എസ്.എൻ കൃഷ്ണപിള്ള, സാഹിത്യഅക്കാദമി, തൃശൂർ, 1995പതിപ്പ്

4

നമ്പ്യാരുടെ തുള്ളൽക്കൃതികൾ

മലയാളത്തിൽ ഏറ്റവും കൂടുതൽ കയ്യേറ്റങ്ങളും അതിക്രമങ്ങളും നടന്നിട്ടുള്ളത് നമ്പ്യാർക്കൃതികളുടെ നേരേയാണെന്നു തോന്നുന്നു. അതിനു കാരണം ആ കൃതികളുടെ ജനകീയതയാണ്. പെട്ടെന്നാർക്കും പിൻതുടരാമെന്ന മിഥ്യാധാരണയാണു പലപ്പോഴും നമ്പ്യാരെ അനുകരിച്ചെഴുതിയവരുടെ എണ്ണം കൂട്ടിയത്. പക്ഷേ അനുകർത്താക്കൾ നിപുണമല്ലാത്ത രീതിയിൽ നിബന്ധിച്ച പലതും നമ്പ്യാരുടെ തലയിൽ കെട്ടിവച്ചപ്പോഴാണ് അപകടം മനസ്സിലായിത്തുടങ്ങിയത്. കയ്യേറ്റങ്ങളും പ്രക്ഷിപ്തങ്ങളും അനുകരണങ്ങളും നാണംകെട്ട ചോരണങ്ങളുമെല്ലാം ഈ രംഗത്തു നടന്നിട്ടുണ്ട്. നമ്പ്യാരുടെ കൃതികൾ എന്നു പറഞ്ഞ് അരിച്ചെടുത്തിട്ടും ചില കരടുകൾ കണ്ടെത്താൻ നിപുണന്മാർക്കും കഴിഞ്ഞിട്ടില്ല. ശ്രീ.പി.കെ.ശിവശങ്കരപ്പിള്ള സാഹിത്യ അക്കാദമിക്കു വേണ്ടി തയ്യാറാക്കിയ തുള്ളൽക്കൃതികളുടെ സമാഹാരത്തിൽ പോലും കള്ളനാണയങ്ങൾ നുഴഞ്ഞുകയറി. നമ്പ്യാരുടെ ചില കൃതികൾ പുറത്താക്കപ്പെടുകയും ചെയ്തു. തുള്ളൽക്കൃതികളുടെ പ്രസിദ്ധീകരണവിവരങ്ങൾ പല കൃതികളിലായി പലരും വെളിച്ചപ്പെടുത്തിയിട്ടുണ്ട്. അതിന്റെ കൃത്യവും വ്യക്തവുമായ ചരിത്രം ശ്രീ.ഏവൂർ പരമേശ്വരൻ 'കുഞ്ചനും തുള്ളലും'എന്ന കൃതിയിൽ വിവരിക്കുന്നുണ്ട്.[1] കള്ളനാണയങ്ങളുടെ എണ്ണപ്പെരുക്കം നിയന്ത്രണാധീനമായതുകൊണ്ട് നമ്പ്യാരുടെ കൃതികൾ ഏറെയൊന്നും പുറത്തുപോയില്ല എന്നു നമുക്കാശ്വസിക്കാം. കള്ളനാണയപ്പെരുക്കത്തിൽ നല്ലനാണയങ്ങൾ ക്രമേണ പുറത്തുപോകുമെന്ന ധനതത്ത്വശാസ്ത്രനിയമം സാഹിത്യത്തിനും ബാധകമാകുമെന്നതു കണ്ടുകൊണ്ടിരിക്കുന്നവരാണു നാം. കള്ളനാണയക്കിലുക്കം കാതടപ്പിക്കുമ്പോൾ നല്ലനാണയത്തിന്റെ സംഗീതം എന്നല്ല, രോദനം പോലും ആരു കേൾക്കാൻ? അതുകൊണ്ടാണു തുള്ളൽക്കൃതികളിൽ പുളിന്ദീമോക്ഷം പോലെയുള്ള പീറക്കൃതികൾക്ക് ഇപ്പോഴും നമ്മുടെ ജനം കാതും മനസ്സും കൊടുക്കുന്നത്. നമ്പ്യാരെഴുതിയത് എന്നു പ്രചരിപ്പിച്ചാൽ അതിന്റെ അന്തസ്സു വർദ്ധിക്കും എന്നിവർ അന്ധമായി വിശ്വസിക്കുന്നു.

ഒരു കൃതി ആരുടെത് എന്നു നിശ്ചയിക്കാൻ ചില മാനദണ്ഡങ്ങൾ സ്വീകരിക്കേണ്ടതുണ്ട്. അവയൊന്നും സ്വീകരിച്ചു വിശദമായ പരിശോധനയുടെ അടിസ്ഥാനത്തിലല്ല നമ്പ്യാർക്കൃതികൾ തിരഞ്ഞെടുത്തിരിക്കുന്നത്. എല്ലാ സങ്കല്പങ്ങളെയും മാനദണ്ഡങ്ങളെയും തകർത്തെറിഞ്ഞുകൊണ്ട് പെയ്തിറങ്ങുന്ന പ്രതിഭാവിലാസങ്ങളുണ്ടെന്നതു മറന്നുകൊണ്ടല്ല ഇതു കുറിച്ചത്. തന്റെ രണ്ടു കൃതികൾ തമ്മിൽ യാതൊരു രക്തബന്ധവും ഇല്ലെന്നു തോന്നിപ്പിക്കുന്ന തരത്തിൽ ഒരു പ്രതിഭാശാലി രചന നടത്തിയേക്കാം. ഓരോ കൃതിയിലും പുനർജനിക്കുന്ന എഴുത്തുകാരുമുണ്ടാകാം. പക്ഷേ, തികച്ചും വ്യത്യസ്തമായി നിൽക്കുമ്പോഴും അവരുടെ പ്രതിഭാവിലാസം തിരിച്ചറിയാനാകും. പഴയ കവികളുടെ കൃതികളിലൂടെ നിരന്തരം സഞ്ചരിക്കുന്ന ഒരു ഭാവുകന് കവിയുടെ ചില ഹൃദയമുദ്രകൾ കണ്ടെത്താൻ കഴിയുമെന്നു തന്നെയാണ് എന്റെ വിശ്വാസം. 'ചെട്ടികളും കോമട്ടികളും'എന്നെഴുതിച്ചേർത്താൽ നമ്പ്യാരുടേതായിക്കൊള്ളണമെന്നില്ല എന്ന ഏവൂർ പരമേശ്വരന്റെ നിരീക്ഷണം അന്വർത്ഥമാണ്.

കവിയെ പരിശോധിക്കുമ്പോൾ, കാവ്യപ്രമേയം ഈ കവി സ്വീകരിക്കാൻ സാദ്ധ്യതയുണ്ടോ, പ്രമേയത്തെ പരിചരിച്ചിരിക്കുന്ന രീതി അയാളുടെതാണോ, കവിയുടെ വർണ്ണനകളിൽ കൃത്രിമമായി എന്തെങ്കിലും കടന്നുകൂടിയിട്ടുണ്ടോ, രചനാപരമായ കയ്യടക്കമോ കയ്യയയ്ക്കലോ ഏതളവു വരെ, കവിയിൽ നിന്നു പ്രതീക്ഷിക്കാവുന്ന കാവ്യയുക്തിയുടെ പരിമിതി, വർണ്ണനകളിലെ സവിശേഷതകൾ എത്രത്തോളം, ചുറ്റുപാടുകളോടുള്ള സമീപനം എങ്ങനെ, സാമൂഹികനിലപാടുകൾ എങ്ങനെ, ജുഗുപ്സാവഹമായി എഴുതുന്ന ആളാണോ, ഉപയോഗിക്കുന്ന ബിംബങ്ങൾ ഏതുതരത്തിലുള്ളവയാണ്, ഈ കവി ഇങ്ങനെയേ എഴുതുകയുള്ളു അഥവാ, ഇങ്ങനെ ഒരിക്കലും എഴുതുകയില്ല എന്ന പ്രഗാഢമായ തോന്നൽ, സർവ്വോപരി കൃതിയുടെ ബാഹ്യവും ആന്തരികവുമായ ഭാവഘടനകൾ ജനിപ്പിക്കുന്ന ആസ്വാദ്യതയെ കവിയുടെ കൃതിയെന്നുറപ്പുള്ള ഇതരകൃതികൾ ജനിപ്പിച്ച ആസ്വാദ്യതയുമായി പരസ്പരം നിർത്തുമ്പോൾ ഉണ്ടാവുന്ന തോന്നൽ എന്നിങ്ങനെ ധാരാളം ഘടകങ്ങൾ മുൻനിർത്തി നിഷ്ക്കൃഷ്ടമായി പരിശോധിച്ചു വേണം ഇത്തരം സന്ദർഭങ്ങളിൽ തീരുമാനങ്ങളെടുക്കേണ്ടത്. അങ്ങനെയൊന്നും മെനക്കെട്ടാരും തീരുമാനങ്ങളെടുത്തതായി കാണുന്നില്ല. കുറച്ചെങ്കിലും ക്ലേശിച്ച് അതിനു തുനിഞ്ഞിറങ്ങിയതിന് മലയാളി എന്നും കടപ്പെട്ടിരിക്കുന്നത് ശ്രീ.ഏവൂർ പരമേശ്വരനോടാണ്. അദ്ദേഹത്തിന്റെ തീരുമാനങ്ങൾ പല പ്രകാരത്തിലും സ്വീകാര്യമായിത്തോന്നുന്നു. അദ്ദേഹം

സഞ്ചരിച്ച വഴികൾ പക്ഷേ, പൂർണ്ണമായി കോറിയിട്ടിട്ടില്ല എന്ന ദുഃഖമുണ്ടു താനും. പുസ്തകദൈർഘ്യമോ വിസ്തരഭയമോ ഒക്കെയാവാം അദ്ദേഹത്തെ അതിൽ നിന്നു പിന്തിരിപ്പിച്ചത്. നമ്പ്യാരുടെ കൃതികളും നമ്പ്യാരുടേതല്ലാത്തവയും എങ്ങനെ കണ്ടെത്തിയെന്നതു മാത്രം വിശദീകരിക്കുന്ന ഒരു പുസ്തകം അദ്ദേഹം എഴുതേണ്ടതുണ്ടായിരുന്നു എന്നു തോന്നി.

ഈ കവി ഇങ്ങനെ ഒരിക്കലും എഴുതുകയില്ല എന്നു തോന്നുന്നതിന് ഒരു ഉദാഹരണം പറയാം. 'മട്ടോലും മൊഴിയാ'ളും 'പന്തേലും മുലമാരു'മൊക്കെ വരുമെങ്കിലും, പുളിന്ദീമോക്ഷത്തിലെ ജുഗുപ്സാവഹമായ വരികൾ നമ്പ്യാർ എഴുതുകയില്ല എന്നെനിക്കുള്ള തോന്നൽ വളരെ പ്രഗാഢമാണ്. നളചരിതത്തിൽ, കലികാലത്തെക്കുറിച്ചു പറയുമ്പോൾ,

'കഷ്ടം സാളഗ്രാമസ്ഥാനേ
കുട്ടിച്ചാത്തനമർന്നുതുടങ്ങും'

എന്നിങ്ങനെ നമ്പ്യാർ എഴുതിയിരിക്കുന്നു. ഈ വരികൾ നമ്പ്യാരേ എഴുതൂ എന്നെനിക്കു തോന്നുന്നു. ഗണ്ഡകീനദിയിൽ നിന്നു ലഭിക്കുന്ന വിഷ്ണുവിന്റെ ആവാസമുണ്ടെന്നു വിശ്വസിക്കപ്പെടുന്ന ഹിരണ്യപരാഗം പുരണ്ട ശിലയാണ് സാളഗ്രാമം. ദൈവങ്ങളെ പുറത്താക്കി അവരുടെ സ്ഥാനം വ്യാജദൈവങ്ങൾ കയ്യേറുന്നതിനെ സൂചിപ്പിക്കുന്ന ഈ വരികൾക്ക്, ആൽത്തറദൈവങ്ങളും അമ്മദൈവങ്ങളും ആൾദൈവങ്ങളും തിങ്ങിപ്പാർക്കുന്ന ഇന്നത്തെ കേരളത്തിലും അത്യന്തം പ്രസക്തിയുണ്ട്. കാനാടിമഠം കുട്ടിച്ചാത്തനെ വരെ നമ്പ്യാർ രണ്ടര നൂറ്റാണ്ടുമുമ്പു പ്രവചിച്ചുകളഞ്ഞു! നമ്പ്യാരുടെ ദീർഘദൃഷ്ടി കൂടി തുറന്നുവയ്ക്കുന്ന ഈ വരികൾ അക്കാലത്ത് അദ്ദേഹത്തിനു മാത്രം എഴുതാൻ കഴിയുന്നവയാണെന്നു ഞാൻ കരുതുന്നു. നമ്പ്യാരുടെ ഹൃദയമുദ്ര പതിഞ്ഞ വരികൾ എന്നൊക്കെ പറയുമ്പോൾ, ഞാൻ അർത്ഥമാക്കിയത് ഇങ്ങനെയുള്ള ഇടപെടലുകളക്കൂടി മനസ്സിൽ കണ്ടുകൊണ്ടാണ്. ഇത്തരം ഇടപെടലുകൾക്ക് അവസരം വന്നാൽ നമ്പ്യാർ അത് അതിസമർത്ഥമായി ഉപയോഗിച്ചിരിക്കും. ഇതിനെ 'നമ്പ്യാരിത്തം' എന്നു വിളിക്കാം. ആ 'നമ്പ്യാരിത്തം' കടന്നുവരേണ്ടപ്പോൾ വരുന്നില്ലെങ്കിൽ കൃതി നമ്പ്യാരുടേതാകില്ല എന്നു തന്നെ നാം കരുതേണ്ടിയിരിക്കുന്നു. ഇത് 'നമ്പ്യാരിത്ത'ത്തിന് ഒരു ഉദാഹരണം മാത്രമാണ്. ഇത്തരം അനേകം 'നമ്പ്യാരിത്ത'ങ്ങളുണ്ട്.

നമ്പ്യാരുടെത് എന്നു പറയാൻ ആകെ 36 തുള്ളൽക്കൃതികളാണ് ഏവൂർ പരമേശ്വരൻ തിരഞ്ഞെടുക്കുന്നത്. എന്തുകൊണ്ട് എന്നതിനു കൃത്യമായ ന്യായങ്ങളും അദ്ദേഹം അവതരിപ്പിക്കുന്നുണ്ട്. അവയൊക്കെ പൂർണ്ണമല്ലെങ്കിലും യുക്തിഭദ്രങ്ങളായി അനുഭവപ്പെടുകയും

ചെയ്യുന്നുണ്ട്. ആകയാൽ ഏവൂരിന്റെ നിഴലിൽ നിന്നുകൊണ്ടാണ് ഞാൻ അന്വേഷണം തുടങ്ങുന്നത്. പി.കെ.ശിവശങ്കരപ്പിള്ളയുടെ, അരിച്ചുപെറുക്കിയെടുത്തതെന്നവകാശപ്പെടുന്ന തുള്ളൽക്കഥകളുടെ സമാഹാരത്തിൽ കൊടുത്തിരിക്കുന്നതിൽ നിന്ന് ഏവൂർ വെട്ടിമാറ്റിയ കൃതികളെക്കുറിച്ചു നമുക്കു ചിന്തിച്ചുതുടങ്ങാം. ആദ്യമായി അദ്ദേഹം വെട്ടിമാറ്റിയ കൃതി സന്താനഗോപാലം ഓട്ടൻ തുള്ളലാണ്.(ക്രമം,സാഹിത്യ അക്കാദമി ഇറക്കിയ തുള്ളൽക്കൃതികളുടെ സമാഹാരത്തിലേത്)[2]

ഈ കൃതി നമ്പ്യാരുടെതല്ല എന്നു നിഷേധിക്കുന്നവേളയിൽ ഏവൂർ മൂന്നു കാര്യങ്ങൾ പ്രധാനമായും ചൂണ്ടിക്കാട്ടുന്നു. 1) കിള്ളിക്കുറിശ്ശിമംഗലത്തെ ദേവനെ സ്തുതിച്ചുകൊണ്ടു തുടങ്ങിയെന്നുകരുതി കൃതി നമ്പ്യാരുടെതാകണമെന്നില്ല. 2) ഭാവനാശാലിയാണ് കൃതിയുടെ രചയിതാവ് എന്നു കരുതാനാവില്ല. 3) കൃതിയിലെ നരകവർണ്ണനയിൽ നിന്ന് രചയിതാവ് അധികം ക്ലേശിക്കാതെ പെട്ടെന്നു പിന്മാറുന്നു. ഇവ മൂന്നും പ്രസക്തമായ കാര്യങ്ങളാണ്. തുള്ളലുകളുടെ വന്ദനഭാഗത്ത് കിള്ളിക്കുറിശ്ശിദേവനെ സ്മരിക്കുക എന്നത് നമ്പ്യാർ ഉണ്ടാക്കിയ ഒരു കീഴ്വഴക്കമെന്നു കരുതിയാൽ മതി. നമ്പ്യാരെ അനുകരിക്കുന്നവർ അതു പിൻപറ്റാനുള്ള സാദ്ധ്യത ഏറെയാണ്. ആരുടെയോ കൃതിയിൽ മറ്റാരാനും എഴുതിച്ചേർത്തതാകാനും മതി. നമ്പ്യാരുടെ കൃതിയാണെന്നുറപ്പാണെങ്കിൽ, കൃതി എവിടെവച്ചെഴുതിയെന്നോ എപ്പോൾ എഴുതിയെന്നോ പോലും നിർണ്ണയിക്കാൻ ഈ തെളിവു പര്യാപ്തവുമല്ല. കവി എവിടെവച്ചും ഏതു സമയത്തും ഇഷ്ടദേവനെ സ്തുതിച്ചുവെന്നു വരാം. ഇരുപത് ഓട്ടൻതുള്ളലുകൾ പരിശോധിക്കുമ്പോൾ ഏഴെണ്ണം മാത്രമാണ് ഇഷ്ടദേവതാസ്തുതിയോ ഗുരുസ്മൃതിയോ ചേർത്തു തുടങ്ങിയിട്ടുള്ളു എന്നതും ശ്രദ്ധിക്കേണ്ടതാകുന്നു. ബാക്കി പതിമൂന്നും നമ്പ്യാർ എഴുതിയതല്ല എന്നതിലേക്ക് ഇതു തെളിവായി ഇവർ സ്വീകരിക്കുമോ?

'സന്താനഗോപാലം' നമ്പ്യാരുടെ രചനയല്ല എന്നു വായനക്കാരനെ ചിന്തിപ്പിച്ചേക്കാവുന്ന കാരണങ്ങൾ വളരെ ഹ്രസ്വമായി പറയാം. ആദ്യഭാഗത്തു തന്നെ,

'എട്ടും നിജ പതിനാറായിരവും
മട്ടോൽമൊഴിമാർ പെറ്റുളവാകും
എട്ടുസഹസ്രം മക്കളൊടും പരി-
തുഷ്ട്യാ ഗേഹം പുക്കതിമോദാൽ'

എന്നെഴുതിയിരിക്കുന്നതിലെ തുഷ്ടിയും മോദവും സമാനാർത്ഥദ്യോതകപദങ്ങളാണെന്നോ അങ്ങനെ നമ്പ്യാർ എഴുതുകയില്ല എന്നോ വാശിപിടിക്കണമെന്നു പറയുന്നില്ല. പക്ഷേ, പതിനാറായിരത്തെട്ടു ഭാര്യമാരും

കൂടി പെറ്റുളവായത് എണ്ണായിരം മക്കളാണ്! ബാക്കി എണ്ണായിരത്തി എട്ടുപേർ അനപത്യകളായിരുന്നോ? ഇങ്ങനെയൊന്നും നമ്പ്യാർ എഴുതുകയില്ല. അഥവാ, എഴുതിയാൽ അങ്ങനെയാകാനുള്ള കാരണം അടുത്തവരിയിൽ ഉണ്ടാവും. പാരം പരവശമാമെൻ പീഡകൾ എന്നു നമ്പ്യാർ എഴുതുകയില്ല. 'പരവശനാമെൻ പീഡകൾ 'എന്നെഴുതാനുള്ള മലയാളവ്യാകരണമൊക്കെ അദ്ദേഹത്തിനറിയാമായിരുന്നു. അതു പക്ഷേ, പകർത്തിയെഴുതിയപ്പോൾ തെറ്റിയതാവാമെന്നു കരുതുക. കൃഷ്ണനെക്കുറിച്ച് ഒട്ടു രസകരമായിട്ടാണെങ്കിലും,

'കുഴലുവിളിച്ചുരസിപ്പാൻ കൊള്ളാം
തോഴ്യെവിളിച്ചുനടപ്പാൻ കൊള്ളാം
ചേലകൾ കട്ടുനടപ്പാൻ കൊള്ളാം
പാലുകവർന്നു ഭുജിപ്പാൻ കൊള്ളാം
അംഗനമാരെയൊളിപ്പാൻ കൊള്ളാം
ഇങ്ങനെയുള്ളതിനൊക്കെക്കൊള്ളാം'

എന്നിങ്ങനെയെഴുതിയിരിക്കുന്നതിൽ നമ്പ്യാരെഴുത്തിന്റെ മികവോ തികവോ കാണുന്നില്ല. ഓരോന്നിനും 'കൊള്ളാം' എന്നെഴുതിയിട്ട് 'ഇങ്ങനെയുള്ളതിനൊക്കെക്കൊള്ളാ'മെന്നു നമ്പ്യാർ എഴുതുകയുമില്ല. പരമാവധി നമ്പ്യാരുടെ വഴികളിലിറങ്ങി നടക്കാൻ രചയിതാവു ശ്രമിക്കുന്നുണ്ട്. അർജ്ജുനന്റെ വർണ്ണന നമ്പ്യാർ എഴുതിയേക്കാൻ സാദ്ധ്യതയുള്ളത് എന്നിടം വരെ തോന്നിപ്പിക്കാൻ കഴിയുന്നുണ്ടെങ്കിലും ആ ഭാഗത്ത് ഉപയോഗിച്ചിരിക്കുന്ന ഭാഷയും പദസങ്കലനരീതിയും നമ്പ്യാരുടേതല്ല. വിപ്രനും കാന്തയും തമ്മിലുള്ള സംഭാഷണം (*'കണ്ണനെയുണ്ടോ കണ്ടെങ്ങാനും'* എന്നു തുടങ്ങുന്നത്)നമ്പ്യാരുടെ നിലവാരത്തിനു യോജിക്കുന്നതായി തോന്നുന്നില്ല. ഇത് രാമാനുചരിതത്തിലെ *'ഹനുമാനെങ്ങു വിഹംഗമവീരാ?'* എന്നുതുടങ്ങുന്ന കൃഷ്ണഗരുഡസംഭാഷണത്തിന്റെയും ബാലിവിജയത്തിലെ *'രാവണനെങ്ങുനിശാചരവീരാ?'* എന്നു തുടങ്ങുന്ന, രാവണിയും ദൂതനുമായുള്ള സംഭാഷണത്തിന്റെയും വികലാനുകരണമാണ്.

'മരണമടുത്തു പുമാനുടെ ശ്വാസവി-
കാരം കണ്ടുരസിക്കും പോലെ'

എന്നൊന്നും നമ്പ്യാർ എഴുതുമെന്നു വിശ്വസിച്ചുകൂടാത്തതാകുന്നു. കാവ്യഭാഷയിൽ അനേകം അന്വയദോഷങ്ങൾ, അസുന്ദരസങ്കലനങ്ങൾ ഒക്കെ വന്നു പെടുന്നതിനു പുറമെ,

'അന്തകഭടരെ വിരോധിച്ചഴകോ-
ടന്തണബാലനെ രക്ഷിക്കേണം;
ഏവമുറച്ചു കിരീടി വസിച്ചു

മഹിസുരമാനിനിയും പ്രസവിച്ചു.

എന്നിങ്ങനെ പെട്ടെന്നു കാര്യം കഴിച്ചുപോകാനുള്ള തിടുക്കം രചയിതാവിന്റെ വിഭവരാഹിത്യം വിളിച്ചുപറയുന്നുണ്ട്. സംസ്കൃതമൊക്കെ അറിയാമായിരുന്ന നമ്പ്യാർ ഇവിടെ മാനിനി (പ്രണയകലഹത്തിലിരിക്കുന്നവൾ) എന്നപദം തന്നെ ഉപയോഗിക്കുമോ എന്നു സംശയിക്കേണ്ടിയിരിക്കുന്നു. കിരീടി അഗ്നിയിൽ ചാടാൻ തുടങ്ങവെ, കൃഷ്ണനെത്തുന്നു. ഈ ഭാഗത്ത്,

'വ്രീളാവിവശത പൂണ്ടുകിരീടി
കാളാഭാംഗനെ വീണുവണങ്ങി
തൊണ്ടവിറച്ചും നെഞ്ചുവിറച്ചും
മിണ്ടരുതാതെ വിയർത്തു തളർന്നും
അണ്ടർവരാത്മജനിണ്ടൽ മുഴുത്തതു
കണ്ടു ദയാനിധികാർമുകിൽവർണ്ണൻ...'

എന്നിങ്ങനെ നമ്പ്യാരെ അനുകരിച്ചു വഷളാകുമ്പോൾ,

'ഇതിമാധവഗിരമമരാധിപസുത-
നതിമാധുര്യസമേതം ശ്രുത്വാ
നത്വാ മുരരിപുചരണസരോരുഹ
മുക്ത്വാ ഭീമസഹോദരനേവം'

എന്നിങ്ങനെ നമ്പ്യാരെ അനുകരിച്ചു വിജയിക്കുന്ന അപൂർവ്വം ചിലയിടങ്ങളും ഈ തുള്ളലിൽ കാണുന്നുണ്ട്. ചുരുക്കത്തിൽ, 1100-നോടടുത്തു വരികൾ പരിശോധിച്ചിട്ടും രൂപശില്പത്തിലും ഭാവഘടനയിലും ഭാഷാസവിശേഷതയിലും 'നമ്പ്യാരിത്ത'മുള്ള നൂറുവരികൾ പോലും കണ്ടെത്താനാകാത്ത ഈ രചന നമ്പ്യാരുടേതല്ല എന്ന് ഏവൂരിനോടു ചേർന്നു നിന്നു പ്രഖ്യാപിക്കാൻ മടിക്കേണ്ടതില്ല.

പി.കെ. ശിവശങ്കരപ്പിള്ള സംശോധിതസംസ്കരണം നടത്തിയ ഗ്രന്ഥത്തിൽ നിന്ന് ഏവൂർ വെട്ടിമാറ്റുന്ന അടുത്ത ഓട്ടൻതുള്ളൽ 'ബകവധം' ആണ്. ആകെ 372 വരികളുള്ള ഈ വികൃതി നമ്പ്യാരുടേതല്ല എന്നതിന് തെളിവുകൾ എടുത്തുനിരത്തണമെന്നില്ല. ഒറ്റവായനയിൽത്തന്നെ, നമ്പ്യാർക്കൃതികളെ കുറച്ചൊക്കെ അടുത്തറിയുന്ന ഒരാൾക്ക്, അതു തിരിച്ചറിയാനാകും. എങ്ങനെ മുങ്ങിത്തപ്പിയാലും പ്രതിഭാവിലാസത്തിന്റെ തരിമ്പും എങ്ങും കാണാൻ കഴിയില്ല! അത്യന്തരസകരമായി നമ്പ്യാർ അവതിരിപ്പിക്കാൻ സാദ്ധ്യതയുള്ള ഭാഗങ്ങൾ അത്രത്തോളം തന്നെ വിരസമായി അവതരിപ്പിക്കപ്പെട്ടിരിക്കുന്നു. വിഭവസമൃദ്ധനായ നമ്പ്യാർ ഈ പ്രമേയം കൈകാര്യം ചെയ്തിരുന്നെങ്കിൽ ചുരുങ്ങിയത് ആയിരത്തഞ്ഞൂറുവരികളിലെങ്കിലും ഈ കൃതി വാർന്നുവീഴു

മായിരുന്നു. അതിനുള്ള വക അദ്ദേഹം കണ്ടെത്തുമായിരുന്നു. അല്പ വിഭവനായ ഒരു കവിയശഃപ്രാർത്ഥിയുടെ വികൃതി എന്ന് ഒറ്റനോട്ടത്തിൽ മനസ്സിലാകുന്ന ഈ കൃതി അതുകൊണ്ടുതന്നെ, നമ്പ്യാരുടെതല്ല എന്നുറപ്പിക്കാവുന്നതാണ്.

ശീതങ്കൻ തുള്ളലുകളിൽ ആദ്യം ഒഴിവാക്കുന്നത് 'ഗണപതി പ്രാതൽ' ആണ്. ശീർഷകം പോലും നമ്പ്യാരുടെ യുക്തിക്കു നിരക്കുന്നതായി തോന്നുന്നില്ല. 'പ്രാതൽ' എന്നാൽ പ്രഭാതഭക്ഷണമാണ്. സ്വന്തം പ്രൗഢി പ്രകടിപ്പിക്കാൻ പ്രഭാതത്തിൽ വിപുലമായ സദ്യയൊരുക്കി ഒരാളെ ക്ഷണിക്കുന്നു എന്നതു തന്നെ സാമാന്യയുക്തിക്കു സ്വീകാര്യമല്ല. ഒരുക്കങ്ങളെല്ലാം പക്ഷേ, മദ്ധ്യാഹ്നസദ്യയുടേതാണുതാനും! 350-ൽ പരം വരികളിലൂടെ കടന്നുപോയിട്ടും ഒരു നമ്പ്യാരിത്തം എങ്ങും മനസ്സിൽ തൊട്ടതായി തോന്നിയില്ല. നമ്പ്യാർ ഈ വിഷയം കൈകാര്യം ചെയ്തിരുന്നെങ്കിൽ ഈ കൃതി രസനിഷ്യന്ദികളായ ആയിരത്തിനു മേൽ വരികളിൽ വാർന്നുവീഴുമായിരുന്നുവെന്നു തോന്നി. ഗണപതിയുടെ ഭക്ഷണം നമ്പ്യാർ വർണ്ണിച്ചിരുന്നെങ്കിൽ എന്നാഗ്രഹിച്ചും പോയി! സദ്യയുണ്ണാനുള്ള ഗണപതിയുടെ വരവ് നമ്പ്യാരായിരുന്നെങ്കിൽ, ആഘോഷിച്ചു വർണ്ണിക്കുമായിരുന്നുവെന്നതു തീർച്ചയാണ്. കൊമ്പും തുമ്പിയും കുംഭയും കുലുക്കി കള്ളക്കണ്ണിൽ നിന്നു നോട്ടവുമെറിഞ്ഞ് കുബേര സദസ്സിലേക്കു കയറിവരുന്ന ഗണപതിയെ നമ്പ്യാർ നമ്മുടെ മുന്നിൽ അവതരിപ്പിക്കുന്നത് ഒന്നോർത്തുനോക്കിയാൽ മതി, ഈ കൃതി നമ്പ്യാരുടെതല്ലെന്നുറപ്പിച്ചു പറയാൻ.

'ചട്ടുകവും ചോറുമിലയുടെ കെട്ടുമാ
കോരികയും ഭുജിച്ചാദരാൽ

എന്നിങ്ങനെ നമ്പ്യാരുടെ ഗണപതി വന്നപാടേ ഭക്ഷണം കഴിച്ചു തുടങ്ങുമായിരുന്നില്ല. ഗണപതിയുടെ ഭക്ഷണക്രമം -ഒന്നൊന്നായി ഭക്ഷിച്ച് കുബേരനെയും, വേണ്ടിവന്നാൽ ത്രിഭുവനത്തെയും വിഴുങ്ങാനുള്ള ആർത്തിയുമായി ഭയപ്പെടുത്തിക്കൊണ്ടു നില്ക്കുന്നതും മറ്റും- വർണ്ണിക്കാൻ ലഭിക്കുന്ന സുവർണ്ണാവസരം നിപുണമായി നമ്പ്യാർ ആഘോഷിക്കുമായിരുന്നുവെന്നതു തീർച്ചയാണ്. വിഭവസമ്പന്നനായ നമ്പ്യാർ എവിടെ? ഗണപതിപ്രാതലെഴുതിയ അല്പവിഭവനെവിടെ? തുള്ളൽ പൂർവ്വകൃതിയായ ശ്രീകൃഷ്ണചരിതം മണിപ്രവാളത്തിൽ, മണ്ണു തിന്ന കണ്ണന്റെ വായ തുറന്നു യശോദ പരിശോധിക്കുന്നതും ബ്രഹ്മാണ്ഡം മുഴുവൻ കണ്ടമ്പരക്കുന്നതും വർണ്ണിച്ചിരിക്കുന്നതോർത്താൽ മതി, നമ്പ്യാർ ഈ അവസരം എങ്ങനെ ഉപയോഗിക്കുമായിരുന്നു എന്നു സങ്കല്പിക്കാൻ. പദങ്ങൾ എടുത്ത് അമ്മാനമാടാൻ കിട്ടുന്ന ഏതെങ്കിലും

സന്ദർഭം നമ്പ്യാരിലെ കവി വേണ്ടെന്നു വയ്ക്കുമോ? ഈ കൃതിയുടെ പിന്നാമ്പുറങ്ങളിൽ പോലും നമ്പ്യാർ ഇല്ല. പിന്നല്ലേ, പൂമുഖത്ത്?! തുള്ളൽക്കഥാനിർമ്മിതി ചിട്ടയോടെ ശീലിച്ചിരുന്നെങ്കിൽ ഗണപതിപ്രാതലിന്റെ രചയിതാവിന് ഒരു 'അരനമ്പ്യാ'രാകാൻ കഴിയുമായിരുന്നു. അത്രയൊക്കെയേ വകവച്ചുകൊടുക്കാൻ കഴിയൂ.

വെട്ടിമാറ്റേണ്ട അടുത്ത ശീതങ്കൻ 'ധ്രുവചരിത'മാണ്. ഈ വികൃതിയുടെ തുടക്കത്തിൽ തന്നെ കല്ലുകടിക്കുന്നുണ്ട്.

'ധാത്രീവരോത്തമൻ ധാത്രീപരിത്രാണ-
മെത്രയും ചിത്രമായത്ര ചെയ്താൻ നല്ല
ക്ഷേത്രം പണിയിച്ചു പാത്രങ്ങൾ തീർപ്പിച്ചു
വട്ടത്തിലോരോ കുളങ്ങൾ കുഴിപ്പിച്ചു
വെട്ടിപ്പിടിച്ചു(ള്ള?) നാട്ടുവഴികളിൽ
നാട്ടുകല്ലിട്ടു നടക്കാവുവയ്പിച്ചു.'

ധാത്രീപരിത്രാണത്തിനു പാത്രങ്ങൾ നിർമ്മിച്ചെന്നും വട്ടത്തിലോരോ കുളങ്ങൾ കുഴിപ്പിച്ചെന്നും നമ്പ്യാർ എഴുതുമെന്നു വിശ്വസിക്കാൻ കഴിയില്ല. ('ഓരോ കുളങ്ങൾ' തെറ്റാണ്. നമ്പ്യാർ എഴുതുകയാണെങ്കിൽ, 'വട്ടത്തിലോരോ കുളവും കുഴിപ്പിച്ചു' എന്നോ 'വട്ടത്തിലങ്ങു കുളവും കുഴിപ്പിച്ചു' എന്നോ മറ്റോ എഴുതുമായിരുന്നു.) '*നടക്കാവു വയ്പിച്ചു*' എന്നു നമ്പ്യാർ എഴുതുകയില്ല. അല്ലെങ്കിൽത്തന്നെ, ഇതെന്തു ധാത്രീപരിത്രാണം?

'രണ്ടുകളത്രത്തെയുണ്ടാക്കി വെക്കുന്ന
തണ്ടുതപ്പിക്കു സുഖമില്ലൊരിക്കലും'

എന്നൊക്കെ എഴുതി 'നമ്പ്യാർ ടച്ച് ' വരുത്താനുള്ള ശ്രമങ്ങൾ ചിലയിടങ്ങളിൽ കാണുന്നുമുണ്ട്. കണ്ടേച്ചനും ചെട്ടിച്ചിയും തമ്മിലുള്ള ബന്ധം വികലവും വികൃതവും വിരസദീർഘവുമായി അവതരിപ്പിച്ചിരിക്കുന്നു. ശവത്തിൽ പ്രവേശിച്ചു വേതാളം മൂക്കു കടിച്ചുപറിക്കുന്നതും മറ്റും ആഭാസകരമായി തരംതാഴ്ന്നുപോയിരിക്കുന്നതു ശ്രദ്ധിച്ചാൽ ഇതു നമ്പ്യാരുടെ കൃതിയല്ല എന്നു തിരിച്ചറിയാനാകും. 'നമ്പ്യാരുടെ തുള്ളൽ ശൈലിക്കു പകരം, എഴുത്തച്ഛനെയും പൂന്താനത്തിനെയും കുഞ്ചൻ നമ്പ്യാരെയും തരം പോലെ അനുകരിച്ചുകൊണ്ടുള്ള ഒരു സമ്മിശ്രശൈലിയാണ് ഇതിൽ കാണുന്നത്' എന്ന് ഏവൂർ പരമേശ്വരൻ എഴുതിയിരിക്കുന്നതും പരിഗണിക്കേണ്ടതാണ്(കുഞ്ചനും തുള്ളലും, പുറം.65). ശിവപുരാണത്തിൽ നിന്നു നമ്പ്യാർതന്നെ 'ഹരിണീസ്വയംവര'ത്തിൽ എടുത്തു ചേർത്ത എട്ടുവരി അതുപോലെ ധ്രുവചരിതകർത്താവും എടുത്തുചേർത്തിരിക്കുന്നത് ഏവൂർ ചൂണ്ടിക്കാട്ടുന്നുണ്ട്. അതു പക്ഷേ, കൃതി നമ്പ്യാർ തന്നെ എഴുതിയതാണെന്നു വരുത്തിത്തീർക്കാൻ രചയിതാവോ

മറ്റാരെങ്കിലുമോ കാട്ടിയ വിരുതു മാത്രമാകാനാണു സാദ്ധ്യത.

ശീതങ്കൻ തുള്ളലുകളിൽ നമ്പ്യാർക്കൃതിയല്ലാത്ത 'കൃഷ്ണലീല'യാണ് ഇനി പരിശോധിക്കേണ്ടത്. കൃഷ്ണലീല എന്നു പേരു നല്കി, വൃത്തിഹീനലീലകൾ പലതും പറയുന്നതിനിടയിൽ അത്ര സുന്ദരമല്ലാതെ കുറച്ചു കൃഷ്ണലീലകളും അവതരിപ്പിക്കുന്ന ഈ കൃതി നമ്പ്യാരുടെതല്ലെന്ന് ഒറ്റവായനയ്ക്കു തന്നെ മനസ്സിലാകുന്നതാണ്.

കവിചൊല്ലി ഫലിപ്പിപ്പാനെളുതല്ലെങ്കിലും നമ്മെ-
ക്കവിയുന്ന കവിതക്കാർ കവികെട്ടിച്ചമച്ചർത്ഥം
ചെവി കൊണ്ടു വഴിപോലെ ശ്രവിക്കുമ്പോളിവനുള്ളിൽ
കവിയല്ല 'വി' കാരത്തിൽ 'പി'കാരംവന്നുകൂടീടും'

ഈ വരികൾ ഹരിണീസ്വയംവരം പറയൻതുള്ളലിൽ നിന്ന് അല്പഭേദത്തോടെ അപഹരിച്ചു ചേർത്തിരിക്കുന്നതാണ്.
ഹരിണീസ്വയംവരത്തിലെ വരികൾ ഇങ്ങനെ:

'കവിചൊല്ലി ഫലിപ്പിപ്പാനെളുതല്ലെങ്കിലും ഭക്തി
കവിയുന്ന കവിതക്കാർ കവികെട്ടിച്ചമച്ചർത്ഥം
ചെവി കൊണ്ടു വഴിപോലെ ശ്രവിക്കുമ്പോളവനൊട്ടും
കവിയല്ല 'വി' കാരത്തിൽ 'പി'കാരംവന്നുകൂടീടും'

അവിടെയും ഇവിടെയും ഓരോ വാക്കുമാറ്റി നമ്പ്യാർതന്നെ സ്വന്തംവരികൾ ആവർത്തിച്ചിരിക്കുന്നുവെന്നു നമ്പ്യാരെ അറിയുന്നവർ പറയുമെന്നു തോന്നുന്നില്ല. വിഭവസമ്പത്തിന്റെ കുബേരനും അവിച്ഛിന്നധാരാവാഹിത്വത്തിന്റെ തമ്പുരാനുമായ ഒരു കവിക്ക് അതിന്റെ ആവശ്യമുണ്ടോ?. 'പുളിന്ദീമോക്ഷം' എന്ന പേരിൽ ഏതോ 'വിദ്വാൻ' നമ്പ്യാരെ അധിക്ഷേപിച്ചതു ചെറിയതോതിൽ ഇവിടെയും സംഭവിച്ചിരിക്കുന്നുവെന്നു കരുതിയാൽ പോരും!

വിരസമായി നീളുന്ന കഥപറച്ചിലിനിടയിൽ *'കനലിൽ ചുട്ടെടുത്തൊരു കനകച്ചേങ്കില പോലെ'*എന്ന് അസ്തമയസൂര്യനെ സൗന്ദര്യാത്മകമായ ഒരു ബിംബം കൊണ്ടു കോറിയിട്ടിരിക്കുന്നു ഈ 'വിരുതൻ'. *'ചന്ദ്രബിംബമെടുത്തെനിക്കൊരു ചാണയായി ഉരയ്ക്കണം'* എന്ന നമ്പ്യാർബിംബത്തിൽ നിന്നു പകർന്നുകിട്ടിയതാണെങ്കിലും ഇതു സുന്ദരമായിരിക്കുന്നുവെന്നു പറയാതെയും വയ്യ. ഈ കൃതിയിലും നമ്പ്യാരും പൂന്താനവും ഒക്കെ അസമർത്ഥമായി അനുകരിക്കപ്പെട്ടിരിക്കുന്നു. കൃഷ്ണലീലയ്ക്കായി കൃതിയുടെ നാലിലൊന്നു പോലും അനുവദിക്കപ്പെട്ടിട്ടുമില്ല! നമ്പ്യാരെ അനുകരിച്ചു ചില ചെപ്പടിവിദ്യകൾ ഇടയ്ക്കു പ്രയോഗിക്കുന്നുണ്ടെങ്കിലും ഈ കൃതി നമ്പ്യാരുടെതല്ലെന്നു തീർത്തു പറയാവുന്നതാണ്.

പറയൻ തുള്ളൽ വിഭാഗത്തിൽ ആദ്യം നീക്കിക്കളയേണ്ടി വരുന്നത് 'പാഞ്ചാലീസ്വയംവര'മാണ്. കഥയുടെ അവസാനഭാഗമാണ് ഇതിൽ കടന്നുവരുന്നതെന്നതുകൊണ്ട് ഇതിനൊരു ആദ്യഭാഗം ഉണ്ടെന്നു പി.കെ. ശിവശങ്കരപ്പിള്ള അനുമാനിക്കുന്നുണ്ട്. ലഭ്യമായ ഭാഗം വച്ചുകൊണ്ടു തന്നെ ഇതു നമ്പ്യാർക്കൃതിയല്ല എന്നു പറയാനാകും. കഥാഭാഗം വെറുതെ ചുരുക്കി പദ്യത്തിലെഴുതിയിരിക്കുന്നതിനപ്പുറം യാതൊരു രസികത്വവും ഇതിനവകാശപ്പെടാനില്ല എന്നതു തന്നെ ഇതു നമ്പ്യാർക്കൃതിയല്ല എന്നു വ്യക്തമാക്കുന്നു. നമ്പ്യാരുടേതായ യാതൊരു ഭാവമുദ്രയും ഇതിൽ പതിഞ്ഞുകിടക്കുന്നില്ല. 39-ാമത്തെ വരിയിൽ ദ്രുപദൻ പാണ്ഡവരോടു കാര്യങ്ങൾ അന്വേഷിച്ചു തുടങ്ങുന്നു. സമകാലിക സാമൂഹികത ഹാസ്യാത്മകമായി അവതരിപ്പിക്കാൻ ധാരാളം അവസരങ്ങളുള്ള ഒരു വിഷയത്തിൽ അതൊന്നും വേണ്ടപോലെ വന്നുചേരുന്നില്ല എന്നതുകൊണ്ടും ഇതിന്റെ കർത്തൃത്വം നമ്പ്യാരിൽ വന്നുചേരുന്നില്ല എന്നു തീർച്ചയാക്കാവുന്നതാണ്.

പിന്നെവരുന്നതു പുളിന്ദീമോക്ഷമാണ്. ഹീനവും മലീമസവുമായ വരികൾ ചേർത്തുവച്ചിട്ടുള്ള ഈ രചനയെക്കുറിച്ചു നേരത്തെ തന്നെ വിശദീകരിച്ചിട്ടുണ്ട്.

ഇനി, നമ്പ്യാരുടെതാണെന്നുറപ്പിക്കാവുന്ന, എന്നാൽ പി.കെ. ശിവശങ്കരപ്പിള്ളയുടെ സംശോധിതസംസ്കരണത്തോടെ പുറത്തിറക്കിയിരിക്കുന്ന പുസ്തകത്തിൽ ഉൾപ്പെടാതിരിക്കുന്ന കൃതികൾ പരിശോധിക്കാം. അവയിൽ 'അംബരീഷചരിതം' പ്രാധാന്യമുള്ള ഓട്ടൻതുള്ളൽക്കൃതിയാണ്. 'കരടില്ലാത്ത നമ്പ്യാർശൈലിയുടെ ഉത്തമനിദർശനമായ ഈ തുള്ളൽ, വൈകിയാണെങ്കിലും, ഇവിടെ സ്വീകരിക്കുന്നു' എന്നാണ് ശ്രീ.ഏവൂർ പരമേശ്വരൻ ഈ കൃതിയെ നമ്പ്യാരുടെ കൃതികളിൽ ഉൾപ്പെടുത്തിക്കൊണ്ടു പറയുന്നത്.[3] ഗവേഷകന്റെ ഈ അഭിപ്രായത്തോടു പൂർണ്ണമായി യോജിക്കാനേ നല്ല വായനക്കാരനു കഴിയൂ. 'നിവാതകവചകാലകേയവധം' തുള്ളൽ വലിയദാമോദരൻ നമ്പൂതിരി എഴുതിയതാണെന്നു കൊട്ടാരത്തിൽ ശങ്കുണ്ണി പറയുമ്പോൾ, അംബരീഷചരിതം പോലെ ഒരു മേൽത്തരം കൃതി അദ്ദേഹത്തിനു രചിക്കാൻ സാദ്ധ്യമാകില്ല എന്ന ഉറപ്പുകൂടി ലഭിക്കുന്നതായി ലേഖകൻ സൂചിപ്പിക്കുന്നുണ്ട്. ഇതിലും യാഥാർത്ഥ്യമുണ്ട്. അംബരീഷചരിതത്തിലെ വളരെക്കുറച്ചു വരികൾ എടുത്തുകാട്ടി അവയുടെ ധാരാവാഹിത്വം പുരസ്കരിച്ച്, നമ്പ്യാർക്കല്ലാതെ ആ കൃതി രചിക്കാൻ കഴിയുകയില്ലെന്നു പറയുന്നു, ശ്രീ. പരമേശ്വരൻ. നമുക്ക് ആ കൃതി ഒന്നു പരിശോധിക്കാം.

'ഭാസുരശീലന്മാരാകുന്ന മഹീസുരവരരുടെ

കൃപകൊണ്ടിഹ ഞാൻ
ആസുരനെങ്കിലുമുരചെയ്യാം ഹരിവാസര
മാഹാത്മ്യത്തിലൊരേടം.'

എന്നിങ്ങനെ പ്രസ്താവിച്ചുകൊണ്ട് അംബരീഷൻ എന്ന വിശ്രുതനായ 'സന്മഹീപതി' ഭൂമിയിൽ പിറന്ന കാര്യം പറയുന്നു. അദ്ദേഹത്തിന്റെ ഗുണഗണകീർത്തനങ്ങൾക്കു ശേഷം,

'അതിവിമലഭക്തിമാനേകമേകാദശീ
വ്രതമതു തുടങ്ങിനാൻഭക്തിയോടും
വിധിവദുപവാസവും ദ്വാദശീപാരണാ-
വ്രതനിയമശക്തിയും ചിത്രമത്രേ തുലോം.'

എന്നിങ്ങനെ അദ്ദേഹം ദ്വാദശീപാരണാവ്രതമെടുത്ത വിവരം സൂചിപ്പിക്കുന്നു. അംബരീഷൻ മനസ്സിലുറപ്പിച്ച വിഷ്ണുരൂപത്തെ വർണ്ണിച്ചിരിക്കുന്ന ഭാഗത്ത് പദചിത്രങ്ങളൊരുക്കുന്നതിലുള്ള 'നമ്പ്യാർടച്ച്' വായനക്കാരൻ തിരിച്ചറിയാതെയിരിക്കില്ല. അത് ഇങ്ങനെ:

'ത്രിഭുവനവിരാജിതം വിഷ്ണുരൂപാമൃതം
ത്രിപുരഹരസേവിതം കുങ്കുമാലങ്കൃതം
ത്രിഗുണനിലയംബഹുശ്യാമളം കോമളം
ത്രിദശപതിസന്നിഭൻ മേദിനീവല്ലഭൻ
നിജമനസി ചേർത്തുടൻ ചിന്തചെയ്തെപ്പൊഴും
ഭജനമതുചെയ്കയും ഭക്തിപൂണ്ടെത്രയും
ശിരസി വിലസീടുമാ പൊന്നിൻ കിരീടവും
സരസിജദളോപമം ചാരുനേത്രങ്ങളും
നിരവധിമണിപ്രഭാമിന്നുന്ന മണ്ഡലം
തിറമൊടുവിളങ്ങുന്ന ഗണ്ഡപ്രദേശവും
സുലളിതസുധാമിളന്മന്ദഹാസപ്രഭാ
വിലസിന മുഖാംബുജം നാനാവിലാസവും
ഗളകലിതകൗസ്തുഭം വന്യമാല്യങ്ങളും
തുളസിദളമാലയും ശ്രീവത്സവക്ഷസ്സും
ഘനരണിതകങ്കണശ്രേണിമിന്നുന്നനൽ
ഫണിപതിനിഭങ്ങളാം നാലുതൃക്കൈകളും
സുരുചിരഗദാചക്രമുജ്ജ്വലച്ഛംഖവും
കരതരസരോജവും ചാരുരോമാളിയും
കടതടസുശോഭിപീതാംബരപ്രൗഢിയും
ചടുലമണികാഞ്ചിയും ജംഘജാനുക്കളും
ശുഭദപദപത്മവും മഞ്ജുമഞ്ജീരവും

ശുഭവരമിരിക്കണം മാമകേ മാനസേ...'

ധാരാവാഹിത്വം മാത്രമല്ല, വിശിഷ്ടപദസങ്കലനത്തിലൂടെ വ്യത്യസ്തമായിരിക്കുന്ന ഒരു നമ്പ്യാരിത്തവും ഈ വർണ്ണനയ്ക്കില്ലേ? ഉണ്ടെന്നാണ് എനിക്കു തോന്നുന്നത്. ഇത്ര ദീർഘമായി ഉദ്ധരിച്ചത് പദസങ്കലനസൗഭഗം ഒന്നുകൂടി മനസ്സിരുത്തി വായിച്ചെടുക്കുന്നതിലേക്കാണ്.

അങ്ങനെയിരിക്കെ, ഇന്ദ്രന് ഈ അംബരീഷന്റെ വ്രതം ഭീഷണിയാണെന്നു തോന്നുന്നു. അത്രിപുത്രനായ ദുർവാസാവിനെ ക്ഷണിച്ചുവരുത്തി അംബരീഷന്റെ വ്രതം മുടക്കാൻ ഇന്ദ്രൻ അപേക്ഷിക്കുന്നു. ദുർവ്വാസാവ് അംബരീഷന്റെ പുരിയിൽ ചെല്ലുകയും അംബരീഷൻ ആദരപൂർവ്വം അദ്ദേഹത്തെ സ്വീകരിക്കുകയും ചെയ്യുന്നു. നീരാടി വന്നാൽ മുനിക്കു ഭക്ഷണമാകാമെന്നു പറഞ്ഞ് ദുർവ്വാസാവിനെ അയയ്ക്കുന്നു. പാരണവീടേണ്ട സമയമെത്തിയിട്ടും ദുർവ്വാസാവ് എത്താതെയാകുമ്പോൾ അംബരീഷൻ വിഷമിക്കുന്നു. ദുർവ്വാസാവു ബോധപൂർവ്വം താമസിക്കുകയാണെന്ന് അംബരീഷനു മനസ്സിലാകുന്നില്ലെങ്കിലും അദ്ദേഹം

'ധരണീധരമാധവശൗരേ! ധൃതപങ്കജശംഖഗദാരേ!
പരിപാഹിമുകുന്ദമുരാരേ! ഭഗവൻ മമ സംപ്രതികാരുണ്യം
കരണീയം നാരായണ തേ നമോസ്തുകാരേ'

എന്നു മനസ്സിൽ ധ്യാനിച്ചു. ശേഷം ,

'നരപാലകനേവമുറച്ചു
ജലലേശമെടുത്തു ഭുജിച്ചു
മുനിനാഥനതാശുഗ്രഹിച്ചു
മുഹുരാത്മനി കോപമുദിച്ചു.'

പിന്നെ അങ്ങോട്ടു ദുർവ്വാസാവിന്റെ രോഷപ്രകടനമാണ്. അവിടെയൊക്കെ നമ്പ്യാരുടെ ഭാഷാമുദ്രകൾ വീണുകിടക്കുന്നതു പെട്ടെന്നു ഭാവുകശ്രദ്ധയിൽ വരത്തക്കവണ്ണമാണ്.

'കേട്ടാലും നൃപകീടകമേ നിന്നുടെ
ചേഷ്ടിതമോർക്കിലഹോകഷ്ടം!
പെട്ടെന്നങ്ങുകുളിപ്പാനെന്നെ
ചട്ടംകെട്ടിയയച്ചൊരുശേഷം
വാട്ടമകന്നതിമൃഷ്ടതരം പുന-
രഷ്ടികഴിച്ചുവസിച്ചതുമുചിതം
മട്ടോലുംമൊഴിമാരൊടുചേർന്നതി
തുഷ്ടികലർന്നുവസിച്ചീടുംനീ'

എന്നൊക്കെ പറഞ്ഞുകൊണ്ട്,

നിരവധികോപംപൂണ്ടുവിറച്ചും
തിരുമിഴിവിരവിലുരുട്ടിമിഴിച്ചും
കരതലമഴകൊടുമണ്ണിലുരച്ചും
സുരുചിരജടമുടിധരണീതലമതി-
ലുരുതരരഭസമടിക്കുന്നേരം
പെരിയ ഭയങ്കരിയായൊരു കൃത്തിക'

ജനിക്കുന്നു. അംബരീഷനെ വധിക്കാനൊരുങ്ങുന്ന കൃത്തികയെ വിഷ്ണുവിന്റെ സുദർശനചക്രം നേരിടുന്നു. കൃത്തികയെ ഭസ്മമാക്കിയ ശേഷം ദുർവ്വാസാവിന്റെ പിന്നാലെ ചക്രം പാഞ്ഞടുക്കുന്നു. ദുർവ്വാസാവ് ബ്രഹ്മാവിന്റെയും ശിവന്റെയും ഒക്കെയടുത്തു പ്രാണരക്ഷാർത്ഥം ഓടിയെത്തിയെങ്കിലും ഫലമില്ലാതെ വിഷ്ണുവിനെത്തന്നെ അഭയം പ്രാപിക്കുന്നു. ഒടുവിൽ ചക്രത്തെ വിഷ്ണു അടക്കുന്നു. അംബരീഷൻ ഒത്തിരിക്കാലം രാജ്യം ഭരിച്ചു കഴിയുന്നു. ഇതാണു പ്രമേയം. നമ്പ്യാർ ശരിക്കും കയ്യടക്കവും കർശനമായ അച്ചടക്കവും പാലിച്ചിരിക്കുന്ന കൃതിയാണിതെന്നു തോന്നുന്നു. ഹാസ്യത്തിനു വേണ്ടി സമകാലികസാമൂഹികതയെ കൂട്ടുപിടിക്കുന്നില്ല എന്നതാണ് പ്രത്യേകത. അതുകൊണ്ടു തന്നെയാവണം ഇതു നമ്പ്യാർക്കൃതിയാണോ എന്ന സംശയം പലർക്കുമുണ്ടായതെന്നു തോന്നുന്നു. നായരും പട്ടരും ചെട്ടിയും കോമട്ടിയുമില്ലെങ്കിൽ നമ്പ്യാരാകുന്നതെങ്ങനെ എന്നു ചിന്തിക്കുന്നവരിലാവണം ഈ സംശയം സന്നിവേശിച്ചതെന്നു കരുതണം. ഇവിടെ നാം ശ്രദ്ധിക്കേണ്ട കാര്യം, ഭയന്നോടുന്ന ദുർവ്വാസാവിന്റെ ചിത്രണമാണ്. ശരിക്കും ചിരിക്കാനുള്ള വക അതിലുള്ളതു കൊണ്ടും പുറംകഥകളോ സമകാലികതയോ തിരുകിക്കയറ്റിയാൽ കൃതിയുടെ ആന്തരികദാർഢ്യം നഷ്ടപ്പെടുമെന്ന ഭയം കൊണ്ടും നമ്പ്യാരിലെ കാവ്യമർമ്മജ്ഞൻ അവയൊക്കെ മാറ്റിനിർത്തിയതാകാം. എതായാലും അവയെ ഒഴിവാക്കിനിർത്തിയതു കൊണ്ട് ഈ കൃതിയുടെ രംഗകലാസ്വഭാവത്തിനോ ജനകീയതക്കോ ഭംഗം വരുന്നതായി തോന്നുന്നുവെങ്കിൽ അതേ കാര്യം കൊണ്ട് കാവ്യത്തിനു തികവും മികവുമാണു ലഭിച്ചിരിക്കുന്നത് എന്നു നാമറിയണം. നമ്പ്യാരുടെ തുള്ളൽക്കൃതികളിൽത്തന്നെ അനാവശ്യദൈർഘ്യം തീരെയില്ലാത്ത, കാവ്യഗുണമുള്ള ഒന്നായി ഇതിനെ കണക്കാക്കാം. ദുർവ്വാസാവിന്റെ ഓട്ടം തുടങ്ങുമ്പോൾ നമ്പ്യാർസ്പർശം ശരിക്കും തെളിഞ്ഞുവരുന്ന വരികൾ ധാരാളമാകുന്നതു നാം കാണുന്നു.

'സത്വരമൃഷിസത്തമനദ്ദിശി
നിന്നഥപാഞ്ഞുതുടങ്ങി
കാടുകൾ പല നാടുകളുരുതര

തോടുകളദ്രിതടങ്ങൾ
വാടികൾ പലവീടുകളിങ്ങനെ-
യുള്ളൊരുദിക്കുകളെല്ലാം
ഓടിയുമഴൽതേടിയുമത്തടി
വാടിയുമോടിയുമുള്ളം
നാടകമതിലാരുമൊരാശ്രയ-
മില്ല മുനീന്ദ്രനു പാർത്താൽ..'

ഉടനീളം നമ്പ്യാരുടെ താളാത്മകസംഗീതഗതി ഭാവുകനു തിരിച്ചറിയാൻ കഴിയുന്നുവെന്നതും ഇത് നമ്പ്യാരുടെ കൃതിതന്നെയെന്നു വിളിച്ചുപറയുന്നുണ്ട്. *'നെയ്യൊഴിച്ചെരിയുന്നതീയിലൊരംബുബിന്ദുഫലിക്കുമോ?'* എന്നും *'കോടിദിവാകരധാടികളങ്ങിടകൂടിവിളങ്ങും തേജസ്സോടും'* എന്നൊക്കെ കാണുന്നിടത്തും നമ്പ്യാരിത്തം തെളിഞ്ഞുനില്ക്കുന്നുണ്ട്. ഇനി ഏവൂർ പരമേശ്വരൻ എടുത്തുകാട്ടിയ വരികൾകൂടി കാണുക. ആരുടെ സംശയവും അപ്പോൾ ദൂരീകരിക്കപ്പെടാവുന്നതാണ്.

'അംഗകേരളകാശിപാണ്ഡ്യകലിംഗകേകയകോസലം
വംഗമാഗധകുന്തികുന്തളഭോജകൊങ്കണമങ്കണം
ഇങ്ങനെ പുനരാറുമൊമ്പതുമുള്ള ദിക്കിലതെങ്ങുമേ
തുംഗതാപനിവാരണത്തിനൊരുത്തരില്ലതു കാരണം..'

ആരെങ്കിലും അനുകരിച്ചെഴുതിയതെങ്കിൽ ഉടനീളം ഈ നമ്പ്യാരിത്തം പ്രകടമാവുകയില്ല എന്നു ചിന്തിച്ചാലും മതി, അംബരീഷചരിതം മറ്റാരുടെതുമല്ല എന്നു വിശ്വസിക്കാൻ. ചുരുക്കത്തിൽ, പ്രമേയത്തിൽ നിന്നു പുറത്തുചാടാൻ സ്വയമനുവദിക്കാതെ, ആന്തരികദാർഢ്യത്തോടെ നമ്പ്യാർ നെയ്തെടുത്ത കാവ്യശില്പമാണ് 'അംബരീഷചരിതം.' സംക്ഷിപ്തസുന്ദരമായ തുള്ളൽക്കൃതി. ഇതു നമ്പ്യാർക്കൃതിയാണെന്നു കണ്ടെത്തി ഉൾച്ചേർത്തതിനു മലയാളി നന്ദിപറയേണ്ടത് ശ്രീ.ഏവൂർ പരമേശ്വരനോടാണ്.

സാഹിത്യഅക്കാദമി ഇറക്കിയ പുസ്തകത്തിൽ, 'ഗജേന്ദ്രമോക്ഷം' പറയൻതുള്ളലും ഒഴിവാക്കിയതായി കാണുന്നു.

'പാക്കനാരുടെ വംശമാകിന പാൽക്കടൽക്കു പിറന്നഞാൻ
വാക്കിനാരൊടുമിന്നുകിഞ്ചന തോൽക്കയില്ലതു നിശ്ചയം
നാക്കിനില്ലൊരുതടവുമെന്നുടെ ഗുരുവരന്റെയനുഗ്രഹാൽ'

വന്ദനങ്ങളർപ്പിക്കുന്നതിനിടയ്ക്ക് പറയനിൽ സ്വയം സന്നിവേശിച്ചു നമ്പ്യാർ ഉരിയാടുന്ന വാക്കുകളാണിവ എന്നു സ്പഷ്ടം. ഈ വരികൾ നമ്പ്യാരുടേതാണെന്നതിൽ ആർക്കും സംശയമുണ്ടാവാനിടയില്ല. വാക്കിന് ആരോടും താൻ തോൽക്കുകയില്ലെന്നും തന്റെ നാവിനൊരു തടവുമി

ല്ലെന്നും തീർത്തു പ്രഖ്യാപിക്കാൻ അക്കാലത്തു നമ്പ്യാർക്കല്ലാതെ ആർക്കു കഴിയുമായിരുന്നു? ഒത്തിരിക്കാലം ഇപ്പുറത്തോട്ടു പോന്നുകഴിഞ്ഞ്, ഒരു ചങ്ങമ്പുഴയിലാണു പിന്നെ ഈ ഗുണം ഈ ഒരളവിൽ നാം കാണുന്നതെന്നു തോന്നുന്നു. *'ചെറിയകഥകളിലെളിയകഥ'* എന്നു മുൻകൂട്ടി പറഞ്ഞുകൊണ്ടേ നമ്പ്യാർ കഥയിലേക്കു പ്രവേശിക്കുന്നുള്ളു. ചെറുതെങ്കിലും ഈ തുള്ളലിൽ നമ്പ്യാരുടെ ആ ധാരാവാഹിത്വം നോക്കുക:

'അമിതഗുണമെഴുമമരതടിനിയിലമരുമംബുജലോചനൻ
അമൃതകരനിഭവദനനിഹമമമനസിവിലസണമെപ്പൊഴും..'

എന്നു വിഷ്ണുവിനെയും

'അമ്പിളിക്കലതുമ്പചാമ്പലെലിമ്പുമമ്പൊടുവമ്പെഴും
ചെമ്പുലിത്തുകിലാടചെഞ്ചിടമുടിയുമഴകിനഗംഗയും
ചെമ്പകായുധനെക്കരിച്ചുപൊരിച്ചുപാരമെരിച്ചിടും
ചെങ്കനൽപൊരിചിതറുമഴകിയമിഴിയുമതിമൃദുഹാസവും'

എന്നു ശിവനെയും പ്രാർത്ഥനകളിൽ എഴുതിയിരിക്കുന്നു. നമ്പ്യാരുടെ സാന്ദ്രമായ ഭക്തിയുടെ ആത്മമുദ്രകൾ തെളിഞ്ഞുകിടക്കുന്ന വരികളാണിവ. വാക്കുകളെ ചേർത്തെടുക്കുന്നതിൽ നമ്പ്യാർക്കുണ്ടായിരുന്ന താളാത്മകപ്രാവീണ്യം ഇവിടെ സുതരാം വെളിവാകുന്നുമുണ്ട്. ഭാഷയുടെ മായികപ്രയോഗങ്ങൾ കൊണ്ട് പ്രാർത്ഥനകൾ മെനഞ്ഞെടുക്കുന്നതിനു കൃതിയുടെ നാലിൽ ഒരു ഭാഗം നമ്പ്യാർ നീക്കിവച്ചുകളഞ്ഞു! വളരെ ഹ്രസ്വമായ തുള്ളൽക്കൃതിയിൽ 64 വരികൾക്കു ശേഷമാണു കഥാപ്രവേശം.

പാണ്ഡ്യരാജപുംഗവനായ ഇന്ദ്രദ്യുമ്നൻ എന്ന നൃപൻ വിഷ്ണുഭക്തനാണ്. പ്രാണായാമത്തിൽ, കരിങ്കൽത്തൂണുപോലെനിന്നു വിഷ്ണുധ്യാനത്തിലേർപ്പെട്ട അദ്ദേഹത്തിന്റെ അരികിലേക്ക് അഗസ്ത്യമുനി കടന്നുവരുന്നു. സമാധിബന്ധനംകൊണ്ട് നൃപൻ അഗസ്ത്യന്റെ ആഗമനം അറിയുന്നില്ല. മുനിക്കു കോപം ജ്വലിച്ചു. *'അന്തണന്മാരിൽ ബഹുമാനമില്ലാത്ത ജന്തുനൃപ'* നെ, *'നീയൊരു*

കുംഭിയായ് വന്നുപിറന്നു വനാന്തേ
സംഭ്രമത്തോടെനടക്കേണമായിരം
സംവത്സരമനങ്ങാത്ത മൂഢ!

എന്നു ശപിച്ചു.

ശുദ്ധനാകിയപാണ്ഡ്യനരപതി ശാപശക്തിനിമിത്തമാ
മത്തവാരണമായ്ചമഞ്ഞു മദിച്ചുമണ്ടിമഹാവനേ..

എല്ലാ മൃഗങ്ങളെയും കൊന്നൊടുക്കി, മലകൾ കുത്തിയിളക്കി മദിച്ചുനടന്നു, വമ്പനായ ആ കൊമ്പൻ. ആനയുടെ ഈ തിമർത്തുനടപ്പു വർണ്ണി

ക്കുമ്പോൾ നമ്പ്യാർശൈലി പ്രകടമാകുന്നുണ്ട്.

വെള്ളത്തിൽ നീന്തിക്കളിച്ചും പുളച്ചും
വെക്കം പിടിയെ വിളിച്ചും തെളിച്ചും
ഉള്ളിലിറങ്ങിക്കുടിച്ചും കുളിച്ചും
ഉള്ളം നിറച്ചു കുതിച്ചും പതിച്ചും
താമരപ്പൂക്കൾ പറിച്ചും കൊറിച്ചും
താമസംകൂടാതടുത്തും കടുത്തും
മത്തഗജേന്ദ്രൻ മദിച്ചും നദിച്ചും
മസ്തകംകുത്തിക്കരണംമറിഞ്ഞും...

ഇങ്ങനെ പോകുന്നു ആ തിമർപ്പിന്റെ വർണ്ണന.

ഹൂഹൂ എന്ന ഗന്ധർവ്വൻ കാമിനിമാരൊത്തു മാരലീലകളാടി തടാകം മലിനമാക്കിയപ്പോൾ ദേവലമഹർഷി

'അക്രമമിവ്വണ്ണം ചെയ്തതു കാരണം
നക്രമായ് പോക നീ ഹൂഹൂഗന്ധർവ്വാ'

എന്നു ഗന്ധർവ്വനെ ശപിച്ചു. അങ്ങനെ നക്രമായിത്തീർന്ന ഹൂഹൂ ഗന്ധർവ്വൻ കിടന്ന തടാകത്തിലാണ് ഗജേന്ദ്രൻ തിമർത്താടിയത്. മുതല ആനയുടെ കാലിനു പിടുത്തമിട്ടു. രക്ഷപ്പെടാനാവാതെ വലഞ്ഞപ്പോൾ, അറിയാതെ ഗജേന്ദ്രന്റെ ഹൃത്തിൽ വിഷ്ണുവിനെ ഓർമ്മവന്നു. താമരപ്പൂക്കൾ പറിച്ച് അവൻ വിഷ്ണുവിനു പുഷ്പാഞ്ജലി അർപ്പിച്ചു. പെട്ടെന്നു ഗരുഡാരൂഢനായി വിഷ്ണുവെത്തി നക്രത്തെ വധിച്ചു. ശാപമോക്ഷം ലഭിച്ച് ഹൂഹൂ എന്ന ഗന്ധർവ്വൻ പൂർവ്വരൂപം പ്രാപിച്ചു നിന്നു. അതോടൊപ്പം ഇന്ദ്രദ്യുമ്നനും ശാപമോക്ഷം ലഭിച്ചു. ഇതാണു ഗജേന്ദ്രമോക്ഷത്തിന്റെ പ്രമേയം.

വളരെ ഹ്രസ്വമായ ഒരു തുള്ളൽക്കൃതി. പ്രമേയത്തിൽ നിന്നു വ്യതിചലിക്കുന്നില്ല. ഹാസ്യം ഇല്ല എന്നുതന്നെ പറയാം. സമകാലിക സാമൂഹികതയെ കൂട്ടുവിളിക്കുന്നുമില്ല. അത്രമേൽ രസകരം എന്നു പറയാനാവില്ലെങ്കിലും ഭക്തികാവ്യമെന്നു വിശേഷിപ്പിക്കാവുന്ന ഇതും നമ്പ്യാർക്കൃതിയാണെന്നതിൽ സംശയത്തിനവകാശമില്ല. മാറ്റിനിർത്തപ്പെട്ട രണ്ടു തുള്ളലുകളിലും -അംബരീഷചരിതവും ഗജേന്ദ്രമോക്ഷവും- നമ്പ്യാരിലെ വിമർശകനും വിദൂഷകനും അടങ്ങിയൊതുങ്ങിയിരിക്കുന്നുവെന്നതാണ് സത്യം. ഈ രണ്ടു കൃതികളിലും രംഗകല കാവ്യകലയ്ക്കു വഴിമാറിക്കൊടുക്കുന്നതായി തോന്നി. നമ്പ്യാരുടെ സ്വതഃസിദ്ധമായ പല സവിശേഷതകളുമുണ്ടെങ്കിലും ഫലിതപ്രധാനമല്ലാത്തതിനാലാവാം ഇവയെ നമ്പ്യാർക്കൃതികളായി പരിഗണിക്കാൻ പലരും മടിച്ചതെന്നു കരുതണം.

ചുരുക്കത്തിൽ, 20 ഓട്ടൻതുള്ളലുകളും 8 ശീതങ്കൻ തുള്ളലുകളും 8 പറയൻതുള്ളലുകളും നമ്പ്യാർക്കൃതികളെന്നു ശ്രീ.ഏവൂർ പരമേശ്വരൻ തീർച്ച ചെയ്തിരിക്കുന്നത് സുതരാം സ്വീകാര്യമാണ് എന്നാണ് എന്റെയും പക്ഷം. സൗകര്യാർത്ഥം ഒന്നുകൂടി ഉറപ്പുവരുത്തുന്നതിന് അവയുടെ പട്ടിക താഴെ ചേർക്കുന്നു.

ഓട്ടൻ: 1.സ്യമന്തകം 2.ഘോഷയാത്ര 3. കിരാതം 4. നളചരിതം 5. രുക്മിണീസ്വയംവരം 6. സത്യാസ്വയംവരം 7. രാമാനുചരിതം 8.ഗോവർദ്ധനചരിതം 9.ബാണയുദ്ധം 10. പാത്രചരിതം 11. ശീലാവതീചരിതം 12. അഹല്യാമോക്ഷം 13.സീതാസ്വയംവരം 14. രാവണോത്ഭവം 15. കാർത്തവീര്യാർജ്ജുനവിജയം 16.ബാലിവിജയം 17. പ്രദോഷമാഹാത്മ്യം 18. ഹിഡിംബവധം 19. നിവാതകവചവധം 20 അംബരീഷചരിതം ശീതങ്കൻ: 21. കല്യാണസൗഗന്ധികം 22. സുന്ദോപസുന്ദോപാഖ്യാനം 23. നൃഗമോക്ഷം 24. പൗണ്ഡ്രകവധം 25. കാളിയമർദ്ദനം 26. ഹരിണീസ്വയംവരം 27. ബാല്യുത്ഭവം 28.ഹനുമദുത്ഭവം പറയൻ: 29. ത്രിപുരദഹനം 30.നാളായണീചരിതം 31. പഞ്ചേന്ദ്രോപാഖ്യാനം 32. കീചകവധം 33. സഭാപ്രവേശം 34. കുംഭകർണ്ണവധം 35. ഹരിശ്ചന്ദ്രചരിതം 36. ഗജേന്ദ്രമോക്ഷം.

□

കുറിപ്പുകൾ:

1.കുഞ്ചനും തുള്ളലും-ഏവൂർ പരമേശ്വരൻ, കേരളഭാഷാ ഇൻസ്റ്റിറ്റ്യൂട്ട്, തിരുവനന്തപുരം, 2000, പുറം 42-44

2. കുഞ്ചൻ നമ്പ്യാരുടെ തുള്ളൽക്കഥകൾ- എഡിറ്റർ: പി.കെ.ശിവശങ്കരപ്പിള്ള, സാഹിത്യഅക്കാദമി, ജനു.2000

3.കുഞ്ചനും തുള്ളലും-ഏവൂർ പരമേശ്വരൻ, കേരളഭാഷാ ഇൻസ്റ്റിറ്റ്യൂട്ട്, തിരുവനന്തപുരം, 2000, പുറം 56

5
നമ്പ്യാരുടെ ആദ്യതുള്ളൽക്കൃതി

ഹൈസ്കൂൾക്ലാസ്സിലേക്കു കയറുമ്പോൾ കുട്ടനാട്ടിലെ ഗ്രാമമായ കാവാലത്ത്, ഞങ്ങൾ കുട്ടികൾക്കിടയിൽ ഒരു ദീർഘമായ കടങ്കഥ വന്നുപെട്ടു. അതു പറഞ്ഞുകൊടുത്തത് അന്നത്തെ മലയാളം മുൻഷിയായിരുന്ന കേശവപിള്ള അവർകളാണെന്നു പറഞ്ഞുകേട്ടിരുന്നു. ആ കടങ്കഥയുടെ ഉത്തരം 'ഹനൂമാൻ' എന്നായിരുന്നു. പല കുട്ടികളെയും ഇതു വല്ലാതെ കുഴച്ചു. അത്, ഇങ്ങനെ: 'താമരസാക്ഷന്റെ മെത്തേടെ താഴത്തു താങ്ങിക്കിടക്കുന്നവനെച്ചുമക്കുന്ന വമ്പന്റെ കൊമ്പന്റെ കൊമ്പൊന്നൊടിച്ചോന്റെ ചെട്ടനെപ്പേടിച്ചു നാട്ടീന്നു പോയോന്റെ ചാട്ടിന്റെ കൂട്ടിന്റെ കോട്ടം തിമർത്തവന്നുണ്ണിക്കഴുത്തറുത്തോരു പുരുഷൻ ആര്?' വളരെക്കാലം കഴിഞ്ഞിട്ടാണ് ഇതു നമ്പ്യാരുടെ കല്യാണസൗഗന്ധികം തുള്ളലിലേതാണെന്നു ഞാൻ അറിയുന്നത്. ഈ പ്രഹേളിക ഇപ്പോഴും അല്പം ക്ലിഷ്ടമായിട്ടാണ് എനിക്കു തോന്നുന്നത്. ഐരാവതത്തിന്റെ കൊമ്പൊടിച്ച കുംഭകർണ്ണന്റെ ചേട്ടനായിട്ടും വൈശ്രവണന്റെ പുഷ്പകവിമാനത്തിനു കോട്ടം വരുത്തിയവൻ എന്ന നിലയിലും രാവണൻ രണ്ടുപ്രാവശ്യം ഇതിനകത്തു കടന്നു വരുന്നുണ്ട്. രാവണന്റെ പുത്രനായ അക്ഷകുമാരനന്റെ കഴുത്തറുത്തതു ദൂതു പറയാൻ ചെന്ന ഹനുമാൻ ആയിരുന്നുവല്ലോ! അല്പം ക്ലിഷ്ടത ഉണ്ടെന്നാലും രസകരമായ ഈ ദീർഘപ്രഹേളികയിൽ നിന്നാണ് നമ്പ്യാരെ ഞാൻ ആദ്യമായി അറിയാൻ തുടങ്ങിയത്!

മലയാളക്കരയിലെ മദ്ധ്യവർത്തികൾക്കു വേണ്ടി കവിതകുറിച്ച ആദ്യത്തെ കവി നമ്പ്യാരാണ്. എഴുത്തച്ഛനെ അനുകരിച്ചു കൊണ്ടു തുടക്കം കുറിച്ചെങ്കിലും പിന്നീട് സ്വന്തവും സ്വതന്ത്രവുമായ വഴി കണ്ടെത്തിയ കവിയാണു നമ്പ്യാർ. തുള്ളലിനെ സമർത്ഥമായ രംഗകലയാക്കി പരിവർത്തിപ്പിച്ചെടുത്തതു നമ്പ്യാരാണ്. അദ്ദേഹത്തിന്റെ കീർത്തിസ്തംഭങ്ങളായി നില്ക്കുന്നതും തുള്ളൽക്കൃതികളാണ്. മാർദ്ദംഗികനായ നമ്പ്യാർ കൂത്തിന്റെയും പടയണിയുടെയും ഒക്കെ അംശങ്ങൾ ചേർത്തു

വച്ചു രംഗകല ചമച്ചപ്പോൾ അതിനിണങ്ങുന്ന കവിത കെട്ടിയുണ്ടാക്കിയെന്നതിലാണ് വലിയ വിജയം കൊയ്തത്. മലയാളക്കരയെ തല്ലിച്ചതച്ചു ചിരിപ്പിച്ച ഫലിതപ്രതിഭ, തന്റെ മഹാകവിത്വം അളവില്ലാതെ ചൊരിഞ്ഞത് തുള്ളൽക്കൃതികളിലാണ്. മധ്യവർത്തിയെ ലക്ഷ്യം വച്ചു കെട്ടിയുണ്ടാക്കിയ തുള്ളൽക്കവനങ്ങളിൽ പ്രാക്തനവും നിശിതവുമായ ഔചിത്യമൊന്നും ദീക്ഷിക്കാൻ നമ്പ്യാർ മെനക്കെട്ടില്ല. മനുഷ്യമനസ്സിലേക്കിറങ്ങിച്ചെല്ലാൻ എളുപ്പത്തിൽ സാദ്ധ്യമായ പൊടിക്കൈകൾ ധാരാളം പ്രയോഗിച്ചുകാണുന്നുമുണ്ട്. ഇതൊക്കെ പല നിരൂപകരെയും ചൊടിപ്പിച്ചിട്ടുമുണ്ട്. പക്ഷേ, ജനങ്ങൾക്കിടയിലെ നമ്പ്യാരുടെ സർവ്വാതിശായിയായ അംഗീകാരം വിമർശനങ്ങളിൽ നിന്നു പലരെയും പിൻതിരിപ്പിച്ചിട്ടുണ്ടാവണം.

തുള്ളൽപ്രസ്ഥാനമുണ്ടായതിനു കാരണമായി പറഞ്ഞുവരുന്ന ഐതിഹ്യം എത്രത്തോളം വിശ്വാസയോഗ്യമാണ്, ഏതളവുവരെ നമുക്കു കൈക്കൊള്ളാം എന്നതും ഇവിടെ ആലോചിക്കേണ്ടതുണ്ട്. കൂത്തു പറഞ്ഞിരുന്ന ചാക്യാർക്കുപിന്നിൽ മിഴാവു വാദനം ചെയ്തിരുന്നപ്പോൾ നമ്പ്യാർ ഉറങ്ങിപ്പോയെന്നും അപ്പോൾ ചാക്യാർ പരിഹസിച്ചതിനു പ്രതികാരമായി അടുത്ത ദിവസംതന്നെ കല്യാണസൗഗന്ധികം തുള്ളലെഴുതി തട്ടിൽ കേറി നമ്പ്യാർ തുള്ളിയെന്നുമാണ് ഐതിഹ്യം. ശ്രീ.കാവാലം നാരായണപ്പണിക്കർ ഈ ഐതിഹ്യം വിശകലനം ചെയ്യാൻ ശ്രമിക്കുന്നത് സവിശേഷവും സാർത്ഥകവുമായി മറ്റൊരു ദിശയിലാണ്. ഈ ഐതിഹ്യത്തിലൂടെ പകർന്നു ലഭിക്കുന്ന സന്ദേശം നമ്പ്യാർപഠനത്തിൽ അപ്രസക്തമല്ല എന്ന നിലപാടാണ് അദ്ദേഹത്തിനുള്ളത്. വരേണ്യകലകളോടും സംസ്കൃതാധീശത്വത്തോടും കപടബ്രാഹ്മണ്യത്തോടും നമ്പ്യാർക്കു തോന്നിയിരുന്ന അകൽച്ച ഈ ഐതിഹ്യത്തിന്റെ ചോട്ടിൽ നിന്നു നാം വായിച്ചെടുക്കേണ്ടതുണ്ടെന്ന് അദ്ദേഹം ധ്വനിപ്പിക്കുന്നു('സോപാനതത്വം' എന്ന കൃതി-ഹരിതം ബുക്സ്, പുറം 159). ഐതിഹ്യത്തിലെ അത്യുക്തിയും അത്ഭുതവും കുടഞ്ഞുകളഞ്ഞ് അതിനെ വേണ്ടപോലെ ശുദ്ധീകരിച്ചെടുത്താൽ അടിത്തട്ടിൽ കാണാൻ കഴിയുന്നത് നമ്പ്യാരുടെ ഈ അകൽച്ച തന്നെയല്ലേ? നമ്പ്യാർ ഉറക്കം തൂങ്ങിയതും ചാക്യാർ ശകാരിച്ചതും അതിൽനിന്നുണ്ടായ നമ്പ്യാരുടെ പരിഭവവും ഒക്കെ നമ്പ്യാരുടെ ഈ നിലപാടിനെ കുറച്ചുകാണിക്കാൻ ബ്രാഹ്മണപക്ഷപാതികൾ നിർമ്മിച്ചെടുത്തതായിരിക്കണം ഈ ഐതിഹ്യമെന്നു വരെ തോന്നിപ്പിക്കുന്ന ഒരു ദിശാമാറ്റമാണ് ശ്രീ.കാവാലം നാരായണപ്പണിക്കർ ഇവിടെ നിർദ്ദേശിച്ചിരിക്കുന്നതെന്നു മനസ്സിലാക്കാൻ നാം മടിക്കരുത്. ഈ കാഴ്ചപ്പാടിന് ഉപോൽ ബലകമായി ബ്രാഹ്മണർക്കു നേരേ നമ്പ്യാർ ചൊരിഞ്ഞ

അന്തമില്ലാത്ത ആക്ഷേപങ്ങളും കൂട്ടുവരുന്നില്ലേ? മറ്റുള്ള ജാതികളെ തീണ്ടാപ്പാടകലെ നിർത്തി, കുളിയും തേവാരവും തീറ്റിയും സ്ഥാനത്തും അസ്ഥാനത്തുമുള്ള സംസ്കൃതംമൊഴിയലും വേശ്യാഗമനവും താംബൂലചർവ്വണവുമായി സ്വയം ജീർണ്ണിപ്പിച്ചു നടന്നിരുന്ന ബ്രാഹ്മണരെ നമ്പ്യാർ കണക്കറ്റ് ആക്ഷേപിക്കുന്നുണ്ടെന്നത് ഈ കാഴ്ചപ്പാടിനു പിൻബലമേകുന്നുണ്ട് എന്നു കരുതാം. ചിലയിടങ്ങളിൽ സംസ്കൃതമെഴുതിയിട്ട് അതിന്റെ അർത്ഥം പച്ചമലയാളത്തിൽ വ്യാഖ്യാനിച്ചു തന്റെ ആസ്വാദകരെ മനസ്സിലാക്കാൻ ശ്രമിക്കുന്നത് കൂത്തിന്റെ ചുവടുപിടിച്ചു നമ്പ്യാർ അനുഷ്ഠിച്ച രീതി മാത്രമായിരുന്നോ? അതിലും തെല്ലു പരിഹാസം ഒളിച്ചുപിടിക്കുന്നില്ലായിരുന്നോ? രാവണൻ കാർത്തവീര്യാർജ്ജുനന്റെ അടുത്തേക്കയച്ച ചിത്രയോധി തിരിച്ചുവന്ന്, അർജ്ജുനൻ രാവണന്റെ ആവശ്യം നിരാകരിച്ച വിവരം പറയുമ്പോൾ, രാവണൻ സംസാരിക്കുന്നതു സംസ്കൃതത്തിലാണ്! ശ്രീ.കൊളാടി ഗോവിന്ദൻകുട്ടി കുഞ്ചൻ നമ്പ്യാർ എന്ന ലേഖനത്തിൽ ഇത് എടുത്തുകാട്ടിയിരിക്കുന്നു(ഭക്തിപ്രസ്ഥാനം മലയാളകവികളിലൂടെ, പുറം 99, സാഹിത്യഅക്കാദമി,2004).

ചിത്രയോധിയൊടു സംസ്കൃതമായി-
ട്ടുത്രമാത്രമരുൾ ചെയ്തു ദശാസ്യൻ
'അർജ്ജുനസ്യ മയി കിം ബഹുമാനം
നാസ്തി തസ്യ ബഹുകഷ്ടമിദാനീം
ദുർജ്ജനസ്യ ഗുണദോഷവിചാരം
ദുർല്ലഭം ജഗതി കിം കഥനീയം!

എന്നു തുടങ്ങി 'കൽപയാമി നഹി സംശയമദ്യ' വരെ ഒരു പതിനാറു വരി രാവണനെക്കൊണ്ടു 'ദുർഭഗസംസ്കൃത'ത്തിൽ കാച്ചിക്കുന്നത് 'അന്നത്തെ ബ്രാഹ്മണസമുദായത്തിലെ ജനപ്രഭുത്വത്തിന്റെ നേർക്കുള്ള കർക്കശമായ പരിഹാസമാണ്' എന്നെഴുതിയിരിക്കുന്നു, കൊളാടി. ദമയന്തിയുടെ വിവാഹത്തിന് പിതാവു ഭീമസേനൻ എഴുതി അയയ്ക്കുന്ന കത്തിനെയും ഈ കാര്യത്തിലേക്ക് കൊളാടി ഉദാഹരിക്കുന്നുണ്ട്. (അതേ പുസ്തകം പുറം 98).

'...

ഉഷസികുളിപ്പാനിവിടെ വരേണം
ശേഷമവസ്ഥകളെല്ലാം നമ്മുടെ
ദൂതൻ പറയു'മിതേവമെഴുത്ത്.

അടുത്തകാലം വരെ നമ്പൂതിരിഗേഹങ്ങളിൽ നിന്നു മറ്റു നമ്പൂതിരിഗേഹങ്ങളിലേക്കു കത്തു കൊടുക്കുമ്പോൾ തലേന്നു 'കുളിപ്പാൻ തക്കവണ്ണം എത്തുക' എന്നു കത്തുകൾ അവസാനിപ്പിച്ചിരുന്നതിനെയാണ് ഇവിടെ

പരിഹസിച്ചിരിക്കുന്നത് എന്നു കൊളാടി ചൂണ്ടിക്കാട്ടുന്നു.

ശ്രീ.കാവാലം നാരായണപ്പണിക്കരുടെ വാക്കുകളിലെ തീവ്ര ധ്വനികൾ നാം കേൾക്കാതെ പോകരുത്. എല്ലാ ഐതിഹ്യങ്ങളും ചെത്തി മിനുക്കിയെടുത്താൽ ഇങ്ങനെ ചിലതൊക്കെ കിട്ടുമെന്ന അർത്ഥത്തിലാവണം ഐതിഹ്യങ്ങളെയും മിത്തുകളെയും നാം തള്ളിക്കളഞ്ഞുകൂടാ എന്നദ്ദേഹം മൊഴിയുന്നത്. സത്യത്തെ മൂടിവയ്ക്കാൻ ചില ദുർബ്ബലപ്പെട്ട മൂടുപടങ്ങൾ എല്ലാ ഐതിഹ്യങ്ങളുടെയും മീതെയുണ്ടായിരിക്കും. അതു സാമാന്യയുക്തികൊണ്ടും കുശാഗ്രബുദ്ധികൊണ്ടും കീറിക്കളഞ്ഞു സത്യം മനസ്സിലാക്കാൻ നമുക്ക് കാവാലം നാരായണപ്പണിക്കരുടെ വാക്കുകളിലെ അന്തർധ്വനികൾ പ്രേരണയാകുന്നു. ഇവിടെ ശ്രീ.പണിക്കർ എടുത്തുകാട്ടിയിട്ടുള്ള മറ്റൊരു വസ്തുതയ്ക്കും പ്രസക്തിയും പ്രാമാണ്യവും കൈവരുന്നു. 'നമ്പ്യാരുടെ ആദ്യത്തെ തുള്ളൽക്കൃതി' എന്ന ഈ അദ്ധ്യായത്തിൽതന്നെ അതു വെളിപ്പെടുത്തുന്നതു യുക്തമാണെന്നു തോന്നുന്നു.

ഭാഷകൾ പ്രാകൃതത്തിൽ നിന്നു സംസ്കരിക്കപ്പെട്ടു സംസ്കൃതമാകുന്നതല്ലാതെ സംസ്കൃതത്തിൽ നിന്നു പ്രാകൃതത്തിലേക്കു നീങ്ങുന്നില്ല എന്ന നിരീക്ഷണത്തെ പുരസ്കരിച്ചുള്ളതാണത്. ഈ നിരീക്ഷണതത്ത്വത്തോടു ചേർത്തുനിർത്തി താളങ്ങളെയും വൃത്തങ്ങളെയും കൂടി നമ്മൾ കാണേണ്ടതുണ്ടെന്ന ഒരു തോന്നൽ നമ്മിൽ ഉണ്ടാവേണ്ടതല്ലേ? പ്രാക്തനതാളങ്ങളിൽ നിന്നു പരിഷ്കരിച്ചെടുത്തവയാവില്ലേ പുതിയ കാലത്തിന്റെ താളങ്ങൾ? ദ്രാവിഡവൃത്തവ്യവസ്ഥകളിൽ നിന്ന് ഉരുവംകൊണ്ടതാവില്ലേ സംസ്കൃതവൃത്തവ്യവസ്ഥ? സംസ്കൃതം തന്നെ പ്രാകൃതദ്രാവിഡത്തിൽ നിന്നു രൂപം കൊണ്ടതാണെന്ന വിശ്വാസത്തിൽ ഇപ്പറഞ്ഞതുകൂടി അവാന്തരം ചെയ്യുന്നില്ലേ? അങ്ങനെ വരുമ്പോൾ നമ്പ്യാർ കൂടുതൽ പ്രസക്തനും പൂജനീയനുമാകുന്നു. മനുഷ്യരോടൊപ്പം മാറ്റിനിർത്തപ്പെട്ടിരുന്ന പഴയ താളവ്യവസ്ഥയെ, പ്രാക്തനവൃത്തരീതികളെ പൊടിതട്ടിയെടുത്തു തോറ്റിയുണർത്തി നമ്പ്യാർ തട്ടിൽ കയറ്റിയപ്പോൾ, ഇന്നലത്തെ ആ പ്രാഗ്രൂപങ്ങളെ-ആർക്കിടൈപ്പുകളെ- വീണ്ടെടുത്ത് ഇന്നിന്റെ ഹൃദയത്തിലേക്കാവാഹിച്ചു കുടിയിരുത്തുകയായിരുന്നു ആ മഹാകവി ചെയ്തതെന്നുവരുന്നു. അതു പരിഗണിക്കുമ്പോൾ നമ്പ്യാ രെന്ന കവിയുടെ കർമ്മകാണ്ഡത്തിന് ആഴവും വ്യാപ്തിയും തീരഞ്ചും വർദ്ധിക്കുന്നു.

ഹാസ്യമാണ് നമ്പ്യാർക്കവിതയുടെ മുഖമുദ്ര എന്നു പറയാറുണ്ട്. അത് ഒരു പരിധിവരെ -ഒരു പരിധിവരെമാത്രം-ശരിയാണു താനും. *'ശൃംഗാരാദ്ധി ഭവേദ്ധാസ്യോ'*(നാട്യശാസ്ത്രം-രസവികല്പം-44) എന്നു പറ

യുന്ന ഭരതമുനി ഹാസ്യത്തിന്റ വിവിധവശങ്ങൾ പരിശോധിച്ചിരുന്നില്ല. ശൃംഗാരത്തിൽ നിന്നു മാത്രമല്ല ഹാസ്യം ജനിക്കുന്നത്. വൈരുദ്ധ്യവും അധഃപതനവും ഒക്കെ ഹാസ്യം ജനിപ്പിക്കുന്നതായി പാശ്ചാത്യമീമാം സകർ നിരീക്ഷിച്ചിട്ടുണ്ട്. നമ്പ്യാരുടെ ഹാസ്യം ശൃംഗാരത്തിൽ നിന്നു മാത്രം ജനിക്കുന്നതല്ല താനും. ശൃംഗാരാഭാസം ജനിപ്പിക്കുന്ന ചിരി നമ്പ്യാർക്കവിതയിൽ ഇല്ലാതെയില്ല. പക്ഷേ, ആക്ഷേപഹാസ്യത്തിന്റെ അതിരുകൾ ശൃംഗാരത്തിന്റെ വേലിക്കെട്ടുകൾക്കുള്ളിൽ മാത്രം ചുരു ങ്ങുന്നില്ലല്ലോ. രസങ്ങൾക്കു നിറം കല്പിച്ചിരിക്കുന്നതിലും ഭരതമുനിക്ക് ഈ പരിമിതി ഉണ്ടായിട്ടുണ്ട്. ഹാസ്യത്തിനു വെളുപ്പുനിറമാണ് ഭരത മുനി കല്പിച്ചിരിക്കുന്നത്(*അഥ വർണ്ണാ നാമ ശ്യാമോ ഭവത് ശൃംഗാരഃ സിതോ ഹാസ്യഃ പ്രകീർത്തിതഃ* -നാട്യശാസ്ത്രം-രസവികല്പം -46). ശൃഗാ രാഭാസം ജനിപ്പിക്കുന്ന ചിരിക്കു മാത്രമേ ഈ വെളുപ്പു നിറം കല്പി ക്കാനാവൂ എന്നതാണ് ആ പരിമിതി. മറ്റു വർണ്ണസങ്കലനങ്ങളും ചിരിയോടു യോജിക്കുന്നവയായുണ്ട്. ആഹാര്യസവിശേതകളിൽ കൂത്തിനും തുള്ളലിനും വെളുപ്പ് ഉപയോഗിക്കുന്നതു പക്ഷേ, ഭരതമു നിയെ അനുസരിച്ചാണെന്നു തോന്നുന്നു. നമ്പ്യാരുടെ ചിരി ഇതിലൊന്നും ഒതുങ്ങുന്നതല്ല എന്നു പറയുന്നതിലേക്കാണ് ഇത്രയും സൂചിപ്പിച്ചത്.

സന്ദർഭവും പശ്ചാത്തലവും എന്തുമായിക്കൊള്ളട്ടെ, കുഞ്ചൻ ആദ്യം എഴുതിയ തുള്ളൽക്കൃതി കല്യാണസൗഗന്ധികം(ശീതങ്കൻ) ആണെന്നു പൊതുവെ അംഗീകരിക്കപ്പെട്ടിട്ടുണ്ട്. അമ്പലപ്പുഴയുമായി നമ്പ്യാർക്കുള്ള ബന്ധത്തിൽ പിറന്നതാണ് തുള്ളൽപ്രസ്ഥാനമെന്നും പരക്കെ അംഗീകിക്കപ്പെട്ടിരിക്കുന്നു. കലക്കത്തുകുഞ്ചൻനമ്പ്യാർ എന്നൊക്കെ നാം എഴുതുന്നുണ്ടെങ്കിലും കിള്ളിക്കുറിശ്ശിമംഗലം അദ്ദേ ഹത്തിന്റെ ജന്മം കൊണ്ടു മാത്രം പുണ്യപ്പെട്ടപ്പോൾ ആ സാർത്ഥകജീവി തത്തിന്റെ മുക്കാൽ പങ്കും കൊണ്ടനുഷ്ഠിച്ച കർമ്മത്താൽ പുണ്യപ്പെ ട്ടത് അമ്പലപ്പുഴയാണ്. കേരള സാഹിത്യചരിത്രത്തിന്റെ 384-ാമത്തെ പുറത്തിൽ ഉള്ളൂർ അതു കുറിച്ചിട്ടിരിക്കുന്നു. ഗ്രന്ഥശാലാസംഘം തുട ങ്ങിയത് അമ്പലപ്പുഴയിലല്ല, അതു പി.എൻ പണിക്കരുടെ നേതൃത്വത്തി ലുമല്ല തുടങ്ങിയത് എന്നൊക്കെ സ്ഥാപിച്ചെടുക്കാൻ ബോധപൂർവ്വം ചിലർ ശ്രമിക്കുന്നതായി ആരോപണം വന്നിരുന്നു. പ്രാദേശികതാൽപര്യം സാംസ്കാരികമായ ഇത്തരം കാര്യങ്ങളിൽ ആശാസ്യമെന്നു കരുതുക വയ്യ. ഏതാണ്ട് അതുപോലെ തന്നെ നമ്പ്യാരുടെ കാര്യത്തിലും ചിലർ പെരുമാറിത്തുടങ്ങിയിരിക്കുന്നു. നമ്പ്യാരെക്കുറിച്ചുള്ള ഒരു ഡോക്യു മെന്ററിയിൽ നമ്പ്യാർ അമ്പലപ്പുഴയിലും താമസിച്ചിരുന്നു എന്നു മാത്രം സൂചിപ്പിച്ചു കടന്നുപോയത് ഇതിന്റെ ഭാഗമായിരുന്നിരിക്കണം. ഇത്തരം

അനഭിലഷണീയതാല്പര്യവുമായി വരുന്നവരോട് ഒരു വാക്ക്: നമ്പ്യാർ തന്റെ തുള്ളൽക്കാവ്യരചനാസപര്യയ്ക്ക് വിഭവസമാഹരണം നടത്തിയത് നീർപ്പറ്റാർന്ന മരുതം തിണയുടെ നനവുകളിൽ നിന്നാണ്. അവിടുത്തെ സംഗീതത്തിന്റെ സർപ്പിലവീചികളിൽ നിന്നാണ്. പറയന്റെയും പുലയന്റെയും ഗണകന്റെയും താളപ്പൊലിമകളിൽനിന്നാണ്. അവരുടെ താളച്ചുവടുകളിൽ നിന്നാണ്. അമ്പലപ്പുഴ ഉൾപ്പെട്ട കുട്ടനാട്ടിലെ മദ്ധ്യവർത്തിയുടെ ചുറ്റുവട്ടങ്ങളിൽ നിന്നാണ്. മരുതം തിണ പോലെ മനസ്സുനനഞ്ഞു പാടിയ മഹാകവി കുഞ്ചൻനമ്പ്യാരും ചെമ്പകശ്ശേരി എന്ന നാട്ടുരാജ്യമായിരുന്ന അമ്പലപ്പുഴയും പരസ്പരപൂരകങ്ങളാണ്. അമ്പലപ്പുഴയില്ലെങ്കിൽ നമ്പ്യാരില്ല; നമ്പ്യാരില്ലെങ്കിൽ അമ്പലപ്പുഴയും!

നമ്പ്യാർ തുള്ളൽപ്രസ്ഥാനത്തിനു തുടക്കം കുറിച്ചതിനെക്കുറിച്ചുള്ള അസംബന്ധജടിലമെങ്കിലും നിർണ്ണായകമായ ചില സൂചനകൾ പകരുന്ന ഐതിഹ്യം നാം പരിശോധിച്ചുകഴിഞ്ഞതാണ്. ചാക്യാരും നമ്പ്യാരും തമ്മിൽ ഇടഞ്ഞിട്ടുണ്ടാവണം. തുള്ളലിനെ അമ്പലപ്പുഴ ക്ഷേത്രത്തിൽ നിന്നു പുറത്താക്കിയിട്ടുമുണ്ടാവണം. അത്രയുമൊക്കെ ഐതിഹ്യത്തിൽ നിന്നു നമുക്കു സ്വീകരിക്കാം. തുള്ളലിനെ അമ്പലപ്പുഴ ക്ഷേത്രത്തിൽ നിന്നു പുറത്താക്കിയെന്നു പ്രതിഷേധിക്കുന്നവർ തന്നെയാണ് എല്ലാക്കാലത്തും ക്ഷേത്രഭരണസമിതിയിൽ വരുന്നതെങ്കിലും ഇപ്പോഴും ഈ കല അമ്പലപ്പുഴക്ഷേത്രത്തിനു പുറത്തുതന്നെയാണ്. പണ്ടത്തെ ചാക്യാരുടെ പ്രേതം നമ്പ്യാർക്കു പ്രവേശനം നിഷേധിക്കാനുള്ള നിവേദനവുമായി ഇവരുടെയൊക്കെ മനസ്സിന്റെ വാതില്ക്കൽ ഇപ്പോഴും നിൽക്കുന്നുണ്ടാവാം! ആരുടെയോ കുറ്റബോധം കൊണ്ട്, അല്ലെങ്കിൽ ചില ബോദ്ധ്യപ്പെടുത്തലുകൾക്കു വേണ്ടി, ഈ മഹാമാർദ്ദംഗികൻ വാദനം ചെയ്തിരുന്നത് എന്നു സങ്കല്പിച്ചുകൊണ്ട് കളിത്തട്ടിൽ ഒരു മിഴാവിന്റെ നിർജ്ജീവഗാത്രം സൂക്ഷിക്കപ്പെട്ടിരിക്കുന്നതൊഴിച്ചാൽ, ഇപ്പോഴും നമ്പ്യാർ പുറത്തും ചാക്യാർ അകത്തും തന്നെ! ഈ മിഴാവ് ക്ഷേത്രത്തിലെ കളിത്തട്ടിൽ സൂക്ഷിക്കാനുള്ള ധാർമ്മികമായ അവകാശം ക്ഷേത്രഭാരവാഹികൾക്കുണ്ടോ എന്നു പുനരാലോചിക്കണം. യഥാർത്ഥത്തിൽ, അമ്പലപ്പുഴയിലെ തന്നെ നമ്പ്യാർ സ്മാരകത്തിലോ നമ്പ്യാർസ്മൃതിമണ്ഡപത്തിലോ അല്ലേ ഈ മിഴാവ് പ്രദർശിപ്പിക്കേണ്ടത്? അഹിന്ദുക്കൾക്കും ഇതൊന്നു കാണണമെന്നു തോന്നിയാൽ സമ്മതമരുളാൻ ക്ഷേത്രഭാരവാഹികൾ തയ്യാറാകുമോ? പുണ്യപ്പെട്ട ഒരു പുരാവസ്തുവായി സംരക്ഷിക്കേണ്ട ഈ മിഴാവ് കേരളത്തിലെ മുഴുവൻ ജനതയ്ക്കും-ജാതിമതവർഗ്ഗരാഷ്ട്രീയഭേദമെന്യേ- കാണുവാനുള്ള അവസരമൊരുക്കാൻ സാംസ്കാരികപ്രവർത്തകർക്കു ബാദ്ധ്യതയുണ്ടെന്നു ഞാൻ കരുതുന്നു.

ക്ഷേത്രഭരണസമിതിയുടെ പക്കൽ ഇതെങ്ങനെ വന്നുപെട്ടുവെന്ന് അന്വേഷിക്കണം. കൊട്ടാരം വകയായിരുന്ന മിഴാവ് നമ്പ്യാർ വാദനം ചെയ്യുകയായിരുന്നോ? അതോ, ഈ മിഴാവ് നമ്പ്യാരുടെ സ്വന്തമായിരുന്നോ? അറിയില്ല. സർക്കാരിനെ ഇടപെടുത്തിയാണെങ്കിലും അതു വീണ്ടെടുത്ത് സ്മാരകത്തിൽ വയ്ക്കാനുള്ള ശ്രമം നടത്തേണ്ടതുണ്ട്. (ഈ അടുത്ത കാലത്ത് ചെറിയമാറ്റത്തിനു വേണ്ടി തുള്ളലിനു നാമമാത്രമായി ക്ഷേത്രത്തിനകത്തേക്കു പ്രവേശനം നല്കിയെന്നും കേൾക്കുന്നുണ്ട്!) മൂന്നു പതിറ്റാണ്ടായി അമ്പലപ്പുഴയിൽ സ്ഥിരതാമസക്കാരനായ ഒരുവനെന്ന നിലയിൽ സാന്ദർഭികമായി ഇതു സൂചിപ്പിക്കാതെ കടന്നു പോകുന്നതു യുക്തമല്ല എന്നതോന്നലാണ് ഇങ്ങനെ കുറിക്കാൻ ചോദനയായത്.

കല്യാണസൗഗന്ധികം തുള്ളൽ വളരെ പ്രസിദ്ധമാകയാൽ പ്രമേയത്തിലേക്കു കടക്കേണ്ട കാര്യമില്ല എന്നു കരുതുന്നു. ഒറ്റവാക്യത്തിൽ കുറിച്ചാൽ, പാർഷതിക്കു സൗഗന്ധികപുഷ്പം കൊണ്ടുവന്നു കൊടുക്കാൻ ഭീമസേനൻ പോകുന്നതാണു പ്രമേയം. പുരാണേതിഹാസങ്ങളിൽ നിന്നാണു നമ്പ്യാർ തന്റെ പ്രമേയങ്ങൾ കണ്ടെടുക്കുന്നത്. ചിലപ്പോൾ തന്നിഷ്ടത്തിനും ജനകീയലക്ഷ്യത്തോടെയും ഈ പ്രമേയങ്ങളെ അട്ടിമറിക്കാനും നമ്പ്യാർ മടിക്കുന്നില്ല. മദ്ധ്യവർത്തിയെ ലക്ഷ്യം വച്ചാണ് രംഗകല നിർമ്മിച്ചതെങ്കിലും ഹാസ്യമാണ് മിക്ക തുള്ളൽക്കൃതികളിലെയും അംഗിയായ 'രസ'മെന്നതിനാൽ കുടിലും കൊട്ടാരവും തുള്ളൽക്കലയാസ്വദിച്ചു. ആക്ഷേപിച്ചു ശുദ്ധീകരിക്കുക(മെശ്യേല ഭീ ഊൃശള്യ) എന്ന തീവ്രമായ ലക്ഷ്യം നമ്പ്യാർക്കുണ്ടായിരുന്നു. അതിനാണ് അദ്ദേഹം സ്വയം കുരുത്തോലകെട്ടി ഇറങ്ങിയതെന്നു നാം മനസ്സിലാക്കണം. സാമൂഹികവിമർശനമെന്ന രൂക്ഷമായ വഴിയാണു നമ്പ്യാർ തിരഞ്ഞെടുത്തത്. ആക്ഷേപിച്ചു നാണിപ്പിച്ചു ശുദ്ധീകരിക്കുക എന്ന തന്ത്രം. കല്യാണസൗഗന്ധികം തൊട്ടു തന്നെ നമ്പ്യാർ അതിബുദ്ധിമാനായ ഒരു കോമാളിയുടെ പരിഹാസം പുറത്തെടുത്തുതുടങ്ങി.

എന്തും വിസ്തരിച്ചു വിളമ്പുന്നതിൽ വിദഗ്ദ്ധനാണു നമ്പ്യാർ. വിശദാംശങ്ങളിലേക്കു കടക്കുന്നതിനുള്ള ഈ താല്പര്യം പലപ്പോഴും ജനസാമാന്യത്തിന് അനുഗ്രഹമായി. കാരണം യതവാക്കായ കവിയുടെ കുറിക്കുകൊള്ളുന്ന കാവ്യപരിചരണം സാധാരണക്കാരന് അപ്രാപ്യമായെന്നു വരും. നമ്പ്യാർ അഭിസംബോധന ചെയ്തത് മധ്യവർത്തിസമൂഹത്തെയാണെന്നോർക്കണം. മിക്കവാറും തനിക്കു സുപരിചിതരായ എല്ലാ ദൈവങ്ങളെയും ഗുരുക്കന്മാരെയും വന്ദിച്ചും കള്ളങ്ങൾ തള്ളിപ്പുറത്താക്കി, വെള്ളത്തിരകൾ തള്ളിവരുന്നതുപോലെ വിശുദ്ധമായ വാക്കുകൾ വള്ളിപുള്ളിവിസർഗ്ഗങ്ങൾക്ക് എള്ളോളം പിഴ വരാതെ ഉള്ളിൽ

തോന്നുമാറാകണമെന്നു കിള്ളിക്കുറിശ്ശിമംഗലത്തെ പരദൈവത്തോടു പ്രാർത്ഥിച്ചുമാണ് കൃതി തുടങ്ങുന്നത്. ഒത്തിരി വിളമ്പിയാൽ സ്വാദു കുറഞ്ഞുപോകുമെന്നും

'പഞ്ചസാരപ്പൊടിയേറ്റം ചെലുത്തിയാൽ
നെഞ്ചകത്തങ്ങു രുചിയും കുറഞ്ഞുപോം!'

എന്നും നല്ലവണ്ണമറിഞ്ഞിരുന്നു നമ്പ്യാർ. സ്ഥൂലതയ്ക്കും നമ്പ്യാർ സ്വയം അളവു നിർണ്ണയിച്ചിരുന്നു എന്നു സാരം. ഭീമനെയും ഹനുമാനെയും തുള്ളലിൽ വായിക്കുന്നവർ ആദ്യം നെറ്റിചുളിച്ചിട്ടുണ്ടെങ്കിൽ കുറ്റം പറഞ്ഞുകൂടാ. പാത്രസൃഷ്ടിയിൽ അവരെ കുറച്ചു നേരത്തേക്കു നാടനാക്കാൻ നമ്പ്യാർ ശ്രമിച്ചിരിക്കുന്നതും ഭാരതകഥാഭാഗം ഭക്തിയോടെ മാത്രം അറിഞ്ഞുവച്ചിരിക്കുന്ന യാഥാസ്ഥിതികർക്കു പെട്ടെന്നു ദഹിച്ചുവെന്നു വരില്ല.

'പെണ്ണിന്റെ ചൊൽ കേട്ടു ചാടിപ്പുറപ്പെട്ടു
പൊണ്ണൻ മഹാഭോഷനയ്യോ! മഹാജളൻ!'

എന്നിങ്ങനെ ഭീമനെ ജനം കരുതുമോ എന്ന സംശയമുണ്ടെങ്കിൽ, താൻ പറഞ്ഞതു പിൻവലിക്കുന്നുവെന്ന പാഞ്ചാലിയുടെ വാക്കുകൾ, തുടക്കത്തിൽ തന്നെ ഒരു പൊണ്ണനും ഭോഷനുമാണ് ഭീമൻ എന്ന ധ്വനി സംവഹിക്കുന്നുണ്ടെന്നറിയുക. ഇവിടെ ഭീമന്റെ പാത്രസൃഷ്ടി നടന്നു കഴിഞ്ഞു! *'ചപലസ്ത്രീകളെപ്പോലെ കഥിക്കുന്നെന്തെടോ ബാലേ!'* എന്നു വൃകോദരഭാഷണം തുടങ്ങുമ്പോൾത്തന്നെ പാഞ്ചാലിയുടെയും പാത്രസൃഷ്ടി നടന്നുകഴിഞ്ഞു! പാഞ്ചാലി ചാപല്യം തൊട്ടുതീണ്ടാത്തവളാണെന്നു ധ്വനി. ഇങ്ങനെ കൊച്ചുകൊച്ചു വരികൾ കൊണ്ടു പാത്രത്തിന്റെ രൂപഭാവങ്ങൾ വ്യക്തമാക്കുന്ന കവി, കാടിനുള്ളിലേക്കുകയറുന്ന ഭീമൻ കാണുന്ന വൃക്ഷങ്ങൾ പോലും കൃത്യമായി വിശദീകരിക്കുന്നുണ്ട്.

താലം തമാലവും നക്തമാലങ്ങളും
സാലം രസാലവും ഹിന്താലജാലവും
അർജ്ജുനം കേസരം നീലം പലാശവും
സർജ്ജകം ഖർജ്ജുരം കാരസ്കരങ്ങളും
ചൂതം പനസവും ശിംബികാ ചമ്പകം
മാതുലുംഗങ്ങളും മാകന്ദവൃന്ദവും
പുന്നാകനാഗപ്രിയാളദ്രുമങ്ങളും
പിന്നെബ്ബകുളങ്ങൾ പൂപ്പാതിരികളും
അശ്വത്ഥജാലം കപിത്ഥദ്രുമങ്ങളും
ശശ്വത്തണലുള്ള പേരാൽസമൂഹവും
ഈട്ടിയും തേക്കും തിലകദ്രുമങ്ങളും...

എന്നിങ്ങനെ വൃക്ഷങ്ങളുടെ നിര നീളുന്നു. പിന്നെ ലതകളുടെ നിര. അത്ഭുതപ്പെടുത്തുന്ന വൈശദ്യത്തോടെയാണു കാടു പോലും നമ്മുടെ മുന്നിൽ തെളിയുന്നത്. പിന്നെ കാട്ടാളന്മാരുടെ ഹാഹാ ഹീഹീ ഹൂഹൂ ഭാഷകൾ ചേർത്തുള്ള ഭാഷണങ്ങൾ സ്വാഭാവികങ്ങളായി അവതരിപ്പിക്കുന്നു.

ഗന്ധമാദനാധിത്യകയിലെത്തുന്ന ഭീമൻ കദളീവനം കാണുന്നതു വർണ്ണിച്ചിരിക്കുന്ന ഭാഗം - *പച്ചക്കദളിക്കുലകൾക്കിടയ്ക്കിടെ....*- മലയാളിക്കു സുപരിചിതമായിക്കഴിഞ്ഞതാണ്. പിന്നെയാണു പ്രശസ്തമായ ഭീമഹനൂമദ്സംവാദം. ആര് എന്തൊക്കെ പറഞ്ഞാലും ഈ ഭാഗം, നാട്ടിലെ ഒരു പൊങ്ങൻ മാടമ്പി വികത്ഥനം ചെയ്യുന്നതു ഭീമനിലൂടെയും അതിനുതക്ക മറുപടി പറയുന്ന ഒരു വൃദ്ധാത്മാവിനെ ഹനൂമാനിലൂടെയും നാം കേൾക്കുന്നു. ഈ ഭാഗമാണ് പ്രശസ്തനിരൂപകനായ കുട്ടികൃഷ്ണമാരാരെ ചൊടിപ്പിച്ചത്. പുരാണേതിഹാസങ്ങളിലെ കഥാസന്ദർഭങ്ങളുമായി കൂട്ടിയിണക്കി കേരളത്തിലെ അന്നത്തെ സമൂഹത്തിൽ താൻ കണ്ട പോരായ്മകളെ ഹാസ്യാത്മകമായി പുറത്തുകൊണ്ടുവരികയെന്നതായിരുന്നു നമ്പ്യാരുടെ ലക്ഷ്യം. ക്ലാസ്സിക് കഥാപാത്രങ്ങളെ കോമാളിവേഷം കെട്ടിച്ചുവെന്നതിലാവണം മാരാർക്ക് അരിശം മുഴുത്തത്. ഭീമന്റെ യുഗാന്തരജ്യേഷ്ഠനായ ഹനൂമാനെ ചൊറിപിടിച്ച വെറും മൂളിക്കുരങ്ങനാക്കിയതും ഭീമനെ 'മേനിക്കണ്ടപ്പ'നാക്കിയതും മാരാർക്കു പിടിച്ചില്ല. നമ്പ്യാരുടെത് ചന്തപ്പരിഹാസമാണെന്നും അതിന് ഉത്തമ സാഹിത്യത്തിന്റെ പന്തിയിൽ സ്ഥാനമില്ലെന്നും മാരാര് പ്രഖ്യാപിച്ചു. എന്നിട്ട് വിഭാണ്ഡകനുണ്ടായ അബദ്ധം ഉത്തമഹാസ്യത്തിന് ഉദാഹരണമായി കാണിക്കുകയും ചെയ്തു.[1] നമ്പ്യാർ അഭിസംബോധന ചെയ്തത് മാരാരെപ്പോലെ പ്രാജ്ഞരും പരിണതപ്രജ്ഞരുമായവരെയല്ല; നാട്യശാസ്ത്രം അനുശാസിക്കുന്ന യോഗ്യതകളുള്ള ദ്രഷ്ടാക്കളെയുമല്ല.[2] നമ്പ്യാർ രംഗകലയ്ക്കു വേണ്ടിയാണു കവിത കെട്ടിയതെന്നും മദ്ധ്യവർത്തിയെയാണ് അഭിസംബോധന ചെയ്തതെന്നും സാമൂഹിക ശുദ്ധീകരണമായിരുന്നു അതിന്റെ ലക്ഷ്യമെന്നും അതിന്റെ ആയുധം ആക്ഷേപഹാസ്യമായിരുന്നുവെന്നും കഥാപാത്രങ്ങളുടെ നിലവാരം താഴ്ത്തിയത് ഹാസ്യം ജനിപ്പിക്കുന്നതിലേക്കായിരുന്നുവെന്നും ചിന്തിക്കാൻ കുട്ടികൃഷ്ണമാരാര് കൂട്ടാക്കിയില്ല. പുരാണകഥാപാത്രങ്ങളെ സമകാലികസാമൂഹികതയ്ക്കു നേരേ പിടിച്ചുനിർത്തുകയായിരുന്നു നമ്പ്യാർ എന്നും മനസ്സിലാക്കാൻ മാരാര് തയ്യാറായില്ല.

'നോക്കെടാ! നമ്മുടെ മാർഗ്ഗേ കിടക്കുന്നു
മർക്കടാ നീയങ്ങു മാറിക്കിടാ ശഠാ!

എന്നു തുടങ്ങുന്ന ഭാഗത്ത് ഇരുവരും പറയുന്ന വാക്കുകളാണ് മാരാരെ ക്ഷോഭിപ്പിച്ചത്. അധികം പൊങ്ങച്ചം പറയുന്ന ഒരു മാടമ്പിനായരെയോ മറ്റോ ആണ് നമ്പ്യാർ ഭീമനു മാതൃകയാക്കിയത്. ബഹുഭാര്യാത്വവും ബഹുഭർത്തൃത്വവും ഒക്കെ നടമാടിയിരുന്ന കാലത്ത് അതിനെയും നമ്പ്യാർ ഹനൂമാനിലൂടെ തന്റെ ആക്ഷേപത്തിനു ശരവ്യമാക്കുന്നുണ്ട്.

പാഞ്ചാലിയെന്നൊരു പെണ്ണിനെക്കണ്ടിട്ടു
പഞ്ചബാണാർത്തി പിടിപെട്ടഹോ നിങ്ങ-
ളഞ്ചുപേരും ചെന്നു കയ്ക്കുപിടിച്ചുകൊ-
ണ്ടഞ്ചാതെ വേളികഴിച്ചെന്നു കേട്ടു ഞാൻ;
അഞ്ചെങ്കിലഞ്ചും കണക്കെന്നവൾക്കൊരു
ചാഞ്ചല്യവുമില്ല തെല്ലുപോലും നിങ്ങ-
ളഞ്ചുജനത്തെയും കൺമുനത്തല്ലിനാൽ
വഞ്ചിപ്പതിന്നവൾ പോരും വൃകോദരാ!

എന്നിങ്ങനെ ഹനൂമാനെക്കൊണ്ടു പറയിക്കുന്നത് അനഭിലഷണീയമായ ബഹുഭാര്യാത്വത്തെയും ബഹുഭർത്തൃത്വത്തെയും മനസ്സിൽ വച്ചു കൊണ്ടു തന്നെയാണെന്നു കരുതണം. ഇതിഹാസപുരാണാദികളും കുമാരസംഭവവും രഘുവംശവും ഒക്കെ മനസ്സിൽ അളവുകോലാക്കി നമ്പ്യാരുടെ തുള്ളൽക്കൃതികൾ വായിച്ചപ്പോൾ മാരാർക്കുണ്ടായ രോഷ മാണ് അദ്ദേഹം പ്രകടിപ്പിച്ചിരിക്കുന്നതെന്നു നമുക്കു കരുതാം. പക്ഷേ, 'കണ്ണുനീർത്തുള്ളി 'വിശ്വോത്തരകാവ്യമാണെന്നും നാലപ്പാട്ടുനാരായ ണമേനോൻ ഏറ്റവും ഇഷ്ടപ്പെട്ട കവിയാണെന്നും ഇതേ മാരാര് തന്നെ യാണു പറഞ്ഞിട്ടുള്ളത്.[3]

'അപ്പോഴെൻ മുമ്പിലെപ്പുല്പ്പറിക്കുണ്ടുക-
ളിത്രയും തൂർക്കുവാനാകുമെങ്കിൽ
വാനിലെത്തേജസപ്പുറ്റുകളൊക്കെ ഞാൻ
വാരുകയില്ലെന്നതാർക്കറിയാം' (ചക്രവാളം- നാലപ്പാട്ടു നാരായ ണമേനോൻ)

മാരാര് ഉദ്ധരിച്ചിരിക്കുന്ന ഈ വരികളിലെ 'പുല്പ്പറിക്കുണ്ടുകൾ' എന്നത് കവിതാവിരുദ്ധവും വികൃതവുമായ പ്രയോഗമാണ്. പുല്ലു പറിച്ചുണ്ടാ കുന്ന ചെറിയ കുഴികളെയാണു കവി 'പുല്പ്പറിക്കുണ്ടുകൾ' എന്നെഴു തിയിരിക്കുന്നത്. നാടൻ തെറി കേൾക്കുന്ന ജുഗുപ്സയാണ് ഈ വികൃ തപദസങ്കലനം ഭാവുകനിൽ ജനിപ്പിക്കുക. ഇതിനു സമാനമായ വികൃ തപ്രയോഗങ്ങൾ നമ്പ്യാരുടെ തുള്ളൽക്കൃതി മുഴുവൻ പരിശോധിച്ചാലും കണ്ടുകിട്ടിയെന്നു വരില്ല! നമുക്കു സമാധാനിക്കാം, 'സാഹിത്യപ്പറയൻ' എന്നൊന്നും അദ്ദേഹം നമ്പ്യാരെ വിളിച്ചില്ലല്ലോ! (ഒരു മലയാളസാഹിത്യ

കാരനെ അദ്ദേഹം അങ്ങനെയും വിളിച്ചതായി പറഞ്ഞുകേട്ടിട്ടുണ്ട്!)

മാരാരുടെ 'രാജാങ്കണം' എന്ന പുസ്തകത്തിൽ ഒന്നാമതായി നല്കിയിരിക്കുന്നത് 'നമ്മുടെ സംസ്കാരലോപം' എന്ന ലേഖനമാണ്-നമ്പ്യാരെ വിമർശിക്കാൻ വേണ്ടി മാത്രമെഴുതിയത്. 'കല ജീവിതം തന്നെ' എന്ന ആമുഖത്തിൽ മാരാര് ഇങ്ങനെ എഴുതിയിരിക്കുന്നു: 'അതു കൊണ്ട്, എന്റെ ചില വ്യക്തിപക്ഷപാതങ്ങളുടെ സമാഹാരമാണ് ഈ രാജാങ്കണമെന്നു പറയുന്നതിൽ ഞാൻ അഭിമാനം കൊള്ളുന്നു.' ഇങ്ങനെ എഴുതിക്കൊണ്ടു തുടങ്ങുന്ന ഒരു വിമർശകനെ നമുക്കു വിമർശിക്കാൻ അവകാശമുണ്ടോ എന്നു ചിന്തിക്കണം. എല്ലാ സാഹിത്യവിമർശനങ്ങളും വിമർശകൻ സ്വരൂപിച്ചെടുക്കുന്ന ലാവണ്യബോധത്തിൽ അധിഷ്ഠിതമാണ്. മാരാരുടെ ലാവണ്യപദ്ധതിയിൽ നമ്പ്യാർക്ക് ഇടമില്ല എന്നു പറയാൻ അദ്ദേഹത്തിനു സ്വാതന്ത്ര്യം അനുവദിച്ചുകിട്ടുന്നുമുണ്ട്. പിന്നെയെന്തിനു നാം ക്ഷോഭിക്കണം?

ഹനൂമാനും ഭീമനും കണ്ടുമുട്ടുന്ന രംഗം മഹാഭാരതത്തിൽ പറഞ്ഞിരിക്കുന്ന ആന്തരികഗരിമയോടെ പിന്നീടു വന്ന എഴുത്തച്ഛനോ, കല്യാണസൗഗന്ധികം ഭാഷാചമ്പൂകാരനോ ആട്ടക്കഥ തയ്യാറാക്കിയ കാർത്തികതിരുനാൾ രാമവർമ്മ മഹാരാജാവിനോ നമ്പ്യാർക്കോ കഴിഞ്ഞില്ലെന്നുള്ളതു വാസ്തവവുമാണ്. ആട്ടക്കഥയിൽ ചേർത്തിരിക്കുന്ന യുദ്ധവും മറ്റും അക്ഷന്തവ്യമായ അനൗചിത്യമാണെന്നു സമ്മതിക്കാതെയും തരമില്ല.

മാരാര് പറയുന്ന ഈ ആന്തരികഗഹനത അവതരിപ്പിക്കലായിരുന്നില്ല പക്ഷേ, നമ്പ്യാരുടെ ലക്ഷ്യം. മാരാര് ലക്ഷ്യം വയ്ക്കാതിരുന്നതു പലതും നമ്പ്യാർ ലക്ഷ്യം വച്ചിരുന്നു താനും! നമ്പ്യാർ അവതരിപ്പിച്ചതു മദ്ധ്യതിവിരുവിതാംകൂറിലെ അക്കാലത്തെ ഒരു ഹനുമാൻപണിക്കരെയും ഭീമൻനായരെയുമാണെന്നു മാരാർക്കൊട്ടു മനസ്സിലായതുമില്ല! മനസ്സിലായിരുന്നെങ്കിൽ തന്നെ മാരാർ അതിനോടു യോജിക്കുമായിരുന്നെന്നും പറഞ്ഞുകൂടാ. നമ്പ്യാരുടെ രീതി തന്നെ അതായിരുന്നുവെന്നു നാം ഓർമ്മിക്കേണ്ടതുണ്ട്. ഈ തെറ്റിനു നമ്പ്യാർ ശിക്ഷാർഹനാണെന്നു മാരാർക്കു പറയാം; ഇതൊന്നും നമ്പ്യാർ ബോധപൂർവ്വം ചെയ്തതായിരുന്നില്ലെങ്കിൽ. ഇവിടെ, പക്ഷേ, കഥ വേറെയാണ്. സാമൂഹികശുദ്ധീകരണത്തിലേക്കായി ഏതു വമ്പൻ ദൈവത്തെയും മണ്ണിലിറക്കി മനുഷ്യരാക്കിയെടുത്താണു നമ്പ്യാർ പെരുമാറിയത്. അധഃപതനമാണു ഹാസ്യത്തിനു മൗലികനിദാനമാകുന്നതെന്നിരിക്കെ, നമ്പ്യാർക്കതു ചെയ്യാതിരിക്കാൻ കഴിയുമായിരുന്നില്ലല്ലോ. നമ്പ്യാർ സുരന്മാരെ മാത്രമല്ല, ഭൂസുരന്മാരെയും കണക്കിനു പരിഹസിക്കുന്നുണ്ടെന്നതും ഇതിനോടു ചേർത്തു

വച്ച് ആലോചിക്കാവുന്നതാണ്. 'ഇങ്ങനെ സംസ്കാരദൂഷകരായ ആ കവിപ്പരിഷയുടെ മുമ്പിൽ, ഭാരതവും രാമായണവും ചുട്ടുകളയണമെന്ന് ആർത്തുനടക്കുന്ന ആ വിപ്ലവകാരികൾ എത്ര നിസ്സാരന്മാർ. എത്ര നിരുപദ്രവികൾ!' എന്നു വാക്കുകളിൽ മാരാർ തൈക്ഷ്ണ്യം കലർത്തുമ്പോൾ, ഔചിത്യലംഘനം നടത്തിയതിന് ഒരു സൗന്ദര്യപക്ഷപാതി പൊട്ടിത്തെറിച്ചതായി മാത്രം കരുതിയാൽ മതിയോ? വിണ്ണിൽ നിന്നു ചിലരെ മണ്ണിലിറക്കിയതിന്റെ രോഷപ്രകടനമായി ഇതിനെ വായിച്ചെടുത്താൽ തൃപ്തികരമാകുമോ? ഭാരതപര്യടനം പോലെ കാലാതിവർത്തിയായ വിമർശനഗ്രന്ഥമെഴുതിയ, കാളിദാസകൃതങ്ങളായ കാവ്യങ്ങളിൽ നിന്നു പ്രക്ഷിപ്തങ്ങൾ കണ്ടെത്തി അടർത്തിമാറ്റി പ്രാപ്തി തെളിയിച്ച ആ പ്രതിഭാധനനെക്കുറിച്ച് നാം എന്താണു പറയുക? വാല്മീകിക്കും വ്യാസനും കാളിദാസനും ഒക്കെ സമശീർഷരായി എഴുത്തച്ഛനും നമ്പ്യാരുമൊക്കെ വളരേണ്ടിയിരുന്നുവെന്ന് മാരാർ ആഗ്രഹിച്ചുപോയതിൽ ആർക്കാണു കുറ്റം പറയാൻ കഴിയുക?

പക്ഷേ, ഭീമഹനുമദ്സംവാദത്തെ മുൻനിർത്തി മാരാരുടെ രോഷം, 'ഭാരതപര്യടന'ത്തിലെ 'വ്യാസന്റെ ചിരി' എന്ന ലേഖനത്തിൽ പൊട്ടിവീഴുന്നത് ഇങ്ങനെ: '...അവിടെ ഹനുമാൻ വഴിപോകുന്നവരെ ചെന്നു തടഞ്ഞു വഴക്കുണ്ടാക്കി അവരെ പൊതിരെ തെറി പറഞ്ഞുവിടുന്ന അങ്ങാടിക്കൂളനും, ഭീമസേനൻ അതിനൊക്കെ പകരം വീമ്പിളക്കുവാൻ മിനക്കെടുന്ന മേനിക്കണ്ടപ്പനുമായി മാറിയിരിക്കുന്നു. ഇത്തരം വാഗ്വ്യഭിചാരങ്ങളെ ഉൽക്കൃഷ്ടസാഹിത്യത്തിന്റെ പന്തിയിലിരുത്തുന്ന നമ്മുടെ വകതിരിവില്ലായ്മയെയാണ് ഞാനിവിടെ എതിർത്തിരിക്കുന്നത്' (ഭാരതപര്യടനം, കുട്ടികൃഷ്ണമാരാർ,പുറം 90, മാരാർ സാഹിത്യപ്രകാശം,2002 മാർച്ച്). നമ്പ്യാരുടെ സാമൂഹികലക്ഷ്യം മനസ്സിലാകാത്ത ഒരു വരേണ്യപണ്ഡിതൻ, കവിതയിൽ ഔചിത്യഭംഗം വരുത്തിയതിനു നമ്പ്യാരോടു ക്ഷോഭിച്ചുവെന്നു കരുതിയാൽ പോരും. നമ്പ്യാർതന്നെ എഴുതിയ വരികൾ ഇതിനുള്ള മറുപടിയായി ആരെങ്കിലും നല്കിയെന്നും വരാം!

'കുറവും കുറ്റവും നോക്കിപ്പറവാനുണ്ടൊരു കൂട്ടം
തുറുകണ്ണും മിഴിച്ചങ്ങു മറുഭാഗേ വസിക്കുന്നു.
മറിവും മായവുമെല്ലാം മറച്ചുവെച്ചുകൊണ്ടെല്ലാ-
മറിവുള്ള ജനമെന്നു പുറമേ ഭാവവും കാട്ടി
തറമേലേറിനിന്നേറ്റം നിറമേറും സഭതന്നി-
ലിറങ്ങി സൽക്കഥ ചൊല്ലിത്തുടങ്ങും പുരുഷൻ തന്റെ
കുറവറ്റ ഗുണം കണ്ടു നിറഞ്ഞുള്ളിലസൂയകൊ-
ണ്ടുറഞ്ഞു ചാടിയോരോന്നു പറഞ്ഞു ഭത്സനം ചെയ്യും'(ഹരിണീസ്വയംവരം)

ഭീമനെയും ഹനുമാനെയും രണ്ടാം ഘട്ടത്തിൽ കാണുന്നതു തികച്ചും വ്യത്യസ്തരായിട്ടാണ്. ഹനുമാൻ വിശ്വരൂപം കാട്ടി നില്ക്കുന്നതു വർണ്ണിക്കുമ്പോൾ നമ്പ്യാരുടെ ഭാഷയും പാടേ മാറുന്നതു നാം കാണുന്നു.

'ഉദ്ധതമതി നരപതിതന്നുടെ വാക്കുകളിങ്ങനെ കേട്ടു
ബുദ്ധിയിലതി കനിവുകലർന്നു കുതുകമിയന്നു ഹനുമാൻ
വർദ്ധിതതരധവളഹിമാചലസന്നിഭതുംഗശരീരൻ
നെടുതാകിന കൊടിമരമെന്ന കണക്കു തടിച്ചൊരുവാലും
തുടുതുടെനയനങ്ങളുമമ്പൊടു ചെമ്പുകിടാരം പോലെ
കുടിലാകൃതി ശശികലപോലെവിളങ്ങിന ദന്തകദംബം
ചടുലസ്ഫുടസടകളുമിടകലരുന്ന ഭയങ്കരമുഖവും...'

നമ്പ്യാരുടെ വരുതിപ്പുറത്താണു വാക്കുകളെല്ലാം എന്നു നമ്മെ തോന്നിപ്പിക്കുന്ന വിധമാണ് തുടർന്നു വരുന്ന കുറച്ചു വരികളും. ഇവിടം മാരാർ കാണാതെപോയതാകുമോ? കവിയുടെ പദസങ്കലനസുഖം കാണണമെങ്കിൽ വിത്തേശവാപിയിൽ ചെന്നിറങ്ങിയപ്പോൾ ഭീമൻ കാണുന്ന കാഴ്ചകളിലേക്കു വീണ്ടും നാം മനസ്സു ചേർത്തുപിടിച്ചാൽ മതിയാകും.

'കല്ലോലജാലം കളിക്കുന്ന കണ്ടു
കമലമണിനിറമുടയ കമലമതുകണ്ടു
കല്യാണിമാരും കളിക്കുന്ന കണ്ടു
പൊലിമയൊടു ചടുലജലവടിവുമതുകണ്ടു
അന്നങ്ങളങ്ങു പറക്കുന്ന കണ്ടു
അനവരതമവരുടയ നടനമതുകണ്ടു..'

എന്നിങ്ങനെ ഹൃദ്യതരമായി ആ വർണ്ണന നീളുന്നു. പലരെയും യുദ്ധം ചെയ്തു പരാജയപ്പെടുത്തി കല്ഹാരപുഷ്പവുമായി ഭീമൻ യുധിഷ്ഠിരന്റെയും പാഞ്ചാലിയുടെയും സവിധത്തിൽ എത്തുന്നതോടെ തുള്ളൽക്കൃതി സമാപിക്കുന്നു.

ഭാഷയെടുത്ത് അമ്മാനമാടാൻ തനിക്കറിയാമെന്നു കാട്ടുന്ന നമ്പ്യാർ ധ്വന്യാത്മകതയ്ക്കോ രസാത്മകതയ്ക്കോ പ്രാധാന്യം നല്കിയതവാക്കായി നില്ക്കുന്ന ആളല്ല. പഴയ കാവ്യമാനദണ്ഡങ്ങൾ വച്ചോ വാല്മീകിവ്യാസകാളിദാസാദ്യന്മാരുടെ ഉദാത്തകവിതയെ ശാണോപലമാക്കിയോ നമ്പ്യാരുടെ കവിത അളന്നെടുക്കാൻ തുനിയുന്നതു മിതമായ ഭാഷയിൽ പറഞ്ഞാൽ മൗഢ്യമാണ്. കാവ്യഭാഷയെത്തന്നെ പുതുക്കിപ്പണിതെടുത്തു സാധാരണക്കാരന്റെ കൂടെ നിർത്താൻ ശ്രമിച്ച കവിയെ നാം നമ്പ്യാരിൽ തിരിച്ചറിയുകയാണു വേണ്ടത്. സമൂഹത്തിന്റെ പോരായ്മകളെ നമ്മുടെ മുന്നിൽ അവതരിപ്പിച്ച കവിയെ നാം തിരിച്ചറിയണം.

ചിരിപ്പിച്ചു ചിരിപ്പിച്ചു മനുഷ്യമനസ്സിലെ മാലിന്യങ്ങൾ കഴുകിക്കളയാനാകുമെന്നു വിശ്വസിച്ച കവിയെ നാം തിരിച്ചറിയുകയാണു വേണ്ടത്. കല്യാണസൗഗന്ധികം അതിനുള്ള തുടക്കമായിരുന്നു. പിന്നെ അങ്ങോട്ട് പൂർവ്വാധികം ശക്തിയോടെ, ഉത്സവത്തിമർപ്പോടെ ആ കാവ്യഭാവന കത്തിക്കയറുന്നതു നാം പല തുള്ളൽക്കൃതികളിലായി അനുഭവിക്കുന്നുണ്ട്. രംഗകലയായ തുള്ളലിനു വേണ്ടിയാണ് ഈ കൃതികൾ വിരചിക്കപ്പെട്ടിരിക്കുന്നത് എന്ന കാര്യം മറക്കുന്നവരാണ് സ്ഥൗല്യത്തിന്റെ പേരിലും നാടോടിത്തത്തിന്റെ പേരിലും ശബ്ദാടോപത്തിന്റെ പേരിലും ഒക്കെ നമ്പ്യാരെ പ്രതിക്കൂട്ടിൽ കയറ്റുന്നത്.

മലയാളത്തിലെ 'കോമിക് ജീനിയസ്' എന്നു പലരും വാഴ്ത്തിയ വി.കെ.എൻ എന്ന എഴുത്തുകാരനെക്കുറിച്ചെഴുതേണ്ടിവന്നപ്പോൾ, കെ.പി.അപ്പൻ ആമുഖമായി ഇങ്ങനെ കുറിച്ചിരിക്കുന്നു: 'ഏഥൻസ് ദുഷിച്ചിരുന്നപ്പോഴും സോക്രട്ടീസ് ദുഷിച്ചിരുന്നില്ല. കേരളം ജീർണ്ണതയിലേക്കു നീങ്ങിയിരുന്നപ്പോഴും നമ്പ്യാർ ജീർണ്ണതയിലേക്കു നീങ്ങിയിരുന്നില്ല.'[4] മലയാളത്തിൽ ഇ.വി.കൃഷ്ണപിള്ളയും സഞ്ജയനും മുതൽ വേളൂർകൃഷ്ണൻകുട്ടി വരെയുള്ള ഹാസ്യസാഹിത്യകാരന്മാരിൽ നമ്പ്യാരോടു കൂടുതൽ രക്തബന്ധം ഉള്ള എഴുത്തുകാരൻ വി.കെ.എൻ തന്നെ എന്നു മനസ്സിലാക്കിയിരുന്നതുകൊണ്ടാണ് കെ.പി.അപ്പൻ തന്റെ ലേഖനം ഇങ്ങനെ തുടങ്ങിയതെന്നു ഞാൻ കരുതുന്നു. ചുറ്റുപാടുകൾ മുഴുവൻ ദുഷിച്ചിട്ടും ജീർണ്ണിച്ചിട്ടും സ്വയം ദുഷിക്കാതിരിക്കുന്ന കവിയായിരുന്നു നമ്പ്യാർ. ആക്ഷേപഹാസ്യത്തിലൂടെ സമർത്ഥവും സാർത്ഥകവുമായി സാമൂഹികശുദ്ധീകരണത്തിന് ഇറങ്ങിപ്പുറപ്പെടാൻ അങ്ങനെ ഒരാൾക്കല്ലേ കഴിയൂ? ശ്രീ.കെ.പി.അപ്പൻ തന്നെ വി.കെ.എൻ എന്ന എഴുത്തുകാരന്റെ ഹാസ്യത്തിനെ വിശേഷിപ്പിച്ചത് 'ചിരിയുടെ ചുറ്റികപ്രയോഗം' എന്നാണ്. എല്ലാപ്രകാരത്തിലും നമ്പ്യാർക്കാണ് അത് ആദ്യം ഇണങ്ങുക.

□

കുറിപ്പുകൾ:

1. ഭാരതപര്യടനം-കുട്ടികൃഷ്ണമാരാര് - വ്യാസന്റെ ചിരി എന്ന ലേഖനം
2. നാട്യശാസ്ത്രം- ഭരതമുനി, സിദ്ധിവ്യഞ്ജകം എന്ന 27-ാം അദ്ധ്യായത്തിൽ 50 മുതൽ 63 വരെയുള്ള പദ്യങ്ങൾ പ്രേക്ഷകലക്ഷണം വിശദീകരിക്കുന്നു.
3. കല ജീവിതം തന്നെ- കുട്ടികൃഷ്ണമാരാര് -(എനിക്ക് ഏറ്റവും ഇഷ്ടപ്പെട്ട കവി എന്ന ലേഖനം) പുറം.66 , മാതൃഭൂമി ബുക്സ് 1989
4. കോമാളിയുഗത്തിലെ പുരുഷഗോപുരങ്ങൾ- കെ.പി.അപ്പൻ -തെരഞ്ഞെടുത്ത കൃതികൾ, വാല്യം രണ്ട്, പുറം 78-79, ഹരിതം ബുക്സ് 2006 പതിപ്പ്

6

തുള്ളൽപ്രസ്ഥാനം

കുഞ്ചൻനമ്പ്യാരെക്കുറിച്ചു പുസ്തകമെഴുതിയിട്ടുള്ള എല്ലാവരും തന്നെ തുള്ളൽപ്രസ്ഥാനത്തെക്കുറിച്ചു വിശദമായി പ്രതിപാദിച്ചിട്ടുണ്ട്. ഉള്ളൂരും പി.കെ.യും മുതൽ ഏവൂരും ഡോ.അമ്പലപ്പുഴഗോപകുമാറും വരെ ഈ വിഷയം ആവർത്തിച്ചു വിശദീകരിച്ചിട്ടുണ്ടെങ്കിലും നമ്പ്യാർസാഹിതി വിലയിരുത്തുമ്പോൾ തുള്ളൽപ്രസ്ഥാനത്തെക്കുറിച്ചു പറയാതെ കടന്നുപോകാനാവില്ല. തുള്ളൽ പെട്ടെന്നു മലയാളിയുടെ മുമ്പിൽ പ്രത്യക്ഷപ്പെട്ട സ്വതന്ത്രകലാരൂപമല്ല. അതു മൗലികവുമാണെന്നു പറഞ്ഞുകൂടാ. പല നാടൻ-ക്ലാസ്സിക് കലകളോടും ആധമർണ്ണ്യം പുലർത്തുന്ന രംഗകലയാണു തുള്ളൽ. ആ പ്രസ്ഥാനത്തെക്കുറിച്ച് ഇവിടെ ചുരുക്കി പ്രതിപാദിക്കണമെന്നു വിചാരിക്കുന്നു. ചാക്യാർകൂത്ത്, കൂടിയാട്ടം, കഥകളി തുടങ്ങിയ വരേണ്യവർഗ്ഗശാസ്ത്രീയകലകൾ(ഇഹമൈശരമഹ ആൃേ), പടയണി, കോലംതുള്ളൽ തുടങ്ങിയ അനുഷ്ഠാനപരമായ നാടൻകലകൾ (ഞശൗേമഹ ആൃേ) തുടങ്ങിയവ തുള്ളലിനെ വിശിഷ്ടരംഗകലയാക്കി പരുവപ്പെടുത്തിയെടുക്കുന്നതിൽ സഹായിച്ചിട്ടുണ്ട്, സ്വാധീനിച്ചിട്ടുണ്ട്.

കൂത്ത്

കൂത്ത് എന്നത് 'കൂർദ്ദനം' എന്ന സംസ്കൃതപദത്തിന്റെ തൽഭവമാണെന്നു കരുതപ്പെടുന്നു. 'ക്രീഡാ ഖേലാ ച കൂർദ്ദനം' എന്ന് 'കളി'യുടെ പര്യായമായി അമരകോശത്തിൽ ഈ പദം കാണുന്നു. ഉല്ലാസത്തെ സുചിപ്പിക്കുന്നുണ്ട് എന്നു തീർച്ച. ചാക്യാരുമായി കലഹിച്ചാണു തുള്ളലുണ്ടായതെന്ന ഐതിഹ്യത്തിൽ കഴമ്പുണ്ടെങ്കിലും ഇല്ലെങ്കിലും തുള്ളലിന് ആ രംഗകലയുമായി ഉള്ള ബന്ധം അനിഷേധ്യമാണ്. 'ചാക്യാരുടെ പിന്നിൽ വളരെക്കാലമിരുന്നു സമ്പാദിച്ചിട്ടുള്ള സാഹിത്യസ്വത്താണ് നമ്പ്യാർ തന്റെ തുള്ളലുകളിൽ വാരിവിതറീട്ടുള്ളത്' എന്ന

പി. ശങ്കരൻ നമ്പ്യാരുടെ അഭിപ്രായം[1] പൂർണ്ണമായി സ്വീകാര്യമല്ല. ഭാഗികമായി അതിൽ സത്യമുണ്ടെങ്കിലും, നമ്പ്യാരുടെ തുള്ളൽസാഹിത്യം മുഴുവൻ ചാക്യാരിൽ നിന്നു പെറുക്കിയെടുത്തതാണെന്നുള്ള ഒരു കുറച്ചുകാണൽ ആ പ്രസ്താവനയിലുണ്ട്.

ചാക്യാർകൂത്തിൽ നിന്നു തുള്ളലിലേക്കു പല ഘടകങ്ങളും സ്വീകരിക്കപ്പെട്ടിട്ടുണ്ട്. കൂത്തിൽ നിന്നു തുള്ളലിലേക്ക് നമ്പ്യാർ ഏറ്റുവാങ്ങിയ ആക്ഷേപഹാസ്യരീതിയാണ് സാമൂഹികവിമർശനത്തിനുള്ള അദ്ദേഹത്തിന്റെ നിശിതായുധമായി മാറിയത്. മിഴാവുവാദകനായി നമ്പ്യാർ എത്രനാൾ പോയിരുന്നുവെന്നു നമുക്കറിയില്ല. ജീവിതം മുഴുവൻ മിഴാവുവായിച്ചു നടന്ന ശേഷം വയസ്സായപ്പോൾ നമ്പ്യാർ തുള്ളൽക്കൃതികളെഴുതി എന്ന മട്ടിലാണ് ശങ്കരൻനമ്പ്യാർ പറയുന്നത്! മറ്റുള്ളവർ പെരുപ്പിച്ചു കാട്ടുന്നതു പോലെ നമ്പ്യാർ ഏറെക്കാലമൊന്നും മിഴാവു വായിച്ചുനടന്നിരിക്കാൻ സാദ്ധ്യതയില്ല. ഇരുപതു വയസ്സായപ്പോഴേക്കും നമ്പ്യാർ കവിയായി അംഗീകരിക്കപ്പെട്ടുകഴിഞ്ഞിരുന്നിരിക്കണം. കൊട്ടാരത്തിന്റെ ഇഷ്ടകവിയായിരുന്ന നമ്പ്യാർ മിഴാവു വായിക്കാൻ ചാക്യാരുടെ പുറകിൽ പോയി ഇരുന്നിരുന്നു എന്നു വിശ്വസിക്കുന്നതിൽ കൂടുതൽ യുക്തി ചാക്യാരുടെ മുമ്പിൽ പോയി ഇരുന്നിരുന്നുവെന്നതി നാണ്! വൃത്തനിയമത്തോടുകൂടി അഭിനയിക്കപ്പെടുന്ന ചാക്യാർക്കൂത്തുതന്നെയെന്നു തുള്ളലിനെ ചുരുക്കിക്കാണുന്ന[2] പി.കെ. നാരായണപിള്ളയോടും പൂർണ്ണമായി യോജിക്കാനാവില്ല. ഉടുത്തുകെട്ടിലും ആഖ്യാനരീതിയിലും ഒക്കെ തുള്ളലിനു കൂത്തിനോടു സാമ്യമുണ്ടെന്നു സമ്മതിക്കുമ്പോൾത്തന്നെ, വൈസാമ്യങ്ങളും ഏറെയുണ്ടെന്നതു മറന്നുകൂടാ. സദസ്യരിൽ ചിലരെ ചൂണ്ടി നിലവാരമില്ലാത്ത ഫലിതം പൊട്ടിച്ചുകൊണ്ടാണ് കൂത്തിൽ സമകാലികസാമൂഹികത ഉൾപ്പെടുത്താൻ ചാക്യാർ ബുദ്ധിമുട്ടുന്നത്. തുള്ളലിലാവട്ടെ, പശ്ചാത്തലത്തിലൂടെയും കഥാപാത്രങ്ങളിലൂടെയും സന്ദർഭങ്ങളിലൂടെയും നമ്പ്യാർ സമകാലികസാമൂഹികത നെയ്തെടുക്കുകയായിരുന്നു. തനിക്കു ചുറ്റും കണ്ടതിനെ എഴുതിവച്ചു ചിട്ടപ്പെടുത്തിയാണു നമ്പ്യാർ തട്ടിൽ കയറ്റിയത്. സാന്ദർഭികമായി അപ്പോളപ്പോൾ തോന്നുന്നതു പറയുകയായിരുന്നില്ല. തുള്ളൽക്കാരൻ മുഖ്യപ്രമേയത്തിൽ നിന്നുകൊണ്ടു തന്നെ സാമൂഹികവിമർശനവും നടത്തിയിരുന്നു. സംസ്കൃതനാടകങ്ങൾ എടുത്തു വ്യാഖ്യാനിക്കുന്ന ചാക്യാർക്ക് അതു കഴിയുമായിരുന്നില്ല. തുള്ളലിൽ അപൂർവ്വമായി ചില പുറംകഥകൾ ഉപയോഗിച്ചിരുന്നെങ്കിലും അവയും തയ്യാറാക്കപ്പെട്ടതിനു ശേഷം തുള്ളലിന്റെ ഭാഗമായിത്തന്നെയാണ് അവതരിപ്പിക്കപ്പെട്ടത്. ചാക്യാരോടു പ്രതിഷേധിക്കാനാണു നമ്പ്യാർ തുള്ളൽപ്രസ്ഥാനത്തിനു രൂപം കൊടുത്തതെന്നു ചുരുക്കിക്കാണുന്ന

ഐതിഹ്യപ്രണയികളെ നമുക്കു വെറുതെ വിടാം; ഒരു രാപ്പാതിയും ഒരു പകലും കൊണ്ടു കല്യാണസൗഗന്ധികം കെട്ടിയുണ്ടാക്കിയെന്നു പറയുന്നവരെയും! അധിക്ഷേപിക്കപ്പെട്ടു കലുഷമായ മനസ്സിൽ നിന്ന് മുക്കാൽ ദിവസം കൊണ്ട് കല്യാണസൗഗന്ധികം പോലെ ദീർഘലകോമളവും ശബ്ദഗരിമ അവകാശപ്പെടാനാവുന്നതുമായ തുള്ളൽക്കൃതി വാർന്നു വീഴുകയില്ല. സമകാലികസാമൂഹികതയോടു പ്രതികരിക്കാനുള്ള തീവ്രമായ ഇച്ഛയും നവീനവും ജനകീയവുമായ ഒരു രംഗകലയ്ക്കു വേണ്ടിയുള്ള നെടുനാളത്തെ അന്തർദ്ദാഹവും അന്വേഷണവും ഗവേഷണവുമാണ് നമ്പ്യാരെക്കൊണ്ടു കുരുത്തോല കെട്ടിച്ചത് എന്നു ചിന്തിക്കുകയല്ലേ യുക്തിസഹം? അതല്ലേ അഭിലഷണീയം? സാഹിത്യപഞ്ചാനനെപ്പോലെ വിപുലസാഹിത്യപരിചയമുണ്ടായിരുന്ന അമ്പലപ്പുഴക്കാർ തന്നെ ഐതിഹ്യകഥ തള്ളിക്കളഞ്ഞിരുന്നു എന്നതു നാം ഓർമ്മിക്കേണ്ടതുണ്ട്. വരേണ്യവർഗ്ഗകലകളോടു നമ്പ്യാർ കലഹം കുറിച്ചു എന്നതു മാത്രമാണ് ഐതിഹ്യം നല്കുന്ന സാർത്ഥകമായ ഏക സൂചന. ആനുഷംഗികമായി ഒരു വാക്കുകൂടി. തുള്ളലിനു ചാക്യാർകൂത്തിനോടുള്ള ആധമർണ്ണ്യത്തെക്കുറിച്ച് 'കുഞ്ചൻനമ്പ്യാർ'എന്ന ഗ്രന്ഥത്തിൽ ഒന്നും സൂചിപ്പിക്കുന്നില്ല. പടയണി, വേലകളി തുടങ്ങിയവയിൽ നിന്നാണു തുള്ളൽപ്രസ്ഥാനമുണ്ടായതെന്നു സമർത്ഥിക്കാൻ ശ്രമിക്കുന്നുണ്ടു താനും. തുള്ളൽ പ്രസ്ഥാനത്തെ ഏറ്റവും കൂടുതൽ സ്വാധീനിച്ചിട്ടുള്ള ചാക്യാർകൂത്തിനെ എന്തുകൊണ്ട് ഒഴിവാക്കിനിർത്തി എന്നു മനസ്സിലാകുന്നില്ല. ഉടുത്തുകെട്ടിലും കുറച്ചൊക്കെ അംഗവിക്ഷേപങ്ങളിലും ഉപഹസിക്കുന്നതിലും പരിഹസിക്കുന്നതിലും പ്രമേയസ്വീകരണത്തിലും സമകാലികജീവിതത്തിലെ ഇടപെടലിലും ചില വേള, ആഖ്യാനകലയിൽത്തന്നെയും ചാക്യാർകൂത്തിന്റെ മുഖത്താണു തുള്ളൽ ആദ്യം നോക്കുന്നത് എന്നു സമ്മതിക്കണം.

കൂടിയാട്ടം

കൂത്തും കൂടിയാട്ടവും അടിസ്ഥാനപരമായി സംസ്കൃതനാടകാഭിനയം തന്നെയാണ്. കൂത്ത് ഏകാംഗാഭിനയപ്രധാനവും കൂടിയാട്ടം പേരു സൂചിപ്പിക്കുന്നതുപോലെ സംഘാഭിനയവുമാണെന്ന വ്യത്യാസം ഉണ്ടുതാനും. കൂടിയാട്ടത്തിലും വ്യക്തിയെ അഥവാ, സദസ്യരെ ചൂണ്ടിയുള്ള പരിഹാസം ഒഴിവാക്കപ്പെട്ടിരുന്നു. ഒരു നാടകം സമ്പൂർണ്ണമായി അഭിനയിക്കുന്ന രീതി നിന്നുപോയിട്ടു നൂറ്റാണ്ടുകളായി എന്നു നിരീക്ഷിക്കപ്പെടുന്നുണ്ട്. 'പണ്ടു നടപ്പുണ്ടായിരുന്ന എല്ലാ നാടകങ്ങൾക്കും ക്രമദീപികയെന്നും ആട്ടപ്രകാരമെന്നും രണ്ടുവക ഗ്രന്ഥങ്ങൾ നടന്മാരുടെ

ഉപയോഗത്തിനു വേണ്ടി ഓരോ കാലങ്ങളിൽ പല പണ്ഡിതന്മാരും എഴുതിവച്ചിരുന്നു. പുറമെ നിർവ്വഹണസംഗ്രഹം, നമ്പ്യാർതമിഴ് മുതലായവയുമുണ്ടായിരുന്നു. അവയുടെ അടിസ്ഥാനത്തിലാണ് ചാക്യാന്മാർ നാടകങ്ങൾ അഭിനയിച്ചിരുന്നത്. നാട്യശാസ്ത്രത്തിന്റെയും കേരളത്തിലെ നടപ്പിന്റെയും പിന്തുണയോടുകൂടി തയ്യാറാക്കിയിട്ടുള്ള ആ വക ഗ്രന്ഥങ്ങൾ മിക്കവാറും നശിച്ചുപോയിരിക്കുന്നു' എന്നിങ്ങനെ ശ്രീ. കെ.പി. നാരായണപ്പിഷാരോടി ശക്തിഭദ്രകൃതമായ 'ആശ്ചര്യചൂഡാമണി' നാടകത്തിന്റെ സാഹിത്യഅക്കാദമി പതിപ്പിലെ (1988 രണ്ടാം പതിപ്പ്, പുറം 11-12) ആമുഖത്തിൽ കുറിച്ചിരിക്കുന്നു. കൂത്ത് നൃത്തഗീതവാദ്യ (തൗര്യത്രിക)പ്രധാനമാണ്. കൂടിയാട്ടത്തിൽ തോലൻ കൊണ്ടുവന്ന പുരുഷാർത്ഥക്കൂത്തിനെപ്പറ്റി അറിഞ്ഞിരിക്കേണ്ടതുണ്ട്.

തുള്ളലിലെ പുറം കഥകളെ 'പേക്കഥകൾ' എന്നു പറഞ്ഞുതുടങ്ങിയത് ഒരു പക്ഷേ, കൂടിയാട്ടത്തിന്റെ സ്വാധീനം കൊണ്ടാണെന്നു തോന്നുന്നു. ഇവയെ പേക്കഥകൾ എന്നു വിളിക്കുന്നതിനോടു യോജിക്കാനാവില്ല. 'പേ' എന്നാൽ ചീത്തയായ, കയ്പുള്ള, ഭയങ്കരമായ, പ്രേതസംബന്ധിയായ എന്നൊക്കെയാണ് അർത്ഥങ്ങൾ. പുറംകഥകൾ ഇവയിൽ ഒരു വകുപ്പിലും പെടുമെന്നു തോന്നുന്നില്ല. നമ്പ്യാർ ഉപയോഗിച്ചിട്ടുള്ള പുറംകഥകൾ അതു തെളിയിക്കുന്നുണ്ട്. കൂടിയാട്ടത്തിൽ പണ്ടുപയോഗിച്ചുകൊണ്ടിരുന്ന കഥകൾ പേക്കഥകൾ എന്നു വിളിക്കപ്പെട്ടിരുന്നിരിക്കാം. തോലൻ ഉൾപ്പെടുത്തി പരിഷ്കരിച്ചുവെന്നു പറയപ്പെടുന്ന പുരുഷാർത്ഥക്കൂത്തിൽ 'വിനോദം, വഞ്ചനം' എന്ന ഭാഗം [3] പരിശോധിച്ചാൽ ഇതു വ്യക്തമാകും.

'ഭാര്യ സന്തതിക്കു വേണ്ടിയാണ്. ചൊറിച്ചിലുമാറ്റാൻ ചേടികാഗമനമായാലും മതി'

'ചേടികാഗമനംന്നുവച്ചാൽ?'

'ദാസിമാരുടെ(വൃഷളിമാരുടെ)അടുത്തുപോകൽ. അന്യവനിതകളിൽ ബുദ്ധിമുട്ടി ലഭിക്കുന്ന സുരതല്ലേ, അതന്യാണ് സുരതം. ഈ അഭിപ്രായക്കാർ ശ്ശി കാണൂടേ'

എന്നിങ്ങനെയൊക്കെ പരസ്ത്രീഗമന കാര്യങ്ങൾ പറഞ്ഞു വിശദീകരിക്കുന്നു. പിന്നെ വിനോദം വഞ്ചനം എന്ന ഭാഗത്ത് ചിരിപ്പിക്കുന്നതിലേക്കായി ചില ചീത്തക്കഥകൾ പറയുന്നുണ്ട്. അവയെ പേക്കഥകൾ എന്നു വിളിക്കാമെന്നു തോന്നുന്നു. അത്തരത്തിലുള്ള ഒരു കഥയുടെ ചുരുക്കെഴുത്ത് ഉദാഹരണത്തിനായി താഴെ ചേർക്കുന്നു. സ്വന്തമായി ഗൃഹമില്ലാത്ത സ്ത്രീകളെ കണ്ടു ഭ്രമിച്ചാലുണ്ടാകാവുന്ന സ്ഥിതിയാണ് കഥയിൽ അവതരിപ്പിക്കുന്നത്. കേശവത്തുംമനയ്ക്കലെ കണ്ടാൽ കൊള്ളാ

വുന്ന, എന്നാൽ വാസസ്ഥലമില്ലാത്ത ദാസിയിൽ ഒരു വിദ്വാൻ ഭ്രമിക്കുന്നു. സന്ധ്യയ്ക്കു മനയ്ക്കലെ പടിപ്പുരയിൽ വരാൻ ആ വിദ്വാൻ അവളെ ശട്ടംകെട്ടുന്നു. അയാൾ സന്ധ്യയായപ്പോൾ പടിപ്പുരയിലെത്തി അവൾക്കായി കാത്തു നില്ക്കുന്നു. മനയ്ക്കലെ പണി കഴിഞ്ഞെത്താമെന്ന് അവൾ വന്നു പറയുന്നു. നേരമിരുട്ടിയിട്ടും അവളെത്താതെയായപ്പോൾ അല്പം കിടക്കാമെന്നു നിരീച്ചു. പടിപ്പുരയിൽ ആരോ കോസറി വിരിച്ചിട്ടിരിക്കുന്നതായി തോന്നി. അയാൾക്കു വേണ്ടി അവൾ വിരിച്ചതായിരിക്കുമെന്നു കരുതി. അയാൾ ഇരുട്ടിൽ തപ്പിനോക്കി. ഹായ്, എന്തായിത്? മേത്താരണിയോ?(മുറുക്കാൻ സഞ്ചി തൂക്കിയിടാനുള്ള ഏർപ്പാട്) അയാൾ മുറുക്കാൻ സഞ്ചി അതിൽ തൂക്കി കോസറിയിൽ അമർന്നു. അത് കോസറിയൊന്നുമായിരുന്നില്ല. സന്ധ്യകഴിഞ്ഞാൽ അവിടെ വന്നു കിടക്കാറുള്ള ഒരു കാളയായിരുന്നു. കാള പെട്ടന്നെഴുന്നേറ്റു. വിദ്വാൻ തെറിച്ചു നിലത്തു വീണു. ശബ്ദം കേട്ട് ഓടി വന്ന ദാസി കാര്യം തിരക്കി. 'നീ വിരിച്ചിട്ടിരുന്ന കോസറിയിൽ ഞാനൊന്നു കിടന്നു. അടുത്ത് ഒരു കാള വന്നു കിടന്നതു കണ്ടതുമില്ല' വിദ്വാൻ ഇങ്ങനെ പറഞ്ഞപ്പോൾ അവൾ വിളക്കുമായി പോയി നോക്കി. കൊമ്പിൽ തൂക്കിയ മുറുക്കാൻ സഞ്ചിയുമായി കാള പോകുന്നു! അവൾ അയാളെ സുരക്ഷിതനായി മറ്റൊരിടത്തു കൊണ്ടുചെന്നിരുത്തി. അവിടെ അയാൾക്കു മുകളിലായി കാടിക്കലം തൂക്കിയിരുന്നു. ഒന്നെഴുന്നേറ്റപ്പോൾ കാടിക്കലം പൊട്ടി തലവഴി കാടി ഒലിച്ചിറങ്ങി. ഒടുവിൽ അവൾ വന്ന് അയാളുമായി ശയിക്കുന്നു. പടിപ്പുരയിൽ അനക്കവും മുരൾച്ചയും കേട്ടു ഗൃഹനാഥൻ പട്ടികളുടെ ശല്യമാണെന്നു കരുതി വടി പ്രയോഗിക്കുന്നു. കൃത്യമായി വിദ്വാന്റെ മുതുകിൽ വടി വന്നു കൊള്ളുന്നു. അവിടെ നിന്ന് ഒരുവിധം എഴുന്നേറ്റു പച്ചക്കറിത്തോട്ടത്തിൽ പോയി രമിക്കാനൊരുങ്ങുമ്പോൾ പന്നിയിറങ്ങിയതെന്നു കരുതി കാവല്ക്കാരൻ വടി പ്രയോഗിക്കുന്നു. അവിടെയും വിദ്വാനു വടിയേറുകൊള്ളുന്നു. വീടില്ലാത്ത പെണ്ണിനെ കാമിച്ചാൽ ഇതൊക്കെയാണനുഭവിക്കേണ്ടിവരിക എന്നുദാഹരിച്ചു ചിരിപ്പിക്കുന്ന ഈ കഥ 'പേക്കഥ' എന്ന ശീർഷകത്തിനു താഴെ നല്കാം.

സത്യാസ്വയംവരം തുള്ളലിൽ നമ്പ്യാർ അവതരിപ്പിക്കുന്ന ചിരി കണ്ടച്ചാരുടെയും ഇളയച്ചിയുടെയും കഥ, അഹല്യാമോക്ഷത്തിൽ, സഹസ്രലിംഗനായി മാറി, മൂടിപ്പുതച്ചുകിടക്കുമ്പോൾ ഇന്ദ്രനോടു മേനക പറയുന്ന പഞ്ചതന്ത്രകഥ (ഇവിടെ, തടിക്കിടയിൽ പോകുന്ന കുരങ്ങിന്റെ വാലിനെ വൃഷണമായി ചിത്രീകരിച്ചതു നമ്പ്യാരാണ്) എന്നിവയ്ക്കു മാത്രമേ അശ്ലീലച്ഛായ അല്പമെങ്കിലും ഉള്ളതായി തോന്നുകയുള്ളു.

ക്രിസ്തീയസഭയിലെയും ജനങ്ങൾക്കിടയിലെയും അന്ധവിശ്വാസങ്ങളും വിഡ്ഢിത്തങ്ങളും പുറത്തുകൊണ്ടുവരാൻ ഇറ്റാലിയൻ നവോത്ഥാനരചയിതാവായിരുന്ന ബൊക്കാച്ചിയോ ഇത്തരം കഥകൾ ധാരാളമെഴുതിയത്(ഡക്കാമറൺ കഥകൾ) ഇവിടെ ഓർമ്മിക്കാവുന്നതാണ്. ഏതായാലും തുള്ളലിലെ ഉപകഥകളെ പേക്കഥകൾ എന്നു വിളിക്കുന്നതിനോടു യോജിക്കാൻ കഴിയില്ല. പുരുഷാർത്ഥക്കൂത്തിൽ, യഥാർത്ഥ പുരുഷാർത്ഥങ്ങളായ ധർമ്മാർത്ഥകാമമോക്ഷങ്ങൾക്കു പകരം, വിനോദം, വഞ്ചനം, അശനം, രാജസേവ എന്നിങ്ങനെ സമകാലികജനത കൈക്കൊണ്ടിരിക്കുന്ന നവീനപുരുഷാർത്ഥങ്ങളെ ആക്ഷേപിക്കുകയാണു ലക്ഷ്യം. തുള്ളലും ഒരർത്ഥത്തിൽ അതു തന്നെയാണു നിർവ്വഹിക്കുന്നതെന്നു നാം മനസ്സിലാക്കണം. ഉപകഥകൾ അഥവാ, പുറംകഥകൾ ഏറെയൊന്നും ഉപയോഗിക്കാതെതന്നെ നമ്പ്യാർ അതു സാർത്ഥകമായി നിർവ്വഹിക്കുന്നുണ്ടു താനും. പുറംകഥകളിൽ നിന്നാണു തുള്ളൽ തന്നെ ഉത്ഭവിച്ചിട്ടുള്ളതെന്ന വാദം നിരർത്ഥകമാണ്.

കൂടിയാട്ടത്തിൽ മൂന്നു തരം വിദൂഷകർ കടന്നുവരുന്നുണ്ട്. ഒരാൾ രാജ്യതന്ത്രജ്ഞനും ബുദ്ധമതപ്രണയിയുമാണ്. മറ്റു രണ്ടുപേർ ബുദ്ധമതവിരോധികളും വൈദികമതസ്നേഹികളുമാണ്. 'വേറേ ചില വിദൂഷകന്മാർ പാതാളത്തോളം അധഃപതിച്ച ബ്രാഹ്മണ്യത്തിന്റെ പ്രതിനിധികളാണ്. ഈ വിദൂഷകരുടെ അടിസ്ഥാനത്തിൽ കേരളചരിത്രത്തിലെ മൂന്നു കാലഘട്ടങ്ങളെ അഭ്യൂഹിക്കാമെന്നു തോന്നുന്നു എന്നത്രേ കെ.പി.നാരായണപ്പിഷാരോടി രേഖപ്പെടുത്തിയിരിക്കുന്നത്(കൂത്തമ്പലങ്ങളിൽ-പുറം 152, കേരളഭാഷാഇൻസ്റ്റിറ്റ്യൂട്ട്-2002). ഇതേ കൃതിയിൽ 156-ാം പുറത്തിൽ, നാഗാനന്ദം, സുഭദ്രാധനഞ്ജയം തപതീസംവരണം എന്നീ കൂടിയാട്ടങ്ങളിൽ പുരുഷാർത്ഥക്കൂത്തു നടത്തുന്നതിനെക്കുറിച്ചും അദ്ദേഹം സൂചിപ്പിച്ചിട്ടുണ്ട്.

'ആമന്ത്രണം ബ്രാഹ്മണായാം ഹി ധർമ്മഃ
സേവാ രാജ്ഞമർത്ഥമൂലം നരാണാം
വേശസ്ത്രീഷു പ്രാപ്തിരേവാത്രകാമോ
ഭൂയസ്താസാം വഞ്ചനം മോക്ഷഹേതുഃ'

എന്ന ശ്ലോകം ചൊല്ലിയാണ് വിദൂഷകൻ വിശദീകരണം നടത്തുന്നത്. 'ബ്രാഹ്മണപരിഹാസമാണ് പുരുഷാർത്ഥവിവരണങ്ങളിൽ സ്ഥായിഭാവമായിക്കാണുന്നത്' എന്നും പിഷാരോടിമാഷ് കൂട്ടിച്ചേർക്കുന്നുണ്ട്. കൂത്തിലെ ഈ ഘടകങ്ങൾ നമ്പ്യാരെ സ്വാധീനിച്ചതായി കരുതണം.

കാളിയമർദ്ദനം തുള്ളലിൽ,

ഇന്ദളം പുനരിന്ദിശാ,ന്തരി പാടി നാട്ടയുമാർത്തനും

വീരതർക്ക, മുഖാരി, ഗൗരി, കാനക്കുറിഞ്ഞിയുമിങ്ങനെ
ഇത്തരം പലരാഗമാലിക....

എന്നു നമ്പ്യാർ രാഗങ്ങളെ എഴുതിയിരിക്കുന്നു. ഇവിടെ, ചാക്യാർ കൂടിയാട്ടത്തിൽ ശ്ലോകം ചൊല്ലാനുപയോഗിച്ചിരുന്ന അന്തരി, വീരതർക്കൻ, ആർത്തൻ തുടങ്ങിയ പ്രാക്തനരാഗങ്ങൾ സൂചിപ്പിക്കപ്പെട്ടിരിക്കുന്നതു ശ്രദ്ധിക്കുക. ഇതു സൂചിപ്പിക്കുന്നത് കൂത്തും കൂടിയാട്ടവുമായി നമ്പ്യാർക്കുണ്ടായിരുന്ന പ്രഗാഢബന്ധം തന്നെയാണ്. തുള്ളലിലേക്ക് അവയുടെ അംശങ്ങൾ കലർന്നിട്ടുണ്ടെന്നു കരുതാൻ ഇതും ഒരു തെളിവായി സ്വീകരിക്കാവുന്നതാണ്.

ആക്ഷേപിച്ചുകൊണ്ടുള്ള സാമൂഹികശുദ്ധീകരണരീതിക്ക് കൂത്തും കൂടിയാട്ടവും തുള്ളലിനു വഴികാട്ടികളാകുന്നുണ്ട് എന്നതാണു പ്രധാനമായി നാം അറിഞ്ഞിരിക്കേണ്ടത്.

കഥകളി

വരേണ്യവർഗ്ഗകലകൾ എന്നു വിശേഷിപ്പിച്ചുപോരുന്ന കൂത്തി ലും കൂടിയാട്ടത്തിലും നിന്നെന്നപോലെ കഥകളിയിൽ നിന്നും ചില അംശങ്ങൾ തുള്ളലിൽ സ്വീകരിച്ചിട്ടുണ്ടെന്നു കാണുന്നു. മുഖ്യമായും ആഹാര്യാംശങ്ങളിലാണത്. കൊണ്ടകെട്ട്, തോൾപ്പൂട്ട്, കടകം, കൊരലാരം, കച്ചമണി, തുടങ്ങിയവ തുള്ളലിലേക്കു സ്വീകരിച്ചുകാണുന്ന ആഹാര്യാംശങ്ങളാണ്. തുള്ളലിലെ ചമയം പൊതുവെ ലളിതമെങ്കിലും അതിൽ കഥകളിയുടെ തുടർച്ച അനുഭവപ്പെടുന്നുണ്ട്. കണ്ണെഴുതുക, പുണ്യാഹച്ചുണ്ട ഉപയോഗിച്ചു കണ്ണു ചെമപ്പിക്കുക തുടങ്ങിയവയും മുഖത്തെഴുത്തിലെ പച്ചയും ഒക്കെ കഥകളിയിൽ നിന്നു കടംകൊണ്ടതാവാം. നാട്യശാസ്ത്രമൊന്നും കർശനമായി തുള്ളൽ പിന്തുടരുന്നില്ല. മുദ്രാഭിനയം കഥകളിയിൽ നിന്നാണ് തുള്ളലിൽ സ്വീകരിക്കപ്പെട്ടിട്ടുള്ളതെങ്കിലും അതിനു കഥകളിയിലുള്ള പ്രാധാന്യം തുള്ളലിൽ കാണുന്നില്ല. കഥകളിയിലെ വാചികാഭിനയത്തിനു പിൻപാട്ടുകാരുള്ളപ്പോൾ തുള്ളലിൽ നടൻ തന്നെയാണു പാട്ടുകാരൻ എന്നതാണു പ്രധാന വ്യത്യാസം. തുള്ളലിലെ പാട്ടുകാരനും അഭിനേതാവും സംവിധായകനും എല്ലാം ഒരാൾ തന്നെയാണ്.

പടേനി (പടയണി)

മുകളിൽ പറഞ്ഞിരിക്കുന്ന കൂത്ത്, കൂടിയാട്ടം തുടങ്ങിയ

ചാക്യാർകലകളും കഥകളിയും ഒക്കെ ശാസ്ത്രീയകലകളെന്നു വിളിക്കപ്പെടുന്നവയാണ്. അവ രംഗകലകൾ (ജല്യളീ്യാശിഴ ആ്യേ) എന്നും പടയണി,കോലംതുള്ളൽ, തുടങ്ങിയവ അനുഷ്ഠാനകലകൾ (ഞശൗേമഹ ആ്യേ) എന്നും വിളിക്കപ്പെടുന്നു. അനാദിയായ വംശസ്മൃതികളെ തോറ്റിയുണർത്തുന്ന അനുഷ്ഠാനകലയാണു പടയണി എന്ന 'പടേനി' (പടേനിയാണ് ശരിയെന്ന് ആ കലയിൽ പ്രവീണനായ ശ്രീ.കടമ്മനിട്ട വാസുദേവൻപിള്ള സാക്ഷ്യപ്പെടുത്തുന്നു. പടേനി, പടേനിയിലെ പാളക്കോലങ്ങൾ, പടേനിയുടെ ജീവതാളം എന്നിങ്ങനെയാണ് അദ്ദേഹത്തിന്റെ കൃതിനാമങ്ങൾ). ദ്രാവിഡത്തനിമ തെളിഞ്ഞുനില്ക്കുന്ന ഈ കലാരൂപത്തിൽ നൃത്തസംഗീതചിത്രാദി കലകൾ മേളിക്കുന്നു. അധഃസ്ഥിതരും ഉപരിസ്ഥിതരുമായ നാനാജാതിമതജനങ്ങളുടെ പങ്കാളിത്തം കൊണ്ടു ശ്രദ്ധേയമാണിത്. പ്രാചീനജനതയുടെ സൗന്ദര്യബോധത്തിന്റെയും ഭക്തി നിറഞ്ഞ ദേവപൂജയുടെയും തീക്ഷ്ണമായ ആവിഷ്കാരമാണിത്.'[4] കാഴ്ചപ്പെരുമകളുടെ കലയാണു പടേനി. അനുഷ്ഠാനകലകളിൽ കാഴ്ചക്കാരില്ല. അവിടെ പങ്കാളികളേ ഉള്ളു. അടുത്തകാലത്താണ് അവയിലെ സൗന്ദര്യാംശം ആസ്വദിക്കാൻ ആളുകളെത്തിത്തുടങ്ങിയത്. 'പ്രകടനം നടത്തുന്നവരുടെ കലാപരമായ കഴിവിന് ഇവിടെ പ്രസക്തിയില്ല. അനുഷ്ഠാനക്രിയകൾ ആസ്വദിക്കുന്ന പ്രശ്നവും ഇവിടെയില്ല. മറിച്ച് ആ അനുഭവം പങ്കിടുകയാണവർ ചെയ്യുന്നത്.'[5] സമൂഹത്തിലെ വിവിധ ശ്രേണികളിൽ നിന്നുള്ള ആളുകൾ ചേർന്നു നടത്തുന്ന അനുഷ്ഠാനകലയാണിത്. നാനാജാതിക്കാരുടെ വ്യത്യസ്തങ്ങളായ അനുഷ്ഠാനങ്ങൾ ഇതിൽ ഉൾച്ചേർന്നിരിക്കുന്നു. ഇതിൽ കാവടിതുള്ളൽ, പരദേശിത്തുള്ളൽ, കോലംതുള്ളൽ ഇവയെല്ലാം സമ്മേളിച്ചിരിക്കുന്നു. 'ദേവീപ്രസാദത്തിനും ഇഷ്ടകാര്യസിദ്ധിക്കും ആധിവ്യാധികളുടെ ശമനത്തിനും ലോകമംഗളത്തിനുമായി നടത്തുന്ന പ്രധാനവഴിപാടാണു കോലംതുള്ളൽ.'[6] പന്നത്താവടി, വെളിച്ചപ്പാട്, പരദേശിപ്പുറപ്പാട്, മാസപ്പടി തുടങ്ങിയവ കാണികളെ ചിരിപ്പിക്കാൻ ലക്ഷ്യം വച്ചിരിക്കുന്നവയാണ്. പടേനിയിലെ പകൽപടേനി കഴിഞ്ഞാൽ ശീതങ്കൻ തുള്ളലാണ്. കുരുത്തോലക്കാപ്പും കുരുത്തോലമാലയും കുരുത്തോലപ്പാവാടയുമണിഞ്ഞുവരുന്ന ശീതങ്കൻതുള്ളൽ മദ്ധ്യാഹ്നത്തിനു മുമ്പ് അവസാനിക്കണമെന്നാണു നിയമം. നമ്പ്യാരുടെ ശീതങ്കൻതുള്ളൽ, ആ പേരും ആഹാര്യസവിശേഷതകളും പടേനിയിലെ ശീതങ്കൻതുള്ളലിൽ നിന്നു സ്വീകരിച്ചതാണെന്നു പറയുന്നതിൽ തെറ്റില്ല. പടേനിയിൽ, മദ്ധ്യാഹ്നത്തിനു ശേഷം വരുന്ന പറയൻതുള്ളലും സായാഹ്നത്തിൽ വരുന്ന ഓട്ടൻതുള്ളലും നമ്പ്യാരെ സ്വാധീനിച്ചതായി മനസ്സിലാക്കേണ്ടിയിരിക്കുന്നു.

'കരവാസികളുടെ ശുദ്ധീകരണം ലക്ഷ്യമാക്കി നടത്തപ്പെടുന്ന ഒരനുഷ്ഠാനമാണ് ശീതങ്കൻ പറയൻ എന്നീ തുള്ളലുകൾ പോലെ ഓട്ടൻതുള്ളലും. സമൂഹത്തെ ആവേശിക്കാനിടയുള്ള സർവ്വഭൂത-പ്രേതാദിബാധകളിൽ നിന്നു മോചനം, സർവ്വോപരി, കരദേവതയായ ഭഗവതിയിൽ ഇനിയും അവശേഷിച്ചിട്ടുള്ള കലികാലങ്ങളുടെ ദോഷത്തിൽ നിന്നുള്ള മോചനം എല്ലാം ഈ തുള്ളലുകളിൽ അന്തർലീനമാണ്.'[7] എന്നു കടമ്മനിട്ട വാസുദേവൻപിള്ള എഴുതിയിരിക്കുന്നു. ആക്ഷേപിച്ചു സമൂഹത്തെ ശുദ്ധീകരിക്കാൻ ശ്രമിച്ച നമ്പ്യാരും ഒരർത്ഥത്തിൽ ചെയ്തത് അതു തന്നെയല്ലേ?

നമ്പ്യാർ ഉപയോഗിച്ചിട്ടുള്ള താളങ്ങളും പടേനിയിൽ നിന്ന് എടുത്തിട്ടുള്ളവയാണ്.'നമ്പ്യാർ പ്രയോഗിച്ചിട്ടുള്ള വായ്ത്താരികളിൽ കുണ്ടനാച്ചി മാത്രമേ പടേനിയിൽ കാണാത്തതായിട്ടുള്ളു. ഇതാവട്ടെ, ഒന്നുരണ്ടു പ്രകാരഭേദങ്ങളോടെ ചില തെയ്യത്തിലും മലയൻകെട്ടിലും പ്രയോഗത്തിലുണ്ട്' എന്നെഴുതിയിരിക്കുന്നു, ശ്രീ.കാവാലം നാരായണപ്പണിക്കർ (അവതാരിക- പടേനിയുടെ ജീവതാളം- കടമ്മനിട്ട വാസുദേവൻ പിള്ള, ഭാഷാ ഇൻസ്റ്റിറ്റ്യൂട്ട്, 1997). പടേനി തുള്ളാനുണ്ടാക്കിക്കൊടുത്ത പേക്കഥകൾ തുള്ളലായി പരിണമിച്ചുവെന്നു പറയുന്നതു ശരിയല്ലെങ്കിലും പടേനിത്തുള്ളൽ നമ്പ്യാരുടെ തുള്ളലിനെ കരുപ്പിടിപ്പിക്കുന്നതിൽ നിർണ്ണായകമായ ചില മാതൃകകൾ നല്കിയിട്ടുണ്ട് എന്നു പറയാവുന്നതാണ്.

വേലകളി

'വേലകളിയിലെ ഭടജനങ്ങളുമായുള്ള സമ്പർക്കമാണ് പടയണിയുടെ സാമൂഹ്യപാഠങ്ങൾ വശത്താക്കുവാൻ അദ്ദേഹത്തിനു(നമ്പ്യാർക്കു) സഹായമായിരുന്നിട്ടുള്ളത്.' എന്നു 'കുഞ്ചൻനമ്പ്യാർ' എന്ന പുസ്തകത്തിൽ കാണുന്നു.[8] പടേനിയുടെയോ കോലം തുള്ളലിന്റെയോ സാമൂഹികത മനസ്സിലാക്കാൻ വേലകളിയിൽ ചോടുവയ്ക്കുന്ന ഭടജനങ്ങൾ നമ്പ്യാരെ സഹായിച്ചിട്ടുള്ളത് എങ്ങനെയാണെന്നു ഗ്രന്ഥകാരൻ വ്യക്തമാക്കുന്നില്ല. വേലകളിയെ വ്യഞ്ജിപ്പിക്കുന്ന നാലുവരിയെഴുതിയിരിക്കുന്നതുകൊണ്ടു നമ്പ്യാർക്കു പടേനിയുടെ സാമൂഹികപാഠം പറഞ്ഞുകൊടുത്തതു വേലകളിയിൽ പങ്കെടുത്തിരുന്ന ഭടജനങ്ങളായിരുന്നുവെന്നൊക്കെ സങ്കല്പിക്കുന്നതു കടന്നകയ്യാണ്. (നമ്പ്യാരുടെ കലാകാവ്യജീവിതം മാത്തൂർ കുടുംബത്തിന്റെയും കളരിയുടെയും ദാനമായിരുന്നുവെന്നു പറഞ്ഞുവയ്ക്കാൻ ഇവിടെയും ഗ്രന്ഥകാരൻ ഒരു കൊളുത്തിട്ടുവയ്ക്കുന്നതു വായനക്കാരൻ കാണാതെപോകരുത്.) വേലകളിയുമായി ചില വിദൂരബന്ധങ്ങൾ തുള്ളലിനുണ്ടായിരുന്നെങ്കിൽ

തന്നെ അത് ഒരു സ്വാധീനമെന്നു പറയത്തക്കരീതിയിൽ നിർണ്ണായക മാണെന്ന് ഇതുവരെ ആരും പറഞ്ഞതായി അറിവില്ല. 'ചങ്കരച്ചാരുടെ വീട്ടിൽ കിങ്കരന്മാർ വന്നുകേറി...' എന്ന വരികളിൽ വേലകളിയിലെ 'പിടിച്ചുകളി'യിലുള്ള അഭ്യാസം സൂചിപ്പിക്കപ്പെട്ടു എന്നു കരുതി നമ്പ്യാർക്കു വേലകളി വശമായിരുന്നിരിക്കണമെന്നുമില്ല. വേലകളിയിലെ ഏതെങ്കിലും മെയ്‌വഴക്കങ്ങൾക്കോ, അംഗചലനങ്ങൾക്കോ തുള്ളലിൽ സ്ഥാനം നല്കിയിരുന്നതായും അത് തുള്ളൽ പ്രസ്ഥാനത്തിലെ ഗണ്യ മായ ഒന്നായി പരിഗണിച്ചുവന്നതായും അറിവില്ല.

തുള്ളൽപ്രസ്ഥാനം കരുപ്പിടിപ്പിച്ചപ്പോൾ, ശാസ്ത്രീയകലകളിൽ നിന്നും നാടൻ കലകളിൽ നിന്നും ഒക്കെ പല അംശങ്ങളും നമ്പ്യാർ സ്വീകരിച്ചിട്ടുണ്ട്. സാങ്കേതികമായ അംശങ്ങൾ/പ്രേരണകൾ/സ്വാധീന ങ്ങൾ മുഴുവനും കൂത്തിനും കൂടിയാട്ടത്തിനും കഥകളിക്കും പടയ ണിക്കും കോലംതുള്ളലിനും ഒക്കെയായി പങ്കുവച്ചുകഴിയുമ്പോഴും ബാക്കി നില്ക്കുന്ന ഒന്നുണ്ട്- തുള്ളൽസാഹിത്യം. നമ്പ്യാർ അനശ്വര നായി നില്ക്കുന്നതും അതിന്റെ പേരിലായിരിക്കും! തുള്ളലിലെ സാങ്കേ തികതകൾ മാറിവന്നാലും, തുള്ളൽ എന്ന രംഗകല തന്നെ പടിയിറ ങ്ങിപ്പോയാലും തുള്ളൽക്കൃതികൾ നിലനില്ക്കുമെന്നു ചുരുക്കം; തുള്ളൽക്കൃതികൾ നിലനില്ക്കുവോളം അവ കെട്ടിയുണ്ടാക്കിയ നമ്പ്യാരും! തുള്ളൽക്കൃതികളുടെ ഭാഷാപരവും സാഹിത്യപരവും സാമൂ ഹികവും സാംസ്കാരികവുമായ തികവുകളും മികവുകളുമാണ് അതിനു കാരണമായി നിലകൊള്ളുന്നത്.

□

കുറിപ്പുകൾ

1. സാഹിത്യനിഷ്കുടം -പി.ശങ്കരൻ നമ്പ്യാർ, ക്ഷേത്രകലകൾ എന്ന ലേഖനം, പുറം 122 കേരളസാഹിത്യ അക്കാദമി, തൃശൂർ 1993 പതിപ്പ്.

2. പഞ്ചാനനന്റെ വിമർശത്രയം-പി.കെ. നാരായണപിള്ള, പുറം 60, കേരളസാഹിത്യ അക്കാദമി, 1996 പതിപ്പ്.

3. പുരുഷാർത്ഥക്കൂത്ത്-പ്രൊഫ.വി.ആർ.കൃഷ്ണചന്ദ്രൻ, കേരളസാഹിത്യ അക്കാ ദമി 2007പതിപ്പ് പുറം 115-126

4. കേരള ഫോക് ലോർ-എഡിറ്റർ രാഘവൻ പയ്യനാട്- പടയണിയിലെ പാളക്കോലം - എഴുമറ്റൂർ രാജരാജവർമ്മ 1997 പതിപ്പ്, പുറം. 189.ഫോക് ലോർ ഫെലോസ് ഓഫ് മലബാർ (ട്രസ്റ്റ്) പയ്യന്നൂർ

5. കേരളത്തിലെ നാടൻകലകൾ-എ.കെ.നമ്പ്യാർ, പുറം 54, നാഷണൽബുക്സ്റ്റാൾ, കോട്ടയം, 1989

6. കേരള ഫോക് ലോർ-എഡിറ്റർ രാഘവൻ പയ്യനാട്- പടയണിയിലെ പാളക്കോലം - എഴുമറ്റൂർ രാജരാജവർമ്മ 1997 പതിപ്പ്, പുറം. 189.ഫോക് ലോർ ഫെലോസ് ഓഫ് മലബാർ (ട്രസ്റ്റ്) പയ്യന്നൂർ
7. പടേനി-കടമ്മനിട്ട വാസുദേവൻപിള്ള, പുറം 424, കേരളഭാഷാ ഇൻസ്റ്റിറ്റ്യൂട്ട്, 1993
8. കുഞ്ചൻ നമ്പ്യാർ-ഡോ.അമ്പലപ്പുഴ ഗോപകുമാർ. പുറം 77,സാഹിത്യപ്രവർത്തക സഹകരണസംഘം, കോട്ടയം, 2009 ഡിസംബർ പതിപ്പ്

7

തുള്ളലിലെ നമ്പ്യാരെഴുത്തുകൾ

നമ്പ്യാർസാഹിതി വിവിധശാഖകളിൽ പടർന്നിട്ടുണ്ടെങ്കിലും തുള്ളൽശാഖയിലാണു ഹരിതാഭമായ അതിന്റെ തെഴുപ്പുകൾ സമൃദ്ധമായി തലനീട്ടിയത്. അതുകൊണ്ടുതന്നെ, നമ്പ്യാരുടെ യശഃസ്തംഭങ്ങളായി നിലകൊള്ളുന്നതും തുള്ളൽക്കൃതികളാണ്. തന്റെ കാലത്തു നിലനിന്നിരുന്ന കാവ്യഭാവുകത്വത്തെ വെല്ലുവിളിക്കുകയും തിരുത്തിക്കുറിക്കുകയും ചെയ്യുന്നവരാണു മഹാകവികളായി സ്വീകരിക്കപ്പെട്ടിട്ടുള്ളത്. അവരുടെ രചനകളാണു കാലാതിവർത്തിയായി മനുഷ്യർ കൊണ്ടാടുന്നത്. നമ്പ്യാർ കാവ്യപ്രവേശനം നടത്തിയ കാലം നമ്മൾ പരിശോധിച്ചുകഴിഞ്ഞതാണ്.

കവി ഭാഷയ്ക്കുള്ളിൽ ജീവിക്കുന്നവനാണ്. അപര്യാപ്തമെന്നു തോന്നിയാൽ ഭാഷയുടെ കൂടു പുതുക്കിപ്പണിയുന്നവനാണ്. തന്നിലുൾച്ചേർന്നിരിക്കുന്ന കാലത്തെ നിവേദിക്കാൻ പുതിയ രൂപവും ഭാഷയും ഊർജ്ജവും കണ്ടെത്തുന്നവനാണ്. കാവ്യജീവിതത്തിനു പുതിയ വ്യാകരണം നിശ്ചയിക്കുന്നവനാണ്. അതിനായി അയാൾ ഏതേതു ദിശകളിൽ നിന്നു ശക്തി സംഭരിക്കുന്നു, വിഭവങ്ങൾ തേടുന്നു എന്നാണു നാം അന്വേഷിക്കേണ്ടതെന്നുതോന്നുന്നു. കവി തന്റെ നിലപാടുതറ പണിതെടുക്കാൻ എവിടെനിന്നൊക്കെ ഉരുപ്പടികൾ വാങ്ങി, എത്രമാത്രം ചീകിമിനുക്കി, എത്രമാത്രം ഉടച്ചുവാർത്തു, എത്രത്തോളം മെനപ്പെടുത്തി ലാവണ്യാത്മകമാക്കി എന്നൊക്കെയുള്ള അന്വേഷണങ്ങൾ നടത്തുന്നതോടൊപ്പം ആ കൈക്കുറ്റപ്പാടുകൾ തൊട്ടടുത്തുനില്ക്കുന്ന കവികളുടേതിൽ നിന്ന് എത്രമാത്രം അകലം പാലിക്കുന്നുവെന്നും എത്ര കൂടുതൽ തിളക്കമാർന്നതെന്നും കൂടി വിശകലനം ചെയ്യേണ്ടതുണ്ട്. രചനയിലെ തനിമയും ഉൾക്കരുത്തും പരിശോധിക്കേണ്ടതുണ്ട്. ഭാഷയിൽ എന്തെന്ത് ഈടുവയ്പുകൾ നടത്തിയിട്ടുണ്ടെന്നു കണ്ടെത്തേണ്ടതുണ്ട്. അങ്ങനെ വിവിധങ്ങളായ അന്വേഷണവഴികളിലൂടെ നടന്നാണ് നാം ഒരു കവിയിൽ എത്തിച്ചേരേണ്ടത്.

നമ്പ്യാരുടെ കാലഘട്ടത്തിൽ കവികൾ സാമൂഹികപ്രമേയങ്ങൾ സ്വീകരിച്ചു പെരുമാറിത്തുടങ്ങിയിരുന്നില്ല എന്നു നമുക്കറിയാം. കൂത്തിലും കൂടിയാട്ടത്തിലും ഒക്കെ ചെറിയ അളവിൽ സമകാലികസാമൂഹികതകൾ തലനീട്ടിയിരുന്നുവെന്നും നാം കണ്ടുകഴിഞ്ഞതാണ്. പൊതുവിൽ, കഥകളി ഉൾപ്പടെയുള്ള വരേണ്യകലാരൂപങ്ങളെല്ലാം തന്നെ പുരാണേതിഹാസങ്ങളിലാണ് പ്രമേയങ്ങൾ അന്വേഷിച്ചത്. അനുഷ്ഠാനകലകളാവട്ടെ, സവിശേഷമായ പ്രമേയത്തിനു പ്രാധാന്യം നല്കാതെ ചിട്ടകൾക്കും അനുഷ്ഠാനപരമായ ക്രിയകൾക്കും താളങ്ങൾക്കും മീതെയാണ് ആചരിക്കപ്പെട്ടത്. അവയൊക്കെത്തന്നെ എഴുത്തുവഴിയിൽ നിന്നു വളരെ അകലം പാലിച്ചിരുന്നു. വരേണ്യകലകളിലെ സാഹിത്യം മദ്ധ്യവർത്തിക്കു പ്രാപിക്കാവുന്നതിലും അപ്പുറത്തായിരുന്നുവെന്ന കാര്യവും നമ്പ്യാരുടെ നിരീക്ഷണത്തിൽ വന്നിരുന്നുവെന്നതു തീർച്ചയാണ്. അതിനു മുമ്പുണ്ടായിരുന്ന കാവ്യങ്ങൾ ചമ്പുക്കളും അച്ചീചരിതങ്ങളും ചുരുക്കം ചില സന്ദേശകാവ്യങ്ങളുമൊക്കെയായിരുന്നു. അവയൊന്നും രംഗകല ലക്ഷ്യം വച്ചിരുന്നവയല്ലായിരുന്നു. അവയിൽ സന്ദേശകാവ്യങ്ങളൊഴികെയുള്ളവ നേരത്തെ ചർച്ചയ്ക്കെടുത്തവയാണ്. സന്ദേശകാവ്യങ്ങളും വൈശികതന്ത്രത്തിൽ നിന്നോ അച്ചീചരിതങ്ങളിൽ നിന്നോ ഏറെ വഴിമാറി നടന്നവയുമല്ല. പെണ്ണുടലിന്റെ മാംസളമായ ഗ്രാഫ് വരച്ചെടുക്കുന്നതിനാണ് സന്ദേശകാരന്മാരും പ്രാമുഖ്യം നല്കിയത്. ലൈംഗികതയുടെ ഏകപക്ഷീയമായ സൗന്ദര്യാസ്വാദനത്തിനു മാത്രമാണ് അവിടെയും സാദ്ധ്യതയുണ്ടായത്. ലീലാതിലകകാരൻ പോലും നല്ല മണിപ്രവാളത്തിന് ഉദാഹരണം തേടിയെത്തിയ ഉണ്ണുനീലിസന്ദേശം ഉൾപ്പടെയുള്ള കൃതികളുടെ പ്രമേയം തന്നെ 'ചാന്താർമുലയിണപിരിഞ്ഞുള്ളതാപ' മാണ്. മുലയിൽ മരുവും ചന്ദനം, കുളുർമുലയുഗം, കൊങ്കക്കലശം, പൂന്തൊത്തെന്നും കുളുർമുല, മുലക്കുന്റിൽ (മുലക്കുന്നിൽ), ചാന്താർന്നേന്തും കുചഭരനതം, പോർമുലത്തൊത്ത്, കുളിരിളമുലത്തൊത്ത്, അണിമുലപിരിഞ്ഞുള്ള മാരാതിരേകം, മുലയിണപതിച്ചങ്ങച്ചീടുമേടം, മുലയിൽ മയിലും കുങ്കുമച്ചാറ്, പോർമുലക്കുന്റിരണ്ടും, ഗോപീജനകുചതടീലമ്പടം, കൊങ്കയാം ചെപ്പുമൊപ്പം....എന്നിങ്ങനെ മുപ്പതോളം ശ്ലോകങ്ങളിൽ സ്തനവർണ്ണന വായിച്ചെങ്കിലേ ഉണ്ണുനീലിസന്ദേശം തീർന്നുകിട്ടുകയുള്ളു. വർണ്ണിക്കാൻ പാകത്തിൽ 'മുല' ഒത്തുകിട്ടിയില്ലെങ്കിൽ വേലപ്പെണ്ണിൻ മുല(ലക്ഷ്മീദേവിയുടെ സ്തനം) എന്നോ മലമകൾമുലപൂണും (പാർവ്വതിയുടെ മുല പുണരുന്ന)എന്നോ പ്രാർത്ഥനയിലെങ്കിലും ഇക്കൂട്ടർ അതുൾപ്പെടുത്തിയിരിക്കും! പിന്നീടാണ്, കണ്ണശ്ശന്മാരെയും എഴുത്തച്ഛനെയും ചെറുശ്ശേരിയെയും പൂന്താന

ത്തിനെയും ഒക്കെ മലയാളി വായിച്ചുതുടങ്ങുന്നത്. അവരിൽത്തന്നെ സാമൂഹികമായി പ്രതികരിച്ചത് പൂന്താനം മാത്രമാണെന്നതും നാം അറിഞ്ഞിരിക്കണം. ഭക്തകവി എന്ന ലേബലൊട്ടിച്ചു നിർത്തുമ്പോഴും അന്നത്തെ സാമൂഹികജീർണ്ണതയ്ക്കെതിരെ ശക്തമായി പ്രതികരിച്ചതു പൂന്താനമായിരുന്നു. തന്റെ കാലത്തെ ജീർണ്ണമായ സാമൂഹികവ്യവസ്ഥയെ പ്രതിഫലിപ്പിക്കുന്ന വരികളാണ് ഇവ:

'സ്ഥാനമാനങ്ങൾ ചൊല്ലിക്കലഹിച്ചു
നാണംകെട്ടു നടക്കുന്നിതു ചിലർ
മദമത്സരം ചിന്തിച്ചുചിന്തിച്ചു
മതികെട്ടുനടക്കുന്നിതു ചിലർ
ചഞ്ചലാക്ഷിമാർ വീടുകളിൽ പുക്കു
കുഞ്ചിരാമനായാടുന്നിതു ചിലർ
കോലകങ്ങളിൽ സേവകരായിട്ടു
കോലംകെട്ടി ഞെളിയുന്നിതു ചിലർ'

ഈ വരികൾ ഉദ്ധരിച്ചിട്ട് പ്രൊഫ.ഗോപിക്കുട്ടൻ എഴുതിയിരുക്കുന്നതു നോക്കുക: 'എന്നിങ്ങനെ ഏതാനും വരികളിലായി പൂന്താനം നടത്തുന്ന ഗൗരവാവഹമായ ആ സാമൂഹികവിമർശനം മലയാളത്തിലെ മറ്റൊരു കവിയും (കുഞ്ചൻ നമ്പ്യാർ പോലും) നടത്താത്ത തരത്തിൽ തീക്ഷ്ണവും ലക്ഷ്യവേധിയുമാണ്.'(ജ്ഞാനപ്പാന-പഠനവും വ്യാഖ്യാനവും -പ്രൊഫ.ഗോപിക്കുട്ടൻ,പുറം 16 കറന്റ് ബുക്സ്, കോട്ടയം 2001). അതിരുകവിഞ്ഞ പ്രസ്താവനയാണെങ്കിലും, പൂന്താനത്തിന്റെ സദുദ്ദേശപരമായ ഈ സാമൂഹികവിമർശനത്തിന്റെ സൂക്ഷ്മതയും തീക്ഷ്ണതയും വേണ്ടത്ര നാം ശ്രദ്ധിക്കാതെപോയി എന്നതിലേക്കാണ് പ്രൊഫസർ വിരൽ ചൂണ്ടുന്നത് എന്നു തിരിച്ചറിയണം.

'കാൺക നമ്മുടെ സംസാരംകൊണ്ടത്രേ
വിശ്വമീവണ്ണം നില്പ്പൂവെന്നും ചിലർ
ബ്രാഹ്മണ്യം കൊണ്ടു കുന്തിച്ചുകുന്തിച്ചു
ബ്രഹ്മാവുമെനിക്കൊവ്വായെന്നും ചിലർ
അർത്ഥാശയ്ക്കു വിരുതു വിളയിപ്പാൻ
അഗ്നിഹോത്രം കഴിക്കുന്നിതു ചിലർ'

എന്നും

'വിദ്യകൊണ്ടറിയേണ്ടതറിയാതെ
വിദ്വാനെന്നു നടിക്കുന്നിതു ചിലർ'

എന്നും

'കൃപകൂടാതെ പീഡിപ്പിച്ചീടുന്ന

നൃപൻ ചത്തു കൃമിയായ് പിറക്കുന്നു'

എന്നുമൊക്കെ പൂന്താനം എഴുതിയിട്ടുണ്ടെങ്കിലും ആ വിമർശനം ആകെ നാല്പതുവരിയിൽ പരിമിതപ്പെട്ടുപോയിരുന്നു. ഇങ്ങനെ ഹ്രസ്വമായി കുറച്ചുവരികളിൽ ഒതുങ്ങിനിന്നിരുന്നു എന്നതുകൊണ്ടാവണം ഈ വിമർശനം കൂടുതൽ ശ്രദ്ധിക്കപ്പെടാതെപോയത്. അല്ലെങ്കിൽ, ബോധപൂർവ്വം ഇതിനെ തമസ്കരിച്ചതാവാനും മതി. സാമൂഹികവ്യവസ്ഥ ദുഷിക്കുമ്പോൾ നിരന്തരം അതിനെതിരേ ശബ്ദമുയർത്തിക്കൊണ്ടിരിക്കേണ്ടതുണ്ട്. പൂന്താനത്തിന്റെ ഈ ദിശയിലുള്ള പ്രവർത്തനത്തിനു പക്ഷേ, നൈരന്തര്യമില്ലാതെപോയി എന്നു സമ്മതിക്കണം. നമ്പ്യാർ ആദ്യവസാനം അത്തരം ജീർണ്ണതയ്ക്കെതിരേ പോരാട്ടമഴിച്ചുവിട്ട കവിയാണ് എന്നത് ഇവിടെ ഓർമ്മിക്കേണ്ടതുണ്ട്. പൂന്താനത്തിന്റെ വിമർശനം ബ്രാഹ്മണർക്കെതിരെയും രാജാവിനെതിരെ തന്നെയും തിരിഞ്ഞ സന്ദർഭങ്ങളുണ്ട്.

നമ്പ്യാരുടെ ഭാഷയും നിലപാടും

എഴുത്തച്ഛനെയും മേല്പുത്തൂരിനെയും പൂന്താനത്തിനെയും ഒക്കെ അനുകരിച്ചുകൊണ്ടാണു നമ്പ്യാർ കാവ്യരംഗത്തേക്കു കടന്നുവന്നതെന്നു നമുക്കറിയാം. നമ്പ്യാരുടെ തുള്ളലെഴുത്തുകളിലെ സാമൂഹികവിമർശനത്തിനു ചാക്യാരോടൊപ്പം പൂന്താനവും പ്രേരണയായിട്ടുണ്ടാവാം. രചനകളിലെ നമ്പ്യാരുടെ സാമൂഹികമായ ഇടപെടൽ ആദ്യം കുറിച്ചതിനു കാരണമുണ്ട്. നമ്പ്യാരുടെ തുള്ളൽക്കൃതികളിലെ ഭാഷ നിർണ്ണയിച്ചത് ഈ സാമൂഹികതയാണെന്നു ഞാൻ കരുതുന്നു. പാരമ്പര്യവൃത്തങ്ങളും ശീലുകളും പ്രാക്തനതാളങ്ങളും നാട്ടുമൊഴിയഴകുകളും ഒക്കെ സ്വീകരിച്ച് കാവ്യഭാഷ കരുപ്പിടിപ്പിച്ചപ്പോൾ ഈ ഊർജ്ജമാണു നമ്പ്യാരെക്കൊണ്ടു സ്വരവ്യഞ്ജനങ്ങൾ അടുക്കിവയ്പിച്ചത്. ക്ലാസ്സിക് ശൈലിയൊന്നും അത്രപെട്ടെന്ന് അന്ന് ഒരു കവിക്ക് ഉപേക്ഷിക്കുവാൻ കഴിയുമായിരുന്നില്ല. നമ്പ്യാരെയും ആ ക്ലാസ്സിക്ഗരിമകൾ പൊതിഞ്ഞുപിടിച്ചിരുന്നു. അവിടെ നിന്ന് അദ്ദേഹം പുറത്തു ചാടിയത് മുൻചൊന്ന സാമൂഹികത നല്കിയ ഉർജ്ജം ഉപയോഗിച്ചാണ്. അത്യന്തവിഭവസമ്പന്നനായ, പദങ്ങളുടെ കുബേരനായ കുഞ്ചനിൽ ആവേശിച്ച സാമൂഹികോർജ്ജം രംഗശില്പമായ തുള്ളൽക്കൃതികളിലേക്കു പകർന്നു തുള്ളലിനെത്തന്നെ ജനകീയമാക്കുകയായിരുന്നു. എന്നിട്ടും, മഹാകവിയായതിനാൽ, രംഗചോദനകളെ പലപ്പോഴും കാവ്യചോദനകൾ പിന്നിലാക്കുന്നതും നാം കാണുന്നുണ്ട്. (നാടകപ്രതിഭയ്ക്കു ഭാസ്സനിൽ നിന്നു കാളിദാസനിലെത്തുമ്പോഴുണ്ടാവുന്ന മാറ്റം ഇതിനോടു ചേർത്തുവച്ച്

ആലോചിക്കാവുന്നതാണ്. പടിഞ്ഞാറ്, അതു വിപരീതമായിട്ടാണു സംഭവിക്കുന്നത്. ഷേക്സ്പിയറിൽ നിന്ന് ഇബ്സനിലെത്തുമ്പോൾ നാടകത്തിൽ കലർന്നിരുന്ന കവിതയെ ഇറക്കിവിടുകയായിരുന്നു.) നമ്പ്യാർ രംഗശില്പത്തിനു പുറത്തുചാടിയും തുള്ളി എന്നതാണു സത്യം. ചില തുള്ളൽക്കൃതികളുടെ ദൈർഘ്യം നമ്മെ ഓർമ്മിപ്പിക്കുന്നത് അതുകൂടിയാണ്. നാലു തുള്ളൽക്കാരെ ഒരുക്കിനിർത്തി നാലു ഭാഗങ്ങളായി പങ്കുവച്ചുകൊടുത്താൽ പോലും ചില തുള്ളൽക്കൃതികൾ മുഴുവൻ തുള്ളിത്തീർക്കുക ശ്രമസാദ്ധ്യമല്ല. മൂന്നോ നാലോ ദിവസങ്ങൾ കൊണ്ടു മാത്രമേ ഒരാൾ തുള്ളുകയാണെങ്കിൽ ഇത്തരം തുള്ളലുകൾ അവതരിപ്പിച്ചു മുഴുമിക്കാൻ കഴിയുകയുള്ളു. അതു നമ്പ്യാരിലെ കവി കൂടുതലായി രംഗശില്പത്തിൽ ഇടപെടുന്നതുകൊണ്ടുകൂടിയാണെന്നു സമ്മതിക്കാതെവയ്യ. പക്ഷേ, അത് കാവ്യശാഖയ്ക്ക്, ഭാഷയ്ക്ക് നല്കിയ മെച്ചം വാഗതീതമാണ്. തുള്ളൽക്കൃതികൾ സാഹിത്യകൃതികളായി പ്രസക്തമാകുന്നതും അനശ്വരമായി നിലനില്ക്കുന്നതും നമ്പ്യാരിലെ ഈ കവിയുടെ ഇടപെടൽകൊണ്ടാണ്. ധാരാളം തുള്ളലുകൾ മറ്റു പലരും എഴുതിക്കൂട്ടിയെങ്കിലും നമ്പ്യാരുടെ തുള്ളൽക്കൃതികളോടടുത്തു നില്ക്കാൻ കെല്പുള്ളവ ഇല്ലാതെ പോയതും ആ മാർദ്ദംഗികമഹാകവിത്വത്തിലേക്കാണു വിരൽ ചൂണ്ടുന്നത്.

തുള്ളൽ എന്ന രംഗകലയ്ക്കു വേണ്ടിയാണു നമ്പ്യാർ കവനകർമ്മമനുഷ്ഠിച്ചതെങ്കിലും, തട്ടിൽ നിന്നിറങ്ങിയും കളത്തിനു പുറത്തും കളിച്ച കവിയെയാണു നമ്പ്യാരിൽ കാണുന്നത്. അങ്ങനെ കളത്തിനു വെളിയിലിറങ്ങി കളിച്ച ആദ്യത്തെ മലയാളകവിയും നമ്പ്യാർതന്നെ. കവികൾക്ക് അന്നുവരെ നിശ്ചയിച്ചിരുന്ന കളത്തിനു പുറത്താണു നമ്പ്യാർ അധികവും കളിച്ചതെന്നോർക്കുക. മറ്റൊരു രീതിയിൽ പറഞ്ഞാൽ, തനിക്കനുവദിക്കപ്പെട്ട കളത്തിൽ നിന്നുകൊണ്ടുതന്നെ അദ്ദേഹം ആ കളം മലയാളക്കരയോളം വിസ്തൃതമാക്കി മെനഞ്ഞെടുത്തു! അതിലൂടെ അന്നുനിലനിന്നിരുന്ന ഭാരതീയകാവ്യപാരമ്പര്യങ്ങളെ കുഞ്ചൻ അട്ടിമറിച്ചുകളഞ്ഞു!

സാധാരണമലയാളിയുടെ വ്യവഹാരഭാഷയെ കവിതയിൽ കയറ്റിയ ആദ്യത്തെ മലയാളകവിയെന്ന ഖ്യാതി കുഞ്ചൻനമ്പ്യാർക്കുള്ളതാണ്. എവിടെ വസിച്ചപ്പോളും അവിടുത്തെ മനുഷ്യരുമായി സമ്പർക്കത്തിലേർപ്പെടുകയും അവരുടെ ജീവിതവും ഭാഷയും ചുറ്റുപാടുകളും സൂക്ഷ്മനിരീക്ഷണണത്തിനു വിധേയമാക്കുകയും ചെയ്തിരുന്ന കവിയായിരുന്നു നമ്പ്യാരെന്ന് അദ്ദേഹത്തിന്റെ തുള്ളലെഴുത്തുകൾ വ്യക്തമാക്കുന്നുണ്ട്. ഉത്സവാത്മകമായ ഹൃത്തുമായി നാട്ടുമ്പുറങ്ങളിൽ സഞ്ചരിച്ചിരുന്ന

നമ്പ്യാർ ഉത്സവങ്ങൾ ആഘോഷിക്കാൻ തുള്ളലുകളിൽ ബോധപൂർവ്വം അവസരങ്ങൾ സൃഷ്ടിച്ചിരുന്നു. ഉത്സവങ്ങളും ആഘോഷങ്ങളും പടയൊരുക്കങ്ങളും ഉണ്ടാവുമ്പോൾ നമ്പ്യാർ തനി നാട്ടുമ്പുറത്തുകാരനാകുന്നതു നാം കാണുന്നു. അവിടെ, നാട്ടുമ്പുറവിശേഷങ്ങൾ കടന്നുവരികയായി. നാട്ടുചൊല്ലുകളും നാടൻ കഥാപാത്രങ്ങളും നാട്ടുമ്പുറഫലിതങ്ങളും സമൃദ്ധമായി ഉപയോഗിക്കാനുള്ള ഇത്തരം സന്ദർഭങ്ങൾ നമ്പ്യാരിൽ ആവേശമായി പടരുന്നതു ഭാവുകൻ കാണുന്നു. മലയാള കവിതയിൽ അതുവരെ ഇല്ലാതിരുന്ന സവിശേഷതയാണിത്. എന്തിനെയും വൈശദ്യത്തോടെയേ പറയൂ എന്ന നമ്പ്യാരുടെ രീതി ഇത്തരം സന്ദർഭങ്ങൾക്കു കൂടുതൽ ഇണങ്ങുന്നതുമായി.

രംഗകലയ്ക്കു വേണ്ടി, മദ്ധ്യവർത്തിക്കു വേണ്ടി കവിത കുറിക്കുമ്പോൾ അതു മനസ്സിലാകാതെ വന്നാൽ തന്റെ ലക്ഷ്യം തന്നെ നിരർത്ഥകമാകുമെന്നു നമ്പ്യാർ തിരിച്ചറിഞ്ഞിരുന്നു. എന്നുകരുതി നമ്പ്യാർ 'ലളിതകോമളകാന്തപദാവലി'യിലാണ് തുള്ളൽക്കൃതികൾ മുഴുവൻ ചമച്ചതെന്നു ധരിക്കുകയുമരുത്. അത്യാവശ്യം സംസ്കൃതവും മണിപ്രവാളവും ശുദ്ധമലയാളവും നാട്ടുമ്പുറമൊഴികളും ഒക്കെയായി ഇടതടവില്ലാതെ ഒഴുകിയിറങ്ങിയ ആ കവനധാരയിൽ സാന്ദർഭികമായി കടന്നുവരുന്ന ഭാഷാഭേദങ്ങൾ ആരെയും അമ്പരപ്പിക്കുന്നതുമാണ്. എങ്കിലും പൊതുവെ അതു ലളിതമായിരുന്നു. മലയാളി പിൻപറ്റിയ മലയാളമായിരുന്നു.

'അർത്ഥമിതിന്നറിവാൻ പണിയെങ്കിൽ
അർത്ഥം ഭാഷയിലങ്ങറിയിക്കാം
കൈ കൊണ്ടൊട്ടറിയിച്ചീടേണം
മെയ്കൊണ്ടൊട്ടു നടിക്യേം വേണം
എന്നതുകൊണ്ടുമറിഞ്ഞില്ലെങ്കിൽ
ചൊന്നതിനർത്ഥം ചൊല്ലുന്നുണ്ട്'

എന്നതായിരുന്നു തുള്ളൽക്കൃതികളിലെ ഭാഷാപരമായ നമ്പ്യാർനിലപാട്.

ഭക്തകവികളുടെ തുടർച്ചയായിരുന്നു നമ്പ്യാരെങ്കിലും ഒരു ഭക്തകവി എന്ന് നമ്പ്യാരെ ആരും വിളിച്ചില്ല. എന്തുകൊണ്ട്? ഭക്തിയോടെ ഒത്തിരി ദൈവങ്ങളെ കൃതികളിൽ ധ്യാനിച്ചിട്ടും വർണ്ണിച്ചിട്ടും എന്തുകൊണ്ട് നമ്പ്യാർ ഭക്തകവിയായി വിളിപ്പെട്ടില്ല. ഇതിനുത്തരം തിരക്കുന്നതിനു മുമ്പായി ഭക്തിയെ ഭാരതം എങ്ങനെ കണ്ടിരുന്നുവെന്നതു പരിശോധിക്കണം. ആദ്ധ്യാത്മികതയുടെ കേദാരമായ ഭാരതത്തിൽ ഭക്തി ഒരു കാവ്യപ്രസ്ഥാനമായി മാറിയിട്ടും പഴയ ആചാര്യന്മാരോ മീമാംസകരോ അതിനു രസപദവിയൊന്നും അനുവദിച്ചിരുന്നതായി കാണുന്നുമില്ല.

'എല്ലാ സംസ്കൃതാലങ്കാരികന്മാരും ഭക്തിയെ ഒരു രസമായി അംഗീകരിച്ചിട്ടില്ല. ജഗന്നാഥപണ്ഡിതരാജനും രൂപ ഗോസ്വാമിയും മറ്റും ഭക്തിക്കു രസത്വം നല്കി' എന്നു ഡോ.വി.എസ്. ശർമ്മ കുറിച്ചുകാണുന്നുണ്ട് (ആകലനം-പുറം 43, എൻ.ബി.എസ്.1986). ഭക്തിയുണ്ടായിരുന്നെങ്കിലും നമ്പ്യാരുടെ തുള്ളൽക്കൃതികൾ ഭക്തികാവ്യങ്ങളല്ല. ഭക്തിപ്രധാനങ്ങളെന്നും പറയുകവയ്യ. പത്തോളം തുള്ളലുകളിലെ നായകസ്ഥാനം കൃഷ്ണനു കൊടുത്തിട്ടും നമ്പ്യാർ ഭക്തകവിയാണ് എന്നാരും പറയാത്തതെന്തുകൊണ്ട്? ഇവിടെയാണു പൂർവ്വസൂരികളായ കവികളും നമ്പ്യാരും തമ്മിലുള്ള ആദ്യത്തെ വ്യതിരിക്തത രേഖപ്പെടുന്നത്.

പുരാണേതിഹാസങ്ങളിൽ നിന്നു പ്രമേയം സ്വീകരിച്ചാണു തുള്ളൽക്കൃതികൾ മുഴവനും ചമച്ചിട്ടുള്ളത്. സ്വതന്ത്ര്യമായ ഒരു സാമൂഹികപ്രമേയവും നമ്പ്യാർ സ്വീകരിച്ചിട്ടില്ല. മുഖ്യകഥാപാത്രങ്ങൾ മുഴുവനും ദൈവങ്ങളോ ദൈവങ്ങളുമായി നേരിട്ടിടപഴകുന്നവരോ ആണ്. എന്നിട്ടും എന്തുകൊണ്ട് നമ്പ്യാർ ഭക്തകവി എന്നു വിളിക്കപ്പെട്ടില്ല? കഥയും കഥാപാത്രങ്ങളും പുരാണേതിഹാസങ്ങളിൽ നിന്നു സ്വീകരിക്കപ്പെട്ടപ്പോഴും നമ്പ്യാരുടെ കൈകളിൽ ആ കഥകളൊക്കെ തിരുവിതാംകൂർകഥകളായി. കഥാപാത്രങ്ങളാകെയും തിരുവിതാംകൂറുകാരോ അവിടെ വന്നുപെട്ടവരോ ആയി. ദൈവങ്ങൾക്കെല്ലാം നമ്പ്യാർ മനുഷ്യമുഖം തുന്നിക്കൊടുത്തു. അവരെ മനുഷ്യർക്കിടയിൽ കൊണ്ടുവന്നു നിർത്തി. ഏതു ദൈവത്തെയും മണ്ണിലിറക്കിനിർത്തിയാണു നമ്പ്യാർ പെരുമാറിയത് എന്നർത്ഥം. ഇടയ്ക്കൊക്കെ വിണ്ണിലേക്കു കയറ്റിവിടുകയും അത്ഭുതങ്ങളെ അത്യത്ഭുതങ്ങളായി അവതരിപ്പിക്കുകയും ഒക്കെ ചെയ്യുന്നുണ്ടെങ്കിലും ദൈവങ്ങൾ ആദ്യമായി മണ്ണിലിറങ്ങിയത് നമ്പ്യാരുടെ കവിതയിലൂടെയാണ്! ഈ വ്യതിയാനം വളരെ പ്രസക്തമായതുകൊണ്ടു തന്നെയാണ് നമ്പ്യാർക്കു ഭക്തകവികളുടെ ലിസ്റ്റിൽ നിന്നു പുറത്തുപോകാൻ ഭാഗ്യം ലഭിച്ചത്. കാവ്യസംസ്കാരത്തിൽ തന്നെ ഉണ്ടായ നിർണ്ണായകമായ മാറ്റമായിരുന്നു ഇത്. 'ഹൈന്ദവദൈവങ്ങളുടെ തിരുശിരസ്സുകൾക്കു ചുറ്റുമുള്ള പരിവേഷങ്ങൾ അഴിച്ചുവെപ്പിച്ച് അവരെ സാധാരണക്കാരിൽ സാധാരണക്കാരുടെയിടയിലേക്ക് ഇറക്കിക്കൊണ്ടുവരുകയായിരുന്നു നമ്പ്യാർ ചെയ്തത്'(ഭക്തിപ്രസ്ഥാനം മലയാള കവികളിലൂടെ, പുറം 95 സാഹിത്യഅക്കാദമി,2004)എന്നെഴുതിയിരിക്കുന്നു, ശ്രീ. കൊളാടി ഗോവിന്ദൻകുട്ടി.

സ്യമന്തകം തുള്ളലിൽ, 'വൃഷ്ണികുലത്തിൻ മകുടമഹാമണി കൃഷ്ണൻ തിരുവടി' ഭാര്യയുമായി പകിടകളിക്കുന്നതു നോക്കുക:

'തോലിപിണഞ്ഞുനമുക്കെന്നാലെൻ

താലിയിലൊന്നുതരുന്നേൻ പണയം'

എന്നു ലക്ഷമീഭഗവതി പറയുമ്പോൾ തിരുവിതാംകൂറിലെ ഒരാഢ്യൻ നമ്പൂതിരി പകിടകളിക്കുമ്പോൾ ഭാര്യയോടു പറയുന്നതുപോലെ,

കൊങ്കകൾ രണ്ടും പണയം തന്നാ-
ലെങ്കിലൊരിക്കൽ പൊരുതാം'

എന്നാണു കൃഷ്ണൻ പറയുന്നത്. ഇവിടെ ലൈംഗികഹാസ്യം ചേർത്തു സംസാരിക്കുന്ന കൃഷ്ണൻ ദേവത്വത്തിൽ നിന്നു താഴെയിറങ്ങുന്നതായാണു നാം കാണുന്നത്. പ്രസേനനിൽ നിന്നു സ്യമന്തകം മണി അപഹരിച്ചതു കൃഷ്ണനാണെന്ന തെറ്റായ ധാരണ പരക്കുമ്പോൾ, ചിലർ കൃഷ്ണനെക്കുറിച്ചു പറയുന്നതു നോക്കുക:

കൊച്ചുകളോടു പിടിച്ചുപറിച്ചും
മച്ചിലൊളിച്ചഥ പാലുകുടിച്ചും
ആച്ചികളങ്ങുകുളിക്കുന്നേരം
കച്ചകളൊക്കെയെടുത്തുമറച്ചും
പച്ചപ്പാലും മോരും തൈരും
നിത്യവുമങ്ങനെ കട്ടുഭുജിച്ചും
പൂച്ചയ്ക്കൊട്ടുകൊടുത്തും പലവക
പിച്ചകളിച്ചുനടന്നവനല്ലേ?
കണ്ണൻ കണ്ണനിതെന്നെല്ലാർക്കും
തിണ്ണം തേടിന ഭക്തിയുമോർത്താൽ
വെണ്ണകൾ കട്ടുനടന്നപ്പോഴേ
കള്ളനിതെന്നൊരുപേരവനുണ്ട്'

ഇവിടെ കൃഷ്ണനെ ശരിക്കും ഒരു കള്ളനെപ്പോലെയാണു നമ്പ്യാർ കൈകാര്യം ചെയ്യുന്നത്. നാട്ടിൽ നടക്കുന്ന മോഷണമെല്ലാം പറഞ്ഞുകൊണ്ട് നാട്ടുകാരിൽ ചിലർ ചോദിക്കുന്ന ലോകോക്തികൾ വളരെ ക്രൂരമായി കൃഷ്ണനിലേക്കു വിരൽ ചൂണ്ടുന്നുണ്ട്.

'വേലികൾ തന്നെ വിളവുമുടിച്ചാൽ
കാലികളെന്തുനടന്നീടുന്നു?
കപ്പലകത്തൊരു കള്ളനിരുന്നാ-
ലെപ്പൊഴുമില്ലൊരു സുഖമറിയേണം'

കണ്ണനെ ചിലർ ദുഷിക്കുന്നഭാഗത്ത്, ശൃംഗാരത്തെ നമ്പ്യാർ ഹാസ്യമാക്കി പരുവപ്പെടുത്തിയെടുക്കുന്നതു ശ്രദ്ധിക്കുക:

'പെണ്ണുങ്ങൾക്കിഹ കണ്ണനെയോർത്താൽ
ഉണ്ണണമെന്നുമുറങ്ങണമെന്നും
തങ്ങടെ തങ്ങടെ വീടുകളെന്നും

ചങ്ങാതികളെക്കാണണമെന്നും
അമ്മ പറഞ്ഞാൽ കേൾക്കണമെന്നും
നമ്മെച്ചിലരെപ്പേടിയതെന്നും
നാണമിതെന്നുമടക്കമിതെന്നും
കാണിക്കൊരുകുറി കാൺമാനില്ല
രാവെന്നുണ്ടോ പകലെന്നുണ്ടോ
കാടെന്നുണ്ടോ വീടെന്നുണ്ടോ
കയ്യേൽച്ചെന്നുപിടിക്കുമൊരുത്തി
മെയ്യിൽച്ചെന്നു വസിക്കുമൊരുത്തി
മടിയിൽ ചെന്നു മലയ്ക്കുമൊരുത്തി
അടിയിൽ ചെന്നു കിടക്കുമൊരുത്തി'

നാട്ടുമൊഴിച്ചന്തങ്ങൾ

നമ്പ്യാരുടെ തുള്ളൽക്കൃതികളിൽ ധാരാളം സാധാരണമനുഷ്യർ കഥാപാത്രങ്ങളാകുന്നുണ്ട്. നാട്ടുമൊഴിയിൽ ഭാഷണം ചെയ്യുന്നുണ്ട്. വീട്ടുകാര്യങ്ങളും ജോലിക്കാര്യങ്ങളും പറയുന്നുണ്ട്. ഇതൊക്കെ നമ്പ്യാരുടെ കാലം വരെ കവിതയിൽ പ്രവേശനമില്ലാതെ പുറത്തു നിന്നിരുന്ന കാര്യങ്ങളാണ്. സൂര്യൻ നൽകിയ സ്യമന്തകം മണിയുമായി സത്രാജിത്ത് വരുമ്പോൾ, അർക്കനുദിച്ചതു പോലെ തോന്നി. അർക്കനെഴുന്നള്ളുന്നതു കാണാൻ ചെല്ലുന്ന അച്ചിമാർ ചില വാക്കുകൾ ഉച്ചത്തിൽ പറഞ്ഞുതുടങ്ങി:

ഇച്ചിരിയമ്മേ! നിച്ചിരിയത്തീ!
ഇച്ചിരിയൊട്ടും നന്നല്ലേടീ!

....

മായച്ചിക്കൊരു നായർ വരാനു-
ണ്ടായതുകൊണ്ടവൾ പോരുന്നില്ലാ
ചക്കിക്കുണ്ടൊരു ചക്കരവായൻ
ചക്കച്ചാരെന്നക്കരവീടൻ'

ഇങ്ങനെ രസകരമായ നാട്ടുവർത്തമാനങ്ങൾ പലതും തുള്ളലിൽ ഉൾപ്പെടുത്തിക്കാണുമ്പോൾ ഇതു തങ്ങളുടെ കാര്യം കൂടിയാണെന്ന തോന്നൽ മദ്ധ്യവർത്തികൾക്കുണ്ടാവണമല്ലോ. നമ്പ്യാർ തന്റെ രംഗകലയിലേക്കു മനുഷ്യരെ ആകർഷിക്കാൻ നടത്തിയ ചെപ്പടിവിദ്യകളിലൊന്നാണിതെന്നു പറഞ്ഞു തരംതാഴ്ത്തുന്നവരുണ്ടാവാം. പക്ഷേ, ഇതു നമ്പ്യാരുടെ ജീവിതംപറച്ചിലിന്റെ രീതി കൂടിയായിരുന്നുവെന്നു നാം

തിരിച്ചറിയണം. നാട്ടുവർത്തമാനങ്ങളും പരദൂഷണങ്ങളും പയ്യാരം പറച്ചിലുകളും ഒക്കെ കവിതയിൽ ഇടം നേടുന്നത് ആദ്യമായി നമ്പ്യാർക്കവിതയിലാണെന്നതു നാം മറന്നുകൂടാ. സത്രാജിത്തിന്റെ രാജ്യം നിറച്ചു നായന്മാരെയാണു നമ്മൾ കാണുന്നത്. നമ്പ്യാർക്കു സുപരിചിതകളായ നാട്ടുപെണ്ണുങ്ങളെ നമ്പ്യാർ അവിടെക്കൊണ്ടുപോയി താമസിപ്പിച്ചിരിക്കുന്നതു പോലെ തോന്നും! ഇന്ദീവരദളനയനകളും ഇന്ദുമുഖികളും ചെന്താമരാക്ഷികളും ഒക്കെ കടന്നുവരുന്നുണ്ടെങ്കിലും 'സ്തനവിടപജഘനനിതംബാദിക'ളുള്ള വെറും മാംസപിണ്ഡങ്ങളായല്ല നമ്പ്യാരുടെ പെൺകഥാപാത്രങ്ങൾ പ്രത്യക്ഷപ്പെടുന്നത്. പക്ഷേ, അവർക്കു മതിയായ വ്യക്തിത്വമൊന്നും നമ്പ്യാരും നല്കിക്കാണുന്നില്ല. അല്പമെങ്കിലും വ്യക്തിത്വം വകവച്ചുകൊടുക്കാവുന്നത് അപ്രധാനകഥാപാത്രങ്ങളായി വരുന്ന നാട്ടുമ്പുറനാരിമാർക്കാണെന്നു തോന്നുന്നു. ഒന്നുമില്ലെങ്കിലും അവർ സ്വഭർത്താക്കന്മാരെ കുറ്റം പറയാനുള്ള നെഞ്ചൂക്കെങ്കിലും കാട്ടുന്നുണ്ട്. അക്കാലത്ത് പെണ്ണുടലല്ലാതെ പെൺമനമൊന്നും കവികൾ കണ്ടുതുടങ്ങിയിരുന്നില്ല. നമ്പ്യാരുടെ ഒരു പരിമിതിയായി ഇതിനെ വേണമെങ്കിൽ നമുക്കു കാണാവുന്നതാണ്.

നാട്ടുവർത്തമാനത്തിന്റെ സന്നിവേശം കൊണ്ടു നമ്പ്യാർ സാധിക്കുന്നതു രണ്ടുകാര്യങ്ങളാണ്. ഒന്നാമതായി നാട്ടുകാരുടെ ഭാഷയിൽ അവരോടുതന്നെ വർത്തമാനം പറയാൻ കഴിയുന്നു. രണ്ടാമത്, പുരാണകഥകളെ മായികലോകത്തുനിന്നു പുറത്തുകൊണ്ടുവന്ന്, സാധാരണക്കാരുടെ ഇടയിൽത്തന്നെയാണ് ഇതൊക്കെ സംഭവിക്കുന്നതെന്ന് ബോദ്ധ്യപ്പെടുത്തി അവരെ (പ്രേക്ഷകരെ) യാഥാർത്ഥ്യബോധത്തിലേക്കു നയിക്കാൻ കഴിയുന്നു. ഈ രണ്ടാമതു പറഞ്ഞ കാര്യം ജർമ്മൻ നാടകകൃത്തായ ബ്രഹ്റ്റും മറ്റും പരീക്ഷിച്ച അന്യവത്കരണം(മഹശലിമശേീ) തന്നെയാണ്. ഈ അന്യവത്ക്കരണം പക്ഷേ, ഒരു സവിശേഷദിശയിലാണെന്നു മാത്രം. തന്മയീഭവിക്കപ്പെടുന്ന ദ്രഷ്ടാക്കളെ അവർ കണ്ടുകൊണ്ടിരിക്കുന്നതു നാടകമാണെന്നു ബോധപ്പെടുത്താനാണ് ആധുനികനാടകവേദി അന്യവൽക്കരണത്തെ കൂട്ടുപിടിക്കുന്നത്. തുള്ളലിൽ പക്ഷേ, ദ്രഷ്ടാക്കൾ ലയിച്ചിരിക്കുന്ന അഭൗമലോകത്തുനിന്ന് അവരെ താഴെ മണ്ണിലിറക്കാനുള്ള തന്ത്രമായിട്ടു വേണം ഇതിനെക്കാണാൻ. ദൈവങ്ങളുടെയും അഭൗമകഥാപാത്രങ്ങളുടെയും ഇടയിൽ നിന്ന് അവരെ അവരുടെ ഇടയിലേക്കു തന്നെ ആനയിച്ചെടുക്കുന്ന തന്ത്രം. പുരാണകഥാപാത്രങ്ങൾക്കും ദൈവങ്ങൾക്കും മനുഷ്യമുഖവും പെരുമാറ്റവും നല്കിയും നമ്പ്യാർ ഇതു സാധിക്കുന്നുണ്ട്. ഇരുപത്തിയൊന്നാം നൂറ്റാണ്ടും താലോലിക്കുന്ന ഒരു നാടകതന്ത്രത്തെ നമ്പ്യാർ പ്രവചിച്ചിരുന്നുവോ?

രസകരമായ നാട്ടുവർത്തമാനങ്ങൾ ധാരാളം കടന്നുവരുമ്പോൾ ആസ്വാദകരിലുണ്ടാകുന്ന ആവേശം നമ്പ്യാർ മനസ്സിലാക്കിയിരുന്നു. 'രുക്മിണീസ്വയംവര'ത്തിലെ ഒരു ഭാഗം നോക്കുക:

വീട്ടിലൊരമളി നമുക്കുണ്ടായതു
കേട്ടില്ലെങ്കിൽ പറയാമല്പം;
മാക്കോച്ചാരുടെ മകനും നമ്മുടെ
മൂക്കച്ചാരും തമ്മിലടിച്ചു
നാലുപണം കൊണ്ടെടവാടുണ്ടതു
മൂലം തങ്ങളിലങ്ങനെ നേർപ്പാൻ
മൂക്കും കോപമടക്കരുതാഞ്ഞവർ
മൂക്കുകടിച്ചു മുടിക്കു പിടിച്ചു
ഇങ്ങനെയുള്ളൊരു കലശലുകേട്ടുട-
നങ്ങേക്കുറ്റേചിരികണ്ടച്ചാർ
ഓടിയടുത്തങ്ങവരുടെയിടയിൽ
ചാടിക്കൈക്കു പിടിച്ചുവലിച്ചു'

ഈ വരികൾ നല്കുന്ന ഗ്രാമ്യഭാവുകത്വം അന്നുവരെ മലയാളിക്ക് അന്യമായിരുന്നു. വളരെ സ്വാഭാവികമായ ഒരു തല്ലുകൂടൽ. ഗ്രാമപശ്ചാത്തലത്തിൽ ഗ്രാമീണരുടെ ഭാഷയിലാണ് ഇത് അവതരിപ്പിക്കപ്പെട്ടിരിക്കുന്നത്. 'ഇടപാട്' എന്നതിന് അവരുടെ വായിൽനിന്നു വീഴാൻ സാദ്ധ്യതയുള്ള 'എടവാട്' ഉപയോഗിച്ചിരിക്കുന്നതു ശ്രദ്ധിക്കുക. ഗ്രാമീണരുടെ ഭാഷ അതേപടി സംഭാഷണത്തിൽ ആവിഷ്കരിക്കാൻ നമ്പ്യാരുടെ കാലത്ത് ചെറിയ ചങ്കൂറ്റമൊന്നും മതിയാകുമായിരുന്നില്ല. നവോത്ഥാനകാലകഥാകാരനായ തകഴി പിൻപറ്റിയത് നമ്പ്യാരുടെ ഈ ഭാഷാനയമായിരുന്നു. ഇനി, 'ഹരിണീസ്വയംവര'ത്തിൽ വിവരിക്കുന്ന ഒരു നമ്പൂതിരികലഹം നോക്കുക:

'മംഗലശ്ശേരിമകനിട്ടിവാസു
ചെങ്ങലശ്ശേരിമകനോടുംകൂടി
എങ്ങാനിരുന്നു ചതുരംഗം വച്ചവർ
തങ്ങളിൽ താഡിച്ചു പൂണൂലുപൊട്ടിച്ചു
അപ്ഫൻ കിളവനുമേറ്റുചെന്നങ്ങ്
ബബ്ഭൂബ്ഭൂയെന്നു ശകാരം തുടങ്ങി
അപ്പോളിരുവരുമൊന്നിച്ചിട്ടപ്ഫന്റെ
മൊട്ടക്കഷണ്ടിയിലബ്ഭളം കൊട്ടി'

ഇതു വായിച്ചിട്ടു ചിരിക്കാതിരിക്കാൻ കഴിയുമോ? ഗ്രാമീണകലഹത്തിന്റെ ചാരുത, ജീവൽഭാഷയിൽ ചടുലമായിപ്പകരുമ്പോളുള്ള രസം നമ്പ്യാർക്കു

മുമ്പ് സാഹിത്യത്തിലൊന്നും ഒരു മലയാളിയും അനുഭവിച്ചിട്ടില്ല. ഈ നാട്ടുമ്പുറഭാവുകത്വം ഇന്നും തനിമയോടെ നില്ക്കുന്നുവെന്നതാണു സത്യം. ഇവിടെയൊക്കെ അനൗചിത്യം പറഞ്ഞുകൊണ്ട് ആരെങ്കിലും വരുന്നെങ്കിൽത്തന്നെ അവരെ ഗൗനിക്കാൻ നമ്പ്യാർ ഒരുക്കവുമല്ല.

ദൂഷണവാക്കുകൾ ചൊല്ലുകയത്രേ
ഭൂഷണമെന്നു നടിച്ചുനടക്കും
ഭോഷന്മാർപലരുണ്ടതിനാലീ
ഭാഷാകവിത മഹാവൈഷമ്യം' (ഘോഷയാത്ര)

എന്നു മനസ്സിലാക്കിക്കൊണ്ടുതന്നെ അതിനെ മറികടന്ന കവിയാണു നമ്പ്യാർ. നമ്പൂതിരിഭാഷണങ്ങൾ തന്മയത്വത്തോടെ അവതരിപ്പിച്ചു ചിരി ജനിപ്പിക്കുന്നതിൽ സവിശേഷമായ ഒരു ചാതുര്യം തന്നെ കുഞ്ചൻ പ്രദർശിപ്പിച്ചിട്ടുണ്ട്. 'പാത്രചരിത'ത്തിൽ, സദ്യക്കിടയിലുള്ള ഭാഷണം കോറിയിട്ടിരിക്കുന്നതു കാണുക:

തൽക്ഷണമനവധി വിപ്രന്മാരുടെ
ഭക്ഷണഘോഷമിതെത്രവിചിത്രം!
'കൊണ്ടോ പപ്പട'മെന്നൊരു വിപ്രൻ
'കൊണ്ടോ പഴ'മെന്നങ്ങൊരു വിപ്രൻ
'കോരികകൊണ്ടുടനടമധുരക്കറി
കോരിവിളമ്പണ'മെന്നൊരു വിപ്രൻ
'ഇഞ്ചിത്തൈരും മാങ്ങാക്കറിയും
കിഞ്ചിൽ പോടണണമെന്നൊരു വിപ്രൻ
'പഞ്ചപ്രസ്ഥം പഞ്ചാരപ്പൊടി
പഞ്ചാമൃതമതിലിട്ടുകലർന്നുട-
നഞ്ചാതിലയിൽവിളമ്പുകിലെന്നുടെ
നെഞ്ചുകുളുർക്കു'മതെന്നൊരു വിപ്രൻ
ചെണ്ടമുറിക്കു സമാനമതാക്കി-
ക്കണ്ടിച്ചീടിന നേന്ത്രപ്പഴമതു
കണ്ടം കണ്ടമെനിക്കു വിളമ്പുകി-
ലുണ്ടൊരു കൗതുകമെന്നൊരു വിപ്രൻ

ഇവിടെ 'കിഞ്ചിൽ പോടണ' മെന്നൊക്കെയുള്ള സ്വാഭാവികപ്രയോഗങ്ങൾ നല്കുന്ന ആസ്വാദ്യത അവിടെ നടക്കുന്ന സദ്യയുടെ ഒരു പന്തിയിലേക്കു ഭാവുകനെ വിളിച്ചിരുത്തും! സംഭാഷണങ്ങളിൽ ഇത്രയും സ്വാഭാവികചാരുത കലർത്തിയ മറ്റൊരു കവിയെ നമുക്കു കണ്ടെത്താനാവില്ല. 'ഹരിണീസ്വയംവര'ത്തിൽ രണ്ടു നമ്പൂതിരിമാരുടെ നാടൻ വർത്തമാനം അവതരിപ്പിച്ചിരിക്കുന്നതു നോക്കുക:

'താനിപ്പോളെങ്ങൂന്നു പോന്നുവരുന്നു?'
'ഞാനെന്റയില്ലത്തൂന്നു വരുന്നു'
'തന്നുടെ ചേട്ടന്റെ വേളിക്കു വന്നു
ഞാനന്നുകണ്ടേപ്പിന്നിപ്പോൾ കാണുന്നു'
'കേട്ടില്ലയായോ താനില്ലത്തെ ഘോഷം?'
'കേട്ടില്ല ഞാനിപ്പോളുള്ള വിശേഷം.'
ചേട്ടനൊരച്ചിയെ കെട്ടിക്കൊണ്ടുവന്നു
കെട്ടിനകത്തെപ്പുരയിലിരുത്തി,
ചേട്ടത്തി വന്നു കലമ്പിത്തുടങ്ങി
ചേട്ടയ്ക്കു ചോറു കൊടുക്കില്ലെന്നായി;
ചേട്ടൻകയർത്തടുക്കളയിൽചെന്നു
ചട്ടികലങ്ങളും തല്ലിത്തകർത്തു...

രണ്ടു പേർ തങ്ങളിൽ കുറച്ചു നാളുകൂടിയിരുന്നു കാണുമ്പോൾ വീട്ടു വിശേഷം പറയുന്നതിലെ രസം എവിടെയൊക്കെയോ ചെന്നു കൊള്ളുന്നില്ലേ? ദ്വിഭാര്യാത്വത്തിന്റെയും സപത്നീകലഹത്തിന്റെയും ഒക്കെ നേർക്കു തൊടുക്കുന്ന അമ്പുകളുടെ കൂർമ്മകളായും നാമിതിനെ തിരിച്ചറിയുന്നില്ലേ? നമ്പ്യാർ നമ്മളെ കൂട്ടത്തിൽ വിളിച്ചിരുത്തി കൂട്ടുകൂടിയ ശേഷമേ കൂരമ്പുകൾ തൊടുക്കുന്നുള്ളു! ഇത്തരം ഭാഷണഭംഗികൾക്കപ്പുറം ഭാഷണഭേദങ്ങളും നമ്പ്യാർക്കൃതികളിൽ കാണുന്നുണ്ട്. അനുരാഗത്തിന്റെ മധുരകോമളകാന്തപദാവലിയിൽ ഭാവുകൻ ഒരു പ്രാർത്ഥന വായിക്കുന്നുണ്ട്, നളചരിതം തുള്ളലിന്റെ തുടക്കത്തിൽ. സംഭാഷണത്തിന്റെ ഒരു ക്ലാസ്സിക് മുഖം എന്നു വിശേഷിപ്പിക്കാവുന്ന ഭാവനാദീപ്തമായ ആ ഭാഗം 26 വരികളിൽ നിബന്ധിപ്പിച്ചിരിക്കുന്നു.

'തിരുമുടിജടയുടെ നടുവിൽ വിളങ്ങി-
പ്പരിചൊടു കാണുവതെന്തൊരു വസ്തു?'
ഹരനരുൾ ചെയ്തിതു 'നമ്മുടെ ജടയിൽ
പെരുകിന വെള്ളം വേർപെടുകില്ല'
'കുരളകഥിക്കരുതെന്നൊടു നാഥാ!
സരസം മുഖമിഹ കാണാകുന്നു'
'മുഖമല്ലതഹോ ജലമതിലുളവാം
വികചസരോജമിതെന്നുവരേണം'
'വികചസരോജേ കുറുനിരനികരം
പരിചൊടുകാണ്മാനെന്തവകാശം?'
'കുറുനിരയല്ലതു മധുപാനത്തിനു
വരിവണ്ടുകൾ വന്നിണകൂടുന്നു'

'പുരികക്കൊടിമുനയുഗളമിദാനീം
പരിചൊടു കാണ്മാനെന്തവകാശം?'
'പുരികക്കൊടിയല്ലവിരളമിളകും
ചെറുതിരയത്രേ അചലതനൂജേ!'
'സരസമതാകിന ലോചനയുഗളം
പരിചൊടു കാണ്മാനെന്തവകാശം?'
ഗിരിവരതനയേ! ലോചനമല്ലതു
കരിമീനിണ കളിയാടുകയത്രേ!'
'കരികുംഭാകൃതി കുളുർമുലയുഗളം
പരിചൊടുകാണ്മാനെന്തവകാശം?'
'കുളുർമുലയല്ലതു കോകദ്വന്ദ്വം
നളിനസമീപേ വിളയാടുന്നു'
'കളിവചനം വാ കാര്യമിദം വാ
കരളിലെനിക്കു വിവാദമിദാനീം'
ഇങ്ങന കപടഗിരാ ഗിരിവരസുത

തന്നൊടു മാനസവഞ്ചന ചെയ്യു'ന്ന ഗംഗാധരനായ, കിള്ളിക്കുറിശ്ശിയമർന്ന ശിവനെയാണ് നമ്പ്യാർ പ്രാർത്ഥിക്കുന്നത്! മദ്ധ്യവർത്തിയായ നാടൻ സമീപനം മാത്രമല്ല, പ്രൗഢമായ ക്ലാസ്സിക് സമീപനവും തനിക്കു വഴങ്ങുമെന്നു നമ്പ്യാർ ചിലപ്പോഴൊക്കെ തെളിയിക്കുന്നുണ്ട്. ഇവിടെ ശിവപാർവ്വതിമാരെ ഏറെയൊന്നും താഴെയിറക്കാതെ തന്നെ ഒളിസേവയുടെ കഥ രസകരമായി ആവിഷ്ക്കരിച്ചിരിക്കുന്നു. ഭാരതത്തിന്റെ കാവ്യപാരമ്പര്യത്തിൽ നിന്നു വളരെയകന്നു നില്ക്കാതെതന്നെ അതു സാധിച്ചിരിക്കുന്നുതാനും. ഉള്ളിൽ ഒരു ചിരിയോടെയാവണം നമ്പ്യാർ ഈ വരികൾ എഴുതിയിട്ടുള്ളത്. ശൃംഗാരത്തെ പുരസ്കരിക്കുന്ന ഈ വരികൾ സംഭോഗശൃംഗാരത്തിനും വിപ്രലംഭശൃംഗാരത്തിനും അത്യന്തപ്രാധാന്യമുള്ള നളചരിതത്തിന്റെ നടയിൽത്തന്നെയാണു നമ്പ്യാർ എഴുതിവച്ചിരിക്കുന്നതെന്നത് ശ്രദ്ധിക്കേണ്ടതാകുന്നു. ദൈവങ്ങളുടെ ഭാഷണമാകയാൽ മാത്രമല്ല, പ്രാർത്ഥനാഭാഗമാകയാലാവാം ഭാഷയുടെ നിലവാരത്തിൽ ഒരു ക്ലാസ്സിക് സ്വഭാവം നമ്പ്യാർ നിലനിർത്തിയിരിക്കുന്നത്. നാട്ടുമലയാളവും ക്ലാസ്സിക് മലയാളവും നമ്പൂതിരി മലയാളവും ഗോസായി ഭാഷയും സംസ്കൃതവുമൊക്കെ സന്ദർഭത്തിനനുസരിച്ചു നമ്പ്യാർ ഉപയോഗിക്കുന്നുണ്ട്.

പാചകത്തിനിടയിൽ നമ്പൂതിരിമാർ സംസാരിക്കുന്നതു സ്യമന്തകം തുള്ളലിൽ അനുവാചകൻ വായിക്കുന്നു, ഇങ്ങനെ:

ആത്രശ്ശേരി, ചിത്രമ്പള്ളീ

പാത്രമെടുത്തിതു വാർപ്പാറായി
പാത്രത്തണ്ടു പിടിപ്പാൻനല്ലൊരു
പാത്രം തന്നെ നിങ്ങളിതെന്നും
തൊട്ടാശ്ശേരി എരിശ്ശേരിക്കു
ചട്ടുകമായിക്കിട്ടീടേണം
കടുകശ്ശേരി കടുകുവറക്കുക
വെങ്ങാശ്ശേരി തേങ്ങവറുക്കുക

നമ്പൂതിരിമാരുടെ ഭാഷണത്തെ പരിഹസിക്കുക കൂടി നമ്പ്യാർ ലക്ഷ്യം വയ്ക്കുന്നുണ്ട്. എന്തു പറയുമ്പോഴും ഇല്ലപ്പേരുകൂട്ടി പറയുന്ന നമ്പൂതിരിശീലത്തെയാണ് ഇവിടെ നമ്പ്യാർ തന്റെ പരിഹാസത്തിനു ശരവ്യമാക്കുന്നത്. ഉണ്ണുന്നതിനിടയിൽ വ്യത്യസ്ത ജാതിയിൽപ്പെട്ടവരും വ്യത്യസ്ത ഭാഷ സംസാരിക്കുന്നവരും പറയുന്നതൊക്കെ രസകരമായി നമ്പ്യാർ 'സ്യമന്തക'ത്തിൽത്തന്നെ എഴുതിവച്ചിരിക്കുന്നു, കർണ്ണാടക ത്തിൽ നിന്നു വന്നവരും തമിഴ്ബ്രാഹ്മണരും(പട്ടന്മാരും) ഗോസായി മാരും ഒക്കെയുണ്ടു കൂട്ടത്തിൽ.

'ഹടനാ ഹണ്ണാ മണിയസ്വാമീ
അബ്ബാ സുബ്ബാ വെങ്കിട്രാമാ
സീതാരാമ കൊളത്തൂരാനും
ആനപ്പിടുങ്കൻ മണിയൻ ഞാഞ്ഞാൻ
അപ്പപ്പാ ചില മുഷ്കുകളെന്നും
അപ്പന്മാരുടെ മുതലോയെന്നും
പോടിങ്കല പോടിങ്കല പോട്
ചോറൊരിടങ്കഴിയിങ്കപ്പോട്...

....

ജേ ജേ റാം റാമ്രാം സീതാറാമ്രാം
ജേ ജേ റാം റാമ്രാം കോതണ്ഡറാമ്രാം
തുമാര മുലുക്ക കോനു മുലുക്കു
അമാരമുലുക്കു കാശിമുലുക്കു.....

ഇങ്ങനെ പോകുന്നു ആ സംഭാഷണമെഴുത്തിന്റെ അന്യാദൃശമായ ചാതുരി.

നമ്പ്യാർ നാട്ടുമ്പുറത്തെ എഴുതുമ്പോൾ

ഗ്രാമീണജീവിതമെഴുതേണ്ടിവരുമ്പോളൊക്കെ നമ്പ്യാർ ഗ്രാമ ത്തിലെ ഭാഷയും പ്രകൃതിയും തൊഴിലും ബിംബങ്ങളുമാണ് ഉപയോ

ഗിക്കുന്നത്. കൃഷിയെക്കുറിച്ചുള്ള ധാരാളം പരാമർശങ്ങൾ തുള്ളലിൽ കടന്നുവരുന്നത് അങ്ങനെയാണ്. 'ഘോഷയാത്ര'യിൽ കൃഷിയെ പരാമർശിക്കുമ്പോൾ ആ തൊഴിൽ വളരെ ലാഭകരമാണെന്ന സൂചനയാണുലഭിക്കുന്നത്.

അഞ്ചുപറയ്ക്കുള്ളൊരു കണ്ടത്തിൽ
പുഞ്ചവിതച്ചു വിളഞ്ഞതു കൊയ്താൽ
അഞ്ചുജനത്തിനു ചെലവുകഴിക്കാ-
മഞ്ചുമൊരേഴും മാസം മുഴുവൻ
തഞ്ചിലവുകളും വിത്തും കൂലിയു-
മഞ്ചാതേകണ്ടങ്ങുകഴിച്ചാൽ
അഞ്ചോ പത്തോ വായ്പ കൊടുപ്പാൻ
വാഞ്ഛരിച്ചാലതുമതിലുണ്ടാവും'

അഞ്ചുപറക്കണ്ടം കൃഷിചെയ്താൽ ഒരു വർഷത്തേക്കു ചെലവു കഴിച്ച് വായ്പ കൊടുക്കാനുമുണ്ടായിരുന്നുവെന്നത് വിശ്വാസയോഗ്യമായി കരുതാനാവില്ല. അമ്പതുപറയാണെങ്കിൽ വകവച്ചുകൊടുക്കുകയുമാവാം. ഇവിടെ പ്രാസഭംഗിയിൽ മുഴുകി നമ്പ്യാർ അങ്ങെഴുതിപ്പോയെന്നു കരുതണം. എന്തായാലും അക്കാലത്തു കൃഷിചെയ്തു ജീവിച്ച മനുഷ്യരെയും കൃഷിയെയും കവിതയിൽ ആവിഷ്ക്കരിക്കാൻ നമ്പ്യാർ തുനിഞ്ഞുവെന്നതിനു പ്രാധാന്യമുണ്ട്. 'ശീലാവതീസ്വയംവര'ത്തിൽ,

ജളനേക്കാൾ ഗുണമോർക്കണ്ടങ്ങളിൽ
വിളവിനു വിത്തു വിതയ്ക്കും ഭോഷൻ

എന്നും

വളമതിൽ നിന്നു വളർന്നൊരു വാഴകൾ
വളരെക്കിളരം പൂണ്ടു കുലച്ചാൽ
അളവേ കുലയിലൊരെട്ടോ പത്തോ
ഫലമുണ്ടാമതു പുഷ്ടിയുമല്ല;

എന്നും

കളപറിയാഞ്ഞാൽ കണ്ടങ്ങളിലൊരു
വിളവില്ലാതാമെന്നറിയേണം

എന്നും എഴുതുമ്പോൾ നമ്പ്യാർ വിദഗ്ദ്ധനായ ഒരു കുട്ടനാടൻ കൃഷിക്കാരനാകുന്നു! കൃഷിയറിവുകൾ പകരുന്നു! ഓരുള്ള പാടത്തു വിതയേറ്റിയാൽ വിത്തുകിളുർക്കുകയില്ല എന്നതു കുട്ടനാട്ടുകാരുടെ സാധാരണകൃഷിയറിവാണ്. പക്ഷേ, കെടുവളത്തിൽ നിന്നു വളരുന്ന വാഴ വളരെക്കിളരം(ഒത്തിരി ഉയരത്തിൽ) വളർന്നു കുലയ്ക്കുമ്പോൾ നല്ല കുല വീഴത്തില്ല, വീഴുന്ന കായയ്ക്കു പുഷ്ടിയുമുണ്ടാവില്ല എന്നത് കുറച്ചു

കൂടി ആഴമുള്ള കൃഷിയറിവാണ്. വളവും ആവശ്യത്തിലധികമായാൽ കൃഷി നന്നാവില്ല എന്നർത്ഥം. കള പറിച്ചില്ലെങ്കിൽ വിളവില്ലാതാകും എന്നതു കൃഷിയിൽ മാത്രം ഒതുങ്ങുന്ന അറിവല്ല. ഏതു ദിശയിലേക്കും നമുക്കതിനെ ചായിച്ചെടുക്കാം. ഏതു മേഖലയിലും പ്രയോഗിക്കാം. കളയും പടുമുളയും നശിപ്പിക്കേണ്ടതാണെന്ന തത്ത്വത്തെ സാഹിത്യത്തിലും ഇടപെടുത്താം!

നമ്പ്യാർ എവിടെയും ഒരു ഗ്രാമം ഉണ്ടാക്കിയെടുക്കുന്നതിൽ തല്പരനാണ്. 'നളചരിത'ത്തിൽ അരയന്നം കാണുന്ന ഗ്രാമത്തെ എഴുതിയിരിക്കുന്നതു നോക്കുക:

അരനാഴികവഴി ചെല്ലുന്നേര-
ത്തരികേ നല്ലൊരു പെരുവഴി കണ്ടു;
അരയാലുകളും പേരാലുകളും
അരമനതെരുവുകളങ്ങാടികളും
മരവും നല്ല നടക്കാവുകളും
പുരയും പുഴയും വഴിയമ്പലവും
നറുമലർ വിലസിന പൂങ്കാവുകളും
തറകളുമാപണമത്താണികളും
കിണറും തളവും കളവും കുളവും
തണലും മണലും മണിഗോപുരവും
അണയും തോറും തുളസീദളങ്ങടെ
മണവും ഗുണവുമിതെത്ര മനോജ്ഞം!
അമ്പലമവിടെക്കണ്ടുതുടങ്ങി....

അമ്പലം കണ്ടുകഴിഞ്ഞാൽ പിന്നെ ഉത്സവമില്ലെങ്കിൽ നമ്പ്യാർക്കു സഹിക്കുമോ?

ഇളകിനനരവരപടയും-ചില
വെളുവെളെ വിലസിന കുടയും-പല
കളമൊഴിമാരുടെ നടയും-ചെറു
കിളികളുമവരുടെപിടയും-ചില
കരികളുമവരുടെ പിടിയും- പല
പരിമളമിളകിന മുടിയും- ചില
കലഹവുമുടനുടനടിയും- ചില
പുരികളിലനവധി കൊടിയും....

അങ്ങനെ ഉത്സവവർണ്ണന പൊടിപൊടിക്കും. നമ്പ്യാരുടെ ഉത്സവാത്മകത പ്രസിദ്ധമാണല്ലോ.

കുടുംബം, ദാരിദ്ര്യം, ദായക്രമം

നളചരിതത്തിൽ ഹംസം ഒരു നായർകുടുംബം കാണുന്നുണ്ട്. ഇടയിൽ അവസരമുണ്ടാക്കി ഏതെങ്കിലും നായർവീട്ടിലും നമ്പ്യാരുടെ ഹംസത്തിനു കയറാതിരിക്കാൻ കഴിയില്ലല്ലോ! നമ്പ്യാരുടെ എഴുത്തു കണ്ടാൽ അന്നത്തെ നായന്മാരു മുഴുവൻ കള്ളുകുടിയന്മാരും പെണ്ണു പിടിയന്മാരും കുടുംബം നോക്കാത്തവരുമായിരുന്നെന്നു തോന്നും! നമ്പ്യാർ പെരുപ്പിച്ചു പറയുകയാണെന്നിരിക്കിലും ചില വീടുകളിലെ ങ്കിലും ഇങ്ങനെയൊക്കെയുണ്ടായിരുന്നുവെന്നതു തീർച്ചയാണ്. ഇന്നും ഇങ്ങനെയുള്ള വീടുകളുണ്ടുതാനും! അരയന്നം കണ്ട വീട്ടിലെ നായരുടെ പെരുമാറ്റം കാണുക:

'നായർ വിശന്നു വലഞ്ഞു വരുമ്പോൾ
കായക്കഞ്ഞിക്കരിയിട്ടില്ല
ആയതു കേട്ടു കലമ്പിച്ചെന്നി-
ങ്ങായുധമുടനേ കാട്ടിലെറിഞ്ഞു
ചുട്ടുതിളയ്ക്കും വെള്ളമശേഷം
കുട്ടികൾ തന്നുടെ തലയിലൊഴിച്ചു
കെട്ടിയ പെണ്ണിനെ മടികൂടാതെ
കിട്ടിയ വടികൊണ്ടൊന്നു പിടച്ചു.'

ഈ വരികളിലും നമ്പ്യാരുടെ സ്വതസ്സിദ്ധമായ ചില നാട്ടുപ്രയോഗങ്ങൾ കടന്നുകൂടിയിരിക്കുന്നതു ശ്രദ്ധിക്കുക. 'വടികൊണ്ടൊന്നുപിടച്ചു' എന്നാണു തല്ലിയതിനെ പറഞ്ഞിരിക്കുന്നത്. ഇതു തീർത്തും നാടൻപ്രയോഗമാണ്. ഇങ്ങനെ അനവധി നാടൻ പ്രയോഗങ്ങൾക്കു ഭാഷയിൽ ഇടം നൽകി അവയെ 'മാനകഭാഷ'യുടെയും വ്യവഹാരഭാഷയുടെയും ഭാഗമാക്കിയെടുക്കാൻ നമ്പ്യാർ കാരണക്കാരനാകുന്നുണ്ട്. ഇവിടെ പറഞ്ഞിരിക്കുന്ന നായർ ചെയ്യുന്ന പ്രവൃത്തിയിൽ നിന്ന് അന്നത്തെ നായർകുടുംബങ്ങളുടെ കെട്ടുറപ്പില്ലായ്മ വെളിവാകുന്നുണ്ടെന്നു പറയാമെങ്കിലും അത് പൊതുവെ അങ്ങനെയായിരുന്നതായി പറയാൻ നമുക്കു കഴിയുന്നില്ല. നായർപടയാളികൾ മദ്യപാനികളും മറ്റു ലഹരികൾക്കടിപ്പെട്ടവരുമായിരുന്നുവെന്നതിനും ചില സാക്ഷ്യങ്ങൾ നമ്പ്യാർക്കവിതയിൽ നിന്നു ചിലർ ഉദ്ധരിക്കാറുണ്ട്. ഉദാഹരണത്തിന് 'ഘോഷയാത്ര'യിൽ

തൂക്കുപുകേല തരിമ്പില്ലാഞ്ഞാ
തോക്കൊരു ദിക്കിൽ പണയം വച്ചു'

എന്നതിൽ നായർപടയാളികളുടെ ദാരിദ്ര്യം പകർത്തുന്നതിലാണു കൂടു

തൽ ശ്രദ്ധിച്ചിരിക്കുന്നതെന്നു കാണാം. മാക്കോച്ചാരുടെ മരുമകനോടു തോക്കു മേടിച്ചു പടയ്ക്കു പുറപ്പെട്ടു പടയിലെങ്ങാൻ ചത്തു പോയാൽ തോക്കു ശത്രുക്കളെടുക്കുകയും ചെയ്യും വല്ലവരും വന്നു വീട്ടിൽ 'പാടു കിടക്കുകയും' ചെയ്യും എന്നതിനെക്കുറിച്ചാണു പടയാളി തുടർന്നു പറയുന്നത്. അതും അവന്റെ ഇല്ലായ്മയിലേക്കാണു വിരൽ ചൂണ്ടുന്നത്. പടയാളികൾക്കായി കള്ളും കറുപ്പും വരുത്തണമെന്നു ഘോഷയാത്ര പുറപ്പെടും മുമ്പു പറയുന്നുണ്ടെങ്കിലും സാധാരണപടയാളികൾ പൊതുവെ ഇല്ലായ്മക്കാരായിരുന്നുവെന്നു തോന്നുന്നു. ഘോഷയാത്ര യിലെ തന്നെ

'വല്ലാതുള്ള വിശപ്പുവരുമ്പോൾ
വല്ലതുവിറ്റും കൊറ്റുകഴിക്കാം'

എന്നുള്ള വരികളും പടയാളികളുടെ പരിദീനമായ ജീവിതമാണു തുറ ന്നുവയ്ക്കുന്നത്. 'രുക്മിണീസ്വയംവര'ത്തിൽ

'കല്യാണത്തിനു വീട്ടിൽ നെല്ലും പണവുമൊന്നു-
മില്ലാഞ്ഞു രണ്ടു വാളും വില്ലുമെടുത്തുവിറ്റു'

എന്നു പറയുന്ന പടയാളിയെ നമ്മൾ കാണുന്നുണ്ട്. പൊതുവിൽ നായർ പ്പടയാളികളുടെ നില പരുങ്ങലിലായിരുന്നുവെന്നു വേണമെങ്കിൽ അനു മാനിക്കാം. ദുര്യോധനന്റെ പടയാളികളെക്കൊണ്ടാണു നമ്പ്യാർ തോക്കു പിടിപ്പിക്കുന്നതെന്നത് തികഞ്ഞ അനൗചിത്യമാണെന്നു പറയേണ്ടതി ല്ലല്ലോ. പക്ഷേ, ആ അനൗചിത്യമൊക്കെ നമ്മൾ അങ്ങു മറക്കും. കാരണം ദുര്യോധനൻ, ഡച്ച് അധിനിവേശകാലത്തു തിരുവിതാംകൂർ ഭരിച്ചിരുന്ന രാജാവായിരുന്നു! 'ലന്തത്തോക്കു പറങ്കിത്തോക്കുകൾ' ഒക്കെ സംഘടിപ്പിച്ചു ദുര്യോധനൻ പടയാളികൾക്കു നൽകിയിരുന്നു! ഇങ്ങനെയൊക്കെ നമ്മളെക്കൊണ്ടു തോന്നിപ്പിക്കുന്നതായിരുന്നു നമ്പ്യാ രുടെ 'മാജിക്'. അവിടെ കടുകട്ടിയായതോ കേവലം അത്യാവശ്യത്തി നുള്ളതോ ആയ ഔചിത്യദീക്ഷ പോലും നമ്പ്യാർ പ്രകടിപ്പിക്കുവാൻ തയ്യാറല്ല താനും! നാട്ടുകാരിൽ ചിലർ 'കേട്ടോ കൂവേ' എന്നു തുടങ്ങി പറയാൻ പോകുന്ന കാര്യം ദുര്യോധനന്റെ കാലത്തുള്ളതായിരുന്നെ ന്നൊന്നും പ്രതീക്ഷിക്കരുത്. എവിടെ എന്നു നടന്ന കഥയായാലും അതു നടക്കുന്നതു തിരുവിതാംകൂറിലാണെന്നും നാട്ടുകാരെന്നു പറയുന്നവർ തിരുവിതാംകൂറുകാരാണെന്നും കാലം പതിനെട്ടാം നൂറ്റാണ്ടാണെന്നും ചിന്തിച്ചുകൊള്ളണം എന്ന് നമ്പ്യാർ അലിഖിതനിയമം പാസ്സാക്കിയിട്ടു ണ്ടായിരുന്നു. ഏതു പ്രധാനദൈവകഥയിലും പതിനെട്ടാം നൂറ്റാണ്ടിലെ തിരുവിതാംകൂറിനും തിരുവിതാംകൂറുകാർക്കും കടന്നുകയറാൻ അവകാ ശമുണ്ടായിരുന്നെന്നും അഥവാ, അങ്ങനെ ഒരു വ്യാഖ്യാനം ആ നിയമ

ത്തിനുണ്ടായിരുന്നെന്നും ആസ്വാദകർ ധരിച്ചുകൊള്ളേണ്ടതാകുന്നു!

അക്കാലത്തെ ഏറ്റവും വലിയ സാമൂഹികദുരന്തമായി കണക്കാക്കാവുന്ന ഒന്നായിരുന്നു മരുമക്കത്തായം. അതിന്റെ ദുരന്തഫലങ്ങൾ നമ്പ്യാർ പല തുള്ളലുകളിലായി കോറിയിട്ടിട്ടുണ്ട്. ഇക്കാര്യം നേരത്തെ സൂചിപ്പിച്ചിട്ടുള്ളതാണ്. അമ്മായിക്കും മക്കൾക്കുമായി സമ്പാദിച്ചുകൂട്ടുന്ന അമ്മാവന്മാർ പെങ്ങളെയും മക്കളെയും ഗതികേടിലാക്കിയ ഒത്തിരി സംഭവങ്ങൾ നമ്പ്യാരുടെ ശ്രദ്ധയിൽ പെട്ടിട്ടുണ്ടാവണം. ദായക്രമമൊന്നും പെട്ടെന്നു മാറ്റാനാവില്ലെന്നറിഞ്ഞിരുന്നിട്ടും അതിന്റെ ദോഷവശങ്ങൾ ചൂണ്ടിക്കാട്ടാൻ ആദ്യം തുനിഞ്ഞിറങ്ങിയത് നമ്പ്യാരായിരുന്നു. രുക്മിണീസ്വയംവരത്തിൽ ഇക്കാര്യം എഴുതിയിരിക്കുന്നതു കാണുക:

'അമ്മാവിക്കും മക്കൾക്കു പല
സമ്മാനങ്ങൾ കൊടുത്തുപുലർത്തി
തിന്മാനില്ലാതിങ്ങനെയാക്കിയ
തമ്മാപാപി പിണച്ചൊരനർത്ഥം'

മരുമക്കത്തായം ഇങ്ങനെ പല കുടുംബങ്ങളും തകർത്തിട്ടുണ്ടാവണം. അച്ഛന് അർദ്ധരാത്രിക്കു ചൂട്ടും കത്തിച്ചുവന്ന് അമ്മയെ കാണേണ്ട ഗതികേട് നിലച്ചപ്പോൾ, മക്കത്തായം നിലവിൽ വന്നപ്പോൾ, അച്ഛനും അമ്മയ്ക്കും മക്കൾക്കുംകൂടി ഒരുമിച്ചു കഴിയാമെന്നു വന്നപ്പോൾ നമ്മൾ ആദ്യം ഓർമ്മിക്കേണ്ടിയിരുന്നത് നമ്പ്യാരെയായിരുന്നുവെന്നു തോന്നുന്നു. മരുമക്കത്തായത്തിന്റെ ദുരന്തം ആദ്യം വിളിച്ചുപറഞ്ഞത് അദ്ദേഹമായിരുന്നുവല്ലോ!

ലോകോക്തികൾ വാരിവിതറിക്കൊണ്ടാണു നമ്പ്യാരെഴുത്തുകൾ മുന്നേറുന്നത്. അവയൊക്കെ സാന്ദർഭികമായി സ്വയമേവാഗതമായിക്കൊള്ളും. കയ്യിൽ കിട്ടിയ പണം പിന്നെ പുറത്തു കാട്ടാൻ ചിലർ മടിക്കുമെന്ന ലോകസ്വഭാവത്തിനെ

'പാട്ടിലണഞ്ഞ ധനത്തിലൊരല്പം
കാട്ടുകയില്ലീ യജമാനന്മാർ;
പെട്ടി തുറപ്പാനെളുതല്ലാതായ്
പൂട്ടിയ പുരുഷൻ വീട്ടിൽ പോയി
നാളെ വരേണം വേണമതെങ്കിലൊ-
രാളെയയച്ചാലതുമതിതാനും' (സ്യമന്തകം)

എന്നിങ്ങനെ എഴുതിക്കൊണ്ടു സ്വാഭാവികമായ ഗ്രാമസന്ദർഭങ്ങളും ഉചിതസമ്പൂർണ്ണമായ ഭാഷണവും ഒരുക്കുന്നതിൽ നമ്പ്യാർ കാട്ടുന്ന നിപുണത അദ്ദേഹത്തിന്റെ ജീവിതനിരീക്ഷണത്തെയും അവതരണമികവിനെയുമാണു വെളിപ്പെടുത്തുന്നത്. അനുഭവസ്ഥമായ മനുഷ്യസ്വഭാവങ്ങൾ

ചില്ലറയല്ല ഇങ്ങനെ നമ്പ്യാർ കോറിയിട്ടിരിക്കുന്നത്. ഇത്രയും വിഭവസമ്പത്തും അനുഭവത്തികവുമുള്ള മറ്റൊരു കവി മലയാളത്തിലുണ്ടായിട്ടില്ല എന്നു ബോദ്ധ്യം വരാൻ ആ തുള്ളൽക്കൃതികളിൽ പകുതിയെങ്കിലും ഒരാവൃത്തി വായിച്ചാൽ മതിയാകും! നാട്ടിൻപുറലാളിത്യം മുതൽ മഹാകാവ്യഗഹനത വരെ പെട്ടെന്നു വഴങ്ങിക്കിട്ടിയിരുന്ന അത്ഭുതപ്രതിഭനായിരുന്നു കുഞ്ചൻ.

നാമപരം

പതിനെട്ടാം നൂറ്റാണ്ടിലെ കേരളീയജീവിതം വായിക്കാൻ, അക്കാലത്തെ ഉടുത്തുകെട്ടു മുതൽ സദ്യാവിഭവങ്ങൾ വരെ, അന്നു കാട്ടിലുണ്ടായിരുന്ന മരങ്ങൾ മുതൽ നിലവിലുണ്ടായിരുന്ന ഉടുമുണ്ടുകളുടെ പേരു വരെ മനസ്സിലാക്കാൻ തുള്ളൽക്കൃതികൾ വായിച്ചാൽ മതിയാകും. കാട്ടുമൃഗങ്ങളുടെ പേരുകളറിയണമെങ്കിൽ നിങ്ങൾ സ്യമന്തകം തുള്ളലിലേക്കു കടക്കുക.

ഒന്നിച്ചനവധി പന്നിക്കൂട്ടം
നിന്നു പിണഞ്ഞു ചെന്നായ്ക്കൂട്ടം
കടമാനും ചില മറിമാനും പല
നെടുമാനും ചില കുറുമാനുകളും
പുള്ളിപ്പുലിയും വൻപുലി ചെമ്പുലി
വള്ളിപ്പുലിയും വരയൻപുലിയും
ഘനതരമാകിന വനമഹിഷങ്ങളു-
മെട്ടടിമാൻ പല കേഴക്കൂട്ടം
ന്യങ്കുകൾ രങ്കുകൾ ഗന്ധമൃഗങ്ങളു-
മളവില്ലാതൊരു കടമാനുകളും
ചമരിമൃഗങ്ങളനേകക്കൂട്ടം
കടുവാ കരടികൾ കേഴക്കൂട്ടം
ഋക്ഷതരക്ഷുകൾ ഭല്ലൂകങ്ങളു-
മക്ഷതബലമാർന്നാനക്കൂട്ടം
സിംഹം പലവക വികടകരാളം
വ്യാളസമൂഹം നരകരടികളും
മുയലുകളും ....

അങ്ങനെ പോകുന്നു മൃഗനാമങ്ങൾ. ചുറ്റുപാടുകളെ ഉത്സവാവേശത്തോടെ ആവിഷ്കരിച്ച കവിയാണു നമ്പ്യാർ. കാടായാലും മരമായാലും മൃഗമായാലും സ്ഥലമായാലും മനുഷ്യരായാലും ആഭരണമായാലും മുണ്ടുവകകളായാലും സദ്യയുടെ വിഭവങ്ങളായാലും നാട്ടുപെണ്ണുങ്ങ

ളായാലും പഴവർഗ്ഗങ്ങളായാലും താളരാഗങ്ങളായാലും എല്ലാത്തിന്റെയും പേരുകൾ വിശദമായിത്തന്നെ നമ്പ്യാർ പറഞ്ഞുകളയും! ഇതൊക്കെ ആ കാലത്തിന്റെ അറിവുകളിലേക്കു കയ്യെത്താൻ നമ്മളെ സഹായിക്കുന്നു. എന്തിന്, വാദനരീതിയും സൂതികർമ്മവും വരെ നമ്പ്യാർ വിവരിച്ചുകളയും! വിവരണാത്മകത നമ്പ്യാരെഴുത്തിന്റെ ഏറ്റവും മുന്തിയ സവിശേഷതകളിലൊന്നാണ്.

അക്കാലത്തെ സ്ത്രീകളുടെ ആഭരണങ്ങൾ നമ്പ്യാർ സ്യമന്തകത്തിൽ വിവരിച്ചിരിക്കുന്നതു കാണുക:

വളയും തളയും മണിമോതിരവു-
മിടയ്ക്കാത്താലി മടക്കാത്താലികൾ
പൂത്താലികളും മാലകൾ നൂലുകൾ
മിടുകും കുഴലും കടകം കാതില
തൂക്കും മണികൾ പതക്കം തോൾവള
തുടലും കൂട്ടമരഞ്ഞാണുകളും
അരമണികൂട്ടം മണികിങ്ങിണി പൊൻ
മണിയും മിന്നുമിരട്ടക്കുഴലും
പവിഴക്കുലയും മുത്തുക്കുലയും
കുരലാരം പല കാശ്ത്താലികളും'

ഈ ആഭരണങ്ങളുടെ മുഴുവൻ പേരു പോലും ഇന്നത്തെ ആഭരണഭ്രമക്കാരികളായ മലയാളിപ്പെണ്ണുങ്ങളറിയാൻ സാദ്ധ്യതയില്ല. മലയാളികൾ വിശിഷ്യാ, സ്ത്രീകൾ ഇന്ന് ആഭരണഭ്രമത്തിന്റെ പിടിയിലാണെന്നു നമ്മൾക്കറിയാം. നൂറ്റാണ്ടുകൾക്കു മുമ്പ് ആഭരണഭ്രമത്തെ അതിശക്തമായി വിമർശിച്ച കവിയാണു നമ്പ്യാർ എന്നത് അത്ഭുതമുളവാക്കുന്നതാണ്.

'സ്വർണ്ണങ്ങളെന്നൊരു ജാതിയെ സൃഷ്ടിച്ചു
പെണ്ണുങ്ങളെന്നൊരു ജാതിയും സൃഷ്ടിച്ചു
കർണ്ണങ്ങളും കണ്ണുമെട്ടുള്ള ദേഹമീ-
വണ്ണമനർത്ഥങ്ങൾ രണ്ടു സൃഷ്ടിക്കയാൽ
ഏന്തുന്ന സംസാരവാരിധിവെള്ളത്തിൽ
നീന്തുന്ന മർത്ത്യന്നു കേറാൻ തരം വരാ.'

ഇതിനെക്കാൾ ശക്തമായി പെണ്ണുങ്ങളുടെ ആഭരണപ്രേമത്തെ വിമർശിച്ചിട്ടുള്ള കവികളുണ്ടോ? ആഭരണഭ്രമം സംസാരസാഗരത്തിൽ നിന്നു നീന്തിക്കരകയറാൻ മനുഷ്യനു തടസ്സമാകുന്നുവെന്നതിലധികം എന്തു പറയാനാണ്?

പേരുകളുണ്ടാക്കാൻ നമ്പ്യാർക്കുണ്ടായിരുന്ന വൈദഗ്ദ്ധ്യം തിരി

ച്ചറിയാൻ ദുര്യോധനാദികളുടെ പേരുകൾ ഭീമൻ എണ്ണിയെണ്ണി വിഷമിച്ചു കൈ കുഴയുന്ന ഭാഗം 'ഘോഷയാത്ര'യിൽ വായിച്ചാൽ മതി.

'ദുര്യോധനനും ദുശ്ശാസനനും
ദുർമ്മുഖനും ദുശ്ശേശ്വരനിവനും
ദുർധർഷണനും ദുർമേധാവും
ദുഷ്ക്കർഷണനും ദുഷ്ക്കണ്ടകനും
ദുശ്ശീലൻ ദുർബുദ്ധി ദുരീശൻ
എണ്ണം നൂറുമിതൊപ്പിപ്പാൻ ബഹു-
ദണ്ണമെനിക്കിഹ കൈ തളരുന്നു'

എന്നു പറഞ്ഞ് വൃകോദരൻ തുടർന്നെണ്ണാൻ അർജ്ജുനനെ ഏല്പിക്കുകയാണ്! ഇതുപോലെ തന്നെ ആശരന്മാരുടെ പേരുകൾ 'രാവണോത്ഭവ'ത്തിൽ പറഞ്ഞിരിക്കുന്നതും ശ്രദ്ധിക്കുക:

'പ്രഹസ്തൻ വിരൂപാക്ഷൻ ധൂമ്രാക്ഷൻ മഹാപാർശ്വൻ
സുദഗ്ധനെഞ്ഞകോപൻ ദുർമ്മുഖൻ വജ്രമുഷ്ടി
മത്തനുന്മത്തനും കമ്പ,നകമ്പനനും
സമ്പ്രതി ധൂമ്രകേതു ജൃംഭൻ കുംഭാണ്ഡനും
താമ്രാക്ഷൻ താമ്രകേതു പിംഗലൻ കപിംഗലൻ
തുംഗനുന്നതൻ മന്ദൻ വജ്രദംഷ്ട്രനും പിന്നെ...'

ഇങ്ങനെ പോകുന്നു രാക്ഷസനാമങ്ങൾ. ഇവയൊക്കെ, പക്ഷേ, രാമായണത്തിൽ സൂചിപ്പിക്കപ്പെടുന്ന പേരുകൾ തന്നെയാണ്.

ഒരു സൂതികർമ്മം

വിവരണാത്മകതയുടെ ഈ തമ്പുരാൻ സൂതികർമ്മം പോലും വിവരിച്ചുകളയും! ഹരിണീസ്വയംവരത്തിൽ നമ്പ്യാർ പരിചയസമ്പന്നനായ ഒരുവനെപ്പോലെ സൂതികർമ്മം വിവരിക്കുന്നുണ്ട്. വിദേഹരാജന്റെ ഭാര്യയുടെ പ്രസവമാണ് ചിത്രീകരിച്ചിരിക്കുന്നത്.

ഈറ്റുനോവങ്ങു വരുന്നോരു നേരം
ഏറ്റുനില്ക്കേണം മകളേ! പതുക്കെ
കാറ്റുകൊള്ളാതങ്ങിരുന്നാലും പിള്ളേ!
പേറ്റിനടുത്തെന്നു തോന്നുന്നു കണ്ടാൽ
താണു വയറൊന്നിടിഞ്ഞങ്ങുകൂടി
താമസമില്ലിനി താഴെക്കിടക്കാം
അയ്യോ ചരിഞ്ഞുകിടക്കൊലാ പിള്ളേ!
കയ്യൊന്നുകുത്തിത്തല പൊക്കിക്കൊൾക

കാലു രണ്ടും ചെറ്റു നീട്ടിക്കൊണ്ടാലും
കാലമായില്ല കുറയ ക്ഷമിപ്പിൻ
കുത്തിയിരുന്നു പ്രസവിച്ചുവെന്നാൽ
കുഞ്ഞിന്റെ മുഞ്ഞി നിലംപൊത്തിപ്പോമേ!
പിമ്പിലിരുന്നു മുതുകു പിടിപ്പാൻ
പെമ്പിറന്നോരാരുമില്ലേ കണക്കിൽ
എന്തൊരു കഷ്ടമിപ്പെണ്ണുങ്ങൾക്കിപ്പോൾ
എന്തെന്നുമേതെന്നുമില്ലൊരു വസ്തു
വേദനയങ്ങുവരുന്ന നേരം
വേഗേന ചെന്നു പുറം തിരുമ്മേണം
മേല്പ്പോട്ടു ശ്വാസമയയ്ക്കരുതിപ്പോൾ
മെല്ലവേ കീഴ്പ്പോട്ടമർത്തിക്കൊണ്ടാലും
....

ഇങ്ങനെ പോകുന്നു ആ സൂതികർമ്മണീപരിചരണം!

വിമർശനത്തിന്റെ നിശിതവായ്ത്തല

നമ്പ്യാർ വിമർശനത്തിന്റെ കരവാളുമായി ഇറങ്ങിയത് എന്തിനെയും വെട്ടിവീഴ്ത്താനുള്ള ചങ്കൂറ്റവുമായാണ്. ഒരു ശ്രേണിയിലും പെട്ടവരെ നമ്പ്യാർ വെറുതെ വിടുന്നുമില്ല. ഹരിണീസ്വയംവരത്തിൽ ഉദ്യോഗസ്ഥദുഷ്പ്രഭുത്വത്തെ വിമർശിച്ചിരിക്കുന്നു, ഇങ്ങനെ:

'രാജ്യകാര്യങ്ങളെ ക്ലേശിക്കയെന്നൊരു
വ്യാജം നടിച്ചു സമസ്തസാധുക്കളെ
തേജോവധം ചെയ്തു വിത്തമാർജ്ജിച്ചുകൊ-
ണ്ടാജീവനാന്തം ഭ്രമിക്കുന്നിതു ചിലർ
ചുങ്കസ്ഥലങ്ങളിൽ ചെന്നു പഥികരെ
കിങ്കരന്മാർകളെക്കൊണ്ടങ്ങടിപ്പിച്ചു
സങ്കടപ്പെട്ടു കിട്ടുന്ന പണം കൊണ്ടു
മങ്കമാർ വീടു പുലർത്തുന്നിതു ചിലർ'

ഈ വരികൾ വായിക്കുമ്പോൾ പൂന്താനത്തെ അനുസ്മരിക്കാതിരിക്കാൻ കഴിയില്ല. പൂന്താനത്തിന്റെ വിമർശനത്തിനു ശക്തിയുണ്ടായിരുന്നെങ്കിലും നൈരന്തര്യമില്ലായിരുന്നുവെന്നു നേരത്തേ സൂചിപ്പിച്ചിരുന്നു. നമ്പ്യാർ അതേ തുള്ളലിൽത്തന്നെ ജ്യൗതിഷികളെയും മുറിവൈദ്യനെയും പാഠകക്കാരനെയും ചെപ്പടിവിദ്യക്കാരനെയും ഒക്കെ തീക്ഷ്ണമായി വിമർശിച്ചിരിക്കുന്നതും പൂന്താനത്തെ അനുസ്മരിപ്പിക്കുന്നവിധത്തിലാണ്. 'ഉദര

നിമിത്തം ബഹുകൃതവേഷം' ആടുന്നവരെങ്കിലും അവരുടെ കള്ളത്തരങ്ങൾ നമ്പ്യാർക്കു പിടിക്കാതെ വരുന്നതാണു വിമർശനത്തിനു ഹേതുവാകുന്നത്.

'ജ്യോതിഷക്കാരനായ് ചെന്നു ധനികന്റെ
ജാതകമെല്ലാം വരുത്തിവിചാരിച്ചു
കൈതവം നന്നായ് പറഞ്ഞുഫലിപ്പിച്ചു
കൈമടക്കും കൊണ്ടുപോകുന്നിതു ചിലർ'

എന്നു വ്യാജജ്യോതിഷക്കാരനെയും

'ചെക്കനെക്കൊണ്ടുടൻ സഞ്ചിയെടുപ്പിച്ചു
ചിക്കനെച്ചെന്നു ചികിത്സയും കല്പിച്ചു
കൽക്കത്തിനും കഷായത്തിനും കാനനേ
നില്ക്കുന്ന വേരുകളൊക്കെപ്പറിപ്പിച്ചു
തക്കത്തിലെണ്ണയും നെയ്യും പൊടികളും
മിക്കവാറും തന്റെ പുസ്തകത്തിൽക്കണ്ട-
തൊക്കെ പ്രയോഗിച്ചു പട്ടും പണങ്ങളും
കൈക്കലാക്കിക്കൊണ്ടു മണ്ടുന്നിതു ചിലർ

എന്നു മുറിവൈദ്യനെയും

'പാഠകന്മാരെന്നു ഭാവിച്ചരങ്ങത്തു
വാടാതെ നിന്നുടൻ ജല്പിച്ചു ജല്പിച്ചു
മൂഢരെ ബോധം വരുത്തിക്കരസ്ഥമാ-
ക്കീടുന്നു വിത്തം വിദഗ്ദ്ധരായുള്ളവർ'

എന്നു പാഠകക്കാരെയും

ചെപ്പടിക്കാരനങ്ങില്ലിക്കൽ നൊട്ടിയും
ചെപ്പു നിരത്തിക്കരത്തിലെപ്പന്തുകൾ
കെല്പിനോടങ്ങോട്ടുമിങ്ങോട്ടുമിട്ടൊളി-
ച്ചല്പനേരം കൊണ്ടു കൈക്കലാക്കും ധനം

എന്നു ചെപ്പടിവിദ്യക്കാരനെയും നമ്പ്യാർ എഴുതിയിരിക്കുന്നു. എങ്ങനെയും പണമുണ്ടാക്കണമെന്ന മോഹം മനുഷ്യരിൽ എല്ലാക്കാലത്തുമുള്ളതാണ്. പണത്തിന്റെ പിന്നാലെയുള്ള പരക്കംപാച്ചിൽ നാം ആനുകാലികസമുഹത്തിലും കാണുന്നുണ്ട്. പണത്തിനായി പൊക്കത്തിലുള്ള കമ്പത്തിൽ കേറുന്നവരും ഞാണിന്മേൽ കളിക്കുന്നവരും ആട്ടവും പാട്ടുമായി നടക്കുന്നവരും പാട്ടുകാരായും മദ്ദളക്കാരായും വേഷംകെട്ടുന്നവരുമൊക്കെ നമ്പ്യാരുടെ തുടർന്നുള്ള വിമർശനത്തിനു വിധേയമാകുന്നു. ഇതൊക്കെ നമ്പ്യാരുടെ സാമൂഹികവിമർശനത്തിന്റെ വൈവിധ്യത്തെയാണു കാണിക്കുന്നത്. ഭരണകൂടത്തെയും രാജാവിനെത്തന്നെയും

വിമർശിക്കാൻ നമ്പ്യാർ മടിക്കുന്നില്ല. ഇടനിലക്കാരും ഉദ്യോഗസ്ഥരും ജനവഞ്ചന ചെയ്യുന്നതിനെ നിശിതവും ക്രൂരവുമായിത്തന്നെ നമ്പ്യാർ ആക്രമിക്കുന്നുണ്ട്. രാജസേവകരും രാജകിങ്കരന്മാരും രാജാവിനെക്കാൾ അസഹ്യമായ കാര്യങ്ങളാണു പ്രവർത്തിച്ചിരുന്നത് എന്നുള്ളതിലേക്കു 'ഹരിണീസ്വയംവര'ത്തിലെ,

'തല്ലും നൃപനിഹ കൊല്ലും സചിവൻ
കൊല്ലും നൃപനിഹ തിന്നും സചിവൻ'

എന്ന വരികളും 'ത്രിപുരദഹന'ത്തിലെ,

'ചൊല്ലുന്ന നൃപതിക്കു തല്ലുന്ന സചിവന്മാർ
തല്ലുന്ന നൃപതിക്കു കൊല്ലുന്ന സചിവന്മാർ
കൊല്ലുന്ന നൃപതിക്കു തിന്നുന്ന സചിവന്മാർ'

എന്ന വരികളും ഉദാഹരണമായി എടുത്തുകാട്ടാവുന്നതാണ്. ത്രിപുര ദഹനത്തിലെ ത്രിപുരന്മാരുടെ ദുഷ്ഭരണം നമ്പ്യാരുടെ കാലത്ത് എല്ലാ നാട്ടുരാജ്യങ്ങളിലും നിലനിന്നിരുന്നുവെന്നൊന്നും സങ്കല്പിക്കാനാവില്ല. ഏതെങ്കിലും ചിലയിടങ്ങളിൽ എന്തെങ്കിലും ചിലതൊക്കെ നമ്പ്യാരുടെ ശ്രദ്ധയിൽ വന്നിട്ടുണ്ടാവും. അവയെ പെരുപ്പിച്ചും കൊഴുപ്പിച്ചും നമ്പ്യാർ അവതരിപ്പിക്കുന്നതായി കരുതിയാൽ മതി. രാജഭരണകാലത്തു തന്നെ നമ്പ്യാർ അങ്ങനെയൊക്കെഎഴുതാൻ ധൈര്യം കാട്ടി എന്നത്, അന്നത്തെ രാജാക്കന്മാർ അവയൊക്കെ സദുദ്ദേശപരമായ അർത്ഥത്തിലെടുക്കാൻ കഴിഞ്ഞിരുന്ന സഹൃദയരായിരുന്നുവെന്നുകൂടി നമുക്കു പറഞ്ഞുതരു ന്നുണ്ട്. അല്ലെങ്കിൽ, നമ്പ്യാരുടെ ഗതിയെന്താകുമായിരുന്നുവെന്നു ചിന്തിച്ചു നോക്കുക. അക്കാലത്ത് എന്തായിരുന്നാലും നീതിയും ന്യായ വുമൊക്കെ രാജാവിന്റെ ഇച്ഛയ്ക്കു വിരുദ്ധമായി നടന്നിരിക്കാനിടയില്ല. എല്ലാക്കാലത്തും എല്ലാ ദേശത്തും അപകടകരമായി നിലനിൽക്കുന്ന ഒന്നാണ് കോഴ അല്ലെങ്കിൽ കൈക്കൂലി. പഞ്ചേന്ദ്രോപാഖ്യാനത്തിലെ,

കാരിയക്കാരനു രണ്ടുകാശു കൈക്കൂലിയോർത്തിട്ടു
കാരിയം തീർത്തുപോരുവാനടിയനും ഭാവമില്ല
ആരു വന്നു വലച്ചാലും തിരുമുമ്പിൽത്തന്നെ വന്നു
കാരിയങ്ങളുണർത്തിക്കേയിത്രനാളും ചെയ്തുള്ളു'

എന്ന വരികൾ നമ്പ്യാരുടെ കാലത്തെ കൈക്കൂലിക്കാരെ മനസ്സിൽ കണ്ട് എഴുതിയതാവാം. നമ്പ്യാർ സാമൂഹികത എഴുതിയപ്പോൾ ചില സൂചന കൾ നല്കുന്നുണ്ട് എന്നല്ലാതെ, അക്കാലത്ത് എവിടെയും ഇങ്ങനെയാ യിരുന്നുവെന്നു ധരിച്ചുവശാകുന്നതും അങ്ങനെ പറയുന്നതും അപക്വ തയാണ്. ഏതു കാലത്തും സർക്കാരാഫീസുകളിലും ഭരണകൂടകാര്യാ ലയങ്ങളിലും വലിയ അക്ഷരത്തിൽ എഴുതി പ്രദർശിപ്പിക്കാൻ പോന്ന

വരികളും നമ്പ്യാർ എഴുതിയിട്ടുണ്ട്.

'പാലുകുടിച്ചു തടിച്ചൊരുകൂട്ടം
വാലില്ലാത്ത കുരങ്ങച്ചന്മാർ
നാലഞ്ചല്ലൊരു നൂറുജളന്മാർ
നാടുമുടിപ്പാൻ വന്നുപിറന്നു'

എന്നൊക്കെ ക്രൂരമായി പരിഹസിക്കുന്ന വരികൾ 'ഘോഷയാത്ര'യിൽ കാണുന്നുണ്ട്. ഈ വരികൾ, അഴിമതി നിലനിൽക്കുന്ന ഏതു സമൂഹത്തിലേക്കും ആനുകാലികഭാരതീയാവസ്ഥയിലേക്കും പുത്തൻ കേരളീയാവസ്ഥയിലേക്കും ചേർത്തുവയ്ക്കാൻ തോന്നുന്നില്ലേ? ഇത്തരം രൂക്ഷമായ ആക്ഷേപങ്ങൾ സഹിക്കാൻ കഴിയാതെ ധാരാളം പേർ സ്വയം ശുദ്ധീകരിച്ചിട്ടുണ്ടാവുമെന്നുള്ള മിഥ്യാധാരണയൊന്നും നമുക്കില്ല. എങ്കിലും, ഇവയൊക്കെ വായിച്ചും പഠിച്ചും വളർന്നുവന്ന ഏതെങ്കിലും ഒരു മനുഷ്യൻ സ്വയം ശുദ്ധീകരിച്ചിട്ടുണ്ടെങ്കിൽ അതു നമ്പ്യാരുടെ വലിയ വിജയമായി കണക്കാക്കണം. ആരൊക്കെ എന്തൊക്കെ എഴുതിയിട്ടും പറഞ്ഞിട്ടും സമൂഹം ഇനിയും നന്നായിട്ടില്ല എന്ന തിരിച്ചറിവു പലർക്കുമിന്നുള്ളതുകൊണ്ടാണ് ഇങ്ങനെ കുറിച്ചത്. 'മാമ്പഴം' എന്ന വൈലോപ്പിള്ളിക്കാവ്യത്തെ മുൻനിർത്തി, കൃതിവായിച്ചു കരഞ്ഞവർ പിന്നീടു കുട്ടികൾ കുസൃതികാട്ടിയപ്പോൾ തല്ലാതെയിരുന്നിട്ടൊന്നുമില്ല എന്നു ശ്രീ.കെ.പി.അപ്പൻ പറഞ്ഞത് ഇവിടെ ഓർമ്മിക്കാവുന്നതാണെന്നു തോന്നുന്നു. ഏതായാലും, ഇന്നത്തെ രാഷ്ട്രീയക്കാർക്കും ഭരണധുരന്ധരന്മാർക്കും സർക്കാരുദ്യോഗസ്ഥർക്കും ഒക്കെയായി മേലെഴുതിയിരിക്കുന്ന വരികൾ ഫ്രെയിം ചെയ്ത് നിയമസഭയിലും പാർട്ടി ഓഫീസുകളിലും തൊട്ടു വില്ലേജ്ഓഫീസിൽ വരെ തൂക്കേണ്ടതാണെന്ന കാര്യത്തിൽ ഒരു മലയാളിക്കും സംശയമുണ്ടാകാനിടയില്ല!

'പണ്ടാരുമോർക്കാത്ത പാട്ടമര്യാദയു-
മുണ്ടാക്കി നെല്ലളപ്പിച്ചുസ്വരൂപിച്ചു
തമ്പുരാക്കന്മാർക്കൊരു കാശു കൊടുക്കാതെ
തൻ പുരം തന്നിലങ്ങാക്കിപ്പതുക്കവെ'

എന്നു 'നൃഗമോക്ഷ'ത്തിൽ നമ്പ്യാർ കുറിച്ചിരിക്കുന്നതും രാജാവിനും ജനങ്ങൾക്കുമിടയിൽ നിന്നിരുന്ന ഉദ്യോഗസ്ഥവൃന്ദത്തെയാണ്. പുതിയകാലത്തിൽ സർക്കാരിനും ജനങ്ങൾക്കുമിടയിൽ പെരുമാറുന്ന ഉദ്യോഗസ്ഥരിലേക്കും ഈ വിമർശനത്തിന്റെ മുന നീളുന്നുണ്ട്. ദുര്യോധനന്റെയും ത്രിപുരന്മാരുടെയുമൊക്കെ ധൂർത്തുകൾ, നമ്പ്യാർ കണ്ടിട്ടുള്ള ഏതെങ്കിലും രാജാവിനെ മാതൃകയാക്കി രചിച്ചതാവാം. അങ്ങനെയല്ലെങ്കിൽത്തന്നെ ആഡംബരഭ്രമവും ധൂർത്തും രാജാക്കൾക്കു ഭൂഷ

ണമല്ല എന്ന ധ്വനി ഇവരെക്കുറിച്ചുള്ള വിവരണങ്ങൾ സംവഹിക്കുന്നുണ്ട്.

'വിളവിൽപ്പാതി നമുക്കു തരേണം
മുളകു സമസ്തവുമേൽപ്പിക്കേണം
തെങ്ങുകവുങ്ങുകൾ മാവും പ്ലാവും
എങ്ങുമെനിക്കിഹ കണ്ടെഴുതേണം'

എന്നു രാവണൻ കാർത്തവീര്യനോടു ചിത്രയോധി മുഖേന പറയുമ്പോൾ ആ വാക്കുകൾ പതിനെട്ടാം നൂറ്റാണ്ടിലെ ഒരു കുട്ടനാടൻ മാടമ്പിയുടെ വായിൽ നിന്നു വീഴുന്നവയല്ല എന്നു തോന്നുമോ? ഇടപ്രഭുക്കന്മാർ തമ്മിലും അതുപോലെ, അയൽനാട്ടുരാജ്യങ്ങൾ തമ്മിലും ഇത്തരം കിടമത്സരങ്ങളും കലഹങ്ങളും അന്നു നടന്നിരുന്നുവെന്നതിനു തെളിവായി ഇതു സ്വീകരിക്കാമെന്നു തോന്നുന്നു.

വിവരണാത്മകത

വിശദീകരണതാല്പര്യം നമ്പ്യാർക്കവിതയുടെ മുഖമുദ്രയാണ്. അത് അങ്ങനെയായത് താൻ കവിതകൊണ്ടു വർത്തമാനം പറയുന്നതു സാധാരണക്കാരോടാണെന്ന ബോധം നമ്പ്യാർക്കുള്ളിലുണ്ടായിരുന്നതുകൊണ്ടാണ്. ചില സൂക്ഷ്മസൂചകങ്ങളിലൂടെ നിവേദിക്കാമായിരുന്നതു പലതും വിശദീകരിച്ചു വിസ്തൃതമാക്കുമ്പോൾ കവിതയുടെ ദൃഢത നഷ്ടപ്പെടുമെന്നറിയായ്കയല്ല. അവിടെയൊക്കെ കവിതയെക്കാളുപരി തട്ടിനു മുന്നിലിരുന്നിരുന്ന കാണികളെയാണു നമ്പ്യാർ മനസ്സിൽ കണ്ടത്. കാട് എന്നു പറഞ്ഞാൽ പോരാ, അവിടെ എന്തെന്തു മരങ്ങളുണ്ടെന്നുകൂടി പറയാൻ നമ്പ്യാർക്കു പ്രേരണയായത് ഉള്ളിലുണ്ടായിരുന്ന ആ ബോധമാവണം. അനവധി രാജാക്കന്മാർ എന്നു പറയേണ്ടിടത്ത് ഏതെല്ലാം രാജ്യത്തുനിന്നുള്ളവരെന്നു കൂടി വിശദീകരിച്ചെങ്കിലേ പൂർണ്ണമാവൂ എന്ന തോന്നൽ, സാധാരണക്കാരനെ ഉള്ളിൽ കുടിപാർപ്പിച്ച കവിയുടെ ബാദ്ധ്യതയായി മാറുകയായിരുന്നു. നളചരിതമെഴുതുമ്പോൾ, നാട്ടുമ്പുറസൗഭഗങ്ങളിൽ നിന്നു നായർപ്പടയാളിയുടെ കുടുംബവഴക്കിലേക്കു നമ്പ്യാർ പെട്ടെന്നു ചാടിവീഴുന്നതും ഈ മദ്ധ്യവർത്തിദ്രഷ്ടാക്കൾക്കു തന്റെ കല രസനീയമാക്കുന്നതിനാണ്. അസ്ഥാനത്തെന്നു പോലും തോന്നുന്ന ഇത്തരം കഥാബാഹ്യവിവരണങ്ങൾ ക്ഷന്തവ്യമാകുന്നത് അതുകൊണ്ടുതന്നെയാണെന്നും നാം അറിഞ്ഞുവയ്ക്കുക. എന്തിനെയും അതിന്റെ വൈശദ്യത്തിൽ അനുഭവിപ്പിക്കാനുള്ള ഈ താല്പര്യം നമ്പ്യാരുടെ വിമർശകരെ ചൊടിപ്പിക്കാൻ സാദ്ധ്യതയേറെയുള്ള ഘടകമാകുന്നു.

'കോട്ടക്കച്ച മണപ്പാടൻവക
കോട്ടാറൻ പല തുപ്പട്ടികളും
കട്ടിക്കവണികൾ പട്ടുതരങ്ങളു-
മെട്ടുമുളം പലസോമൻമുറിയും
കെട്ടിക്കാച്ചിയ മുണ്ടുകളെന്നിവ
കെട്ടിയെടുക്കും പട്ടന്മാർ ചിലർ'

എന്നു 'ഘോഷയാത്ര'യിൽ എഴുതുമ്പോൾ നമ്പ്യാർ ആ കാലത്തെ കൂടി എഴുതുകയാണെന്ന ബോധം ഉൾക്കൊള്ളുന്നവർക്ക് ഇത് അസ്ഥാനത്താണ്, അനാവശ്യമാണ് എന്നു തോന്നുകയില്ല. അക്കാലത്തു നടപ്പുണ്ടായിരുന്ന മുണ്ടുവകകൾ, തുണിത്തരങ്ങൾ, അവയുടെ പേരുകൾ, അവ വിറ്റുനടന്നിരുന്ന പട്ടന്മാർ തുടങ്ങിയ കാര്യങ്ങളെക്കുറിച്ചുള്ള ചരിത്രപരമായ അറിവു കൂടി ഈ വരികൾ പ്രദാനം ചെയ്യുന്നുണ്ട് എന്നതുകൂടി കണക്കിലെടുക്കണമെന്നർത്ഥം.

സ്യമന്തക'ത്തിൽ കൃഷ്ണനെഴുന്നള്ളുമ്പോൾ,

'നമ്മുടെ ഭഗവാനെഴുനള്ളുന്നു
പെണ്മണിമാരുണ്ടിരുവരുപോലും
വെണ്മയിലിവിടെവിവാഹോത്സവമതി-
രമ്യമതായിഘോഷിക്കേണം'

എന്നു പറഞ്ഞുകഴിഞ്ഞാൽപ്പിന്നെ, ആഘോഷത്തിന്റെ ചിട്ടവട്ടങ്ങൾ വർണ്ണിക്കാതെ കടന്നുപോകാൻ തരമുണ്ടോ? അതുകൊണ്ടുതന്നെ ആഘോഷപൂർവ്വം ഈ സന്ദർഭം നമ്പ്യാർ അങ്ങാഘോഷിക്കുമെന്നതും അറിഞ്ഞിരിക്കണം.

'പൊന്മയമാം ചില മണിമാളികകളും
വെണ്മാടങ്ങളുമുളവാക്കേണം
ഹർമ്മ്യങ്ങളുമഥ മണിഭവനങ്ങളു-
മിനിയും പലതു ചമച്ചീടേണം...'

എന്നുതുടങ്ങി

കൊട്ടകൾ വട്ടികൾ തൊട്ടികളെല്ലാം
കോട്ടമകന്നു ചമച്ചീടേണം
പന്തിപ്പലകകൾ പലതും വേണം
മന്തും കുഴല മരക്കോരികയും
കലവറ വേണം നിലവറ വേണം
കലവറയിൽ ചില നിലവറ വേണം
ഇല കണ്ടിപ്പാൻ പലരും വേണം
കുലകണ്ടിപ്പാനങ്ങനെ തന്നെ

എന്നിങ്ങനെ ആവശ്യമായ സാധനങ്ങളും ആൾക്കാരും 'ഉപ്പു തൊട്ടു കർപ്പൂരം വരെ' ഒന്നും വിടാതെ നമ്പ്യാരെഴുതുമ്പോളും കാലപരവും ചരിത്രപരവുമായി നമ്മിലേക്കെത്തിപ്പെടുന്ന അറിവുകൾ പലതാണ്! 'മന്തും കുഴല മരക്കോരികയു'മൊക്കെ പടിയിറങ്ങിപ്പോയിട്ടു നാളേറെയായി എന്നെങ്കിലും അറിഞ്ഞുവയ്ക്കാൻ ഇതുപകരിക്കും! നാം നടതള്ളിയ ഒരുപാടു നന്മകളെക്കുറിച്ചു നമ്പ്യാർ നമ്മളെത്തന്നെ ഓർമ്മിപ്പിച്ചുകൊണ്ടിരിക്കുന്നുവെന്നതും തള്ളിക്കളയാനാവില്ലല്ലോ! അതുകൾ കവിതയെ അയവുള്ളതാക്കി, അനാവശ്യദീർഘമാക്കി എന്നതൊക്കെയുള്ളതു പിന്നെ വരുന്ന കാര്യം എന്നു ചിന്തിക്കുന്നവരും ഇല്ലാതെവരില്ലല്ലോ. നമ്പ്യാർക്കവിത ഒരു കാലഘട്ടം കൂടിയാണ് എന്നു നമുക്കു പറയേണ്ടിവരുന്നത് ഇതു കൊണ്ടൊക്കെയാണ്. നമ്പ്യാരുടെ കാലത്തെ നാനാതരം സംസ്കൃതികൾ അനന്തരകാലങ്ങളിലേക്കു പകരപ്പെടുന്നതു തുള്ളൽക്കൃതികളിലൂടെയാണ്. താൻ ജീവിച്ചിരിക്കുന്ന കാലത്തിന്റെ ചരിത്രസൂക്ഷിപ്പുകൾ കൂടി നാം ഒരു കവിയുടെ രചനകളിൽ കണ്ടെത്തുന്നതു ചെറിയ കാര്യമാണെന്നു പറയുകവയ്യ. 'ഘോഷയാത്ര'യിൽ 'തുടി, പറ, കിടുപിടി, പടഹങ്ങളും' എന്നു നമ്പ്യാർ വാദ്യങ്ങളെ എഴുതുമ്പോൾ, 'കിടുപിടി' പണ്ടുപയോഗിച്ചിരുന്ന ഒരു വാദ്യമായിരുന്നുവെന്നു നാം അറിയുന്നു. കുട്ടനാടിന്റെ നാട്ടുമൊഴിയിൽ ഈ പദം 'അനാമത്തുസാധനങ്ങൾ' എന്നോ മൂല്യം കല്പിക്കാത്ത വകകളെന്നോ ഉള്ള അർത്ഥത്തിൽ ഉപയോഗിച്ചുകേട്ടിട്ടുണ്ട്. 'നിന്റെ കിടുപിടിയൊന്നുമെനിക്കു വേണ്ട!' എന്നു പറഞ്ഞുകേട്ടിട്ടുണ്ടെങ്കിലും ഇത് ഒരു വാദ്യോപകരണമാണെന്നു കുഞ്ചന്റെ ഘോഷയാത്രയാണ് പറഞ്ഞുതരുന്നത്!

കിരാതം തുള്ളലിൽ, ശിവനും ശിവഭൂതങ്ങളും കാട്ടാളവേഷം ധരിച്ചു വേട്ടയാടി നീങ്ങുമ്പോൾ കാട്ടാളന്മാർ നായ്ക്കളെക്കുറിച്ചു പറയുന്ന ഭാഗം വളരെ പ്രസിദ്ധമാണ്.

പാണ്ടൻനായുടെ പല്ലിനു ശൗര്യം
പണ്ടേപ്പോലെ ഫലിക്കുന്നില്ല;
പണ്ടിവനൊരു കടിയാലൊരു പുലിയെ-
ക്കണ്ടിച്ചതു ഞാൻ കണ്ടറിയുന്നേൻ;
കാളൻ നായും കാട്ടിൽ വരുമ്പോൾ
കോളല്ലാതൊരു പേടി തുടങ്ങും
വീട്ടിൽ വരുന്നവരെപ്പലരേക്കടി-
കൂട്ടിയ ചെണ്ടക്കാരനെ ഞാനൊരു
കൂട്ടിലതാക്കിച്ചങ്ങലയിട്ടഥ
പൂട്ടിപ്പിന്നെക്കഞ്ഞി കൊടുക്കും;

'വെള്ളൂ വാവാ'യെന്നുവിളിച്ചാൽ
തൊള്ളതുറന്നു പറന്നുവരും താൻ
കള്ളനു തുള്ളിക്കഞ്ഞികൊടുപ്പാ-
നുള്ളൊരുപായം കാണ്മാനില്ല;
കാറ്റുംകൊണ്ടവനെപ്പൊഴുമങ്ങനെ
കൂറ്റൻ പോലിറയത്തുകിടക്കും
തിന്മാനല്ലാതൊന്നിനു പോലും
നമ്മുടെ വീട്ടിൽ കാണ്മാനില്ല....

ഇങ്ങനെ നായ്ക്കളുടെ സൂക്ഷ്മവിവരണം നടത്തുന്ന നമ്പ്യാരുടെ നിരീക്ഷണം മാതൃകാപരമാണെന്നു മാത്രം പറഞ്ഞാൽ മതിയോ? തിന്നാൻ മാത്രം കൊള്ളാവുന്ന നായ കാറ്റും കൊണ്ട് ചുമ്മാതെ ഇറയത്തുകിടക്കുന്നതും മറ്റൊരു നായ വെള്ളൂ വാവാ എന്നുവിളിക്കുമ്പൾ 'തൊള്ള തുറന്നു പറന്നുവരുന്ന'തും ഒക്കെ നല്കുന്ന ചില ജീവിതചിത്രങ്ങളുണ്ടെന്നതു നാം മറന്നു കൂടാ. ഈ വരികളൊക്കെ, നാലുപതിറ്റാണ്ടിനപ്പുറം ഞാൻ നയിച്ച കുട്ടനാടൻ ജീവിതത്തിലേക്ക് എന്നെ തിരികെ വിളിച്ചു കൊണ്ടുപോകുന്നു. ഈ വരികളിൽ സംലയിച്ചുകിടക്കുന്നത് ഞാൻ കൂടി ഉൾപ്പെട്ട പശ്ചാത്തലങ്ങളാണെന്നു തോന്നിപ്പോകുന്നു. രണ്ടര നൂറ്റാണ്ടിനു ശേഷം നമ്മെക്കൊണ്ട് അങ്ങനെ തോന്നിപ്പിക്കുന്നത് നമ്പ്യാരുടെ ജീവിതംപറച്ചിൽ സംവഹിക്കുന്ന സൂക്ഷ്മധ്വനികളല്ലെങ്കിൽ മറ്റെന്താണ്? പോയകാലങ്ങളെ ആത്മാവുകൊണ്ടു തൊട്ടറിയാൻ വെറും നായ്ക്കളുടെ വിവരണത്തിലൂടെ പോലും സാദ്ധ്യമാക്കുന്നത് ഒരു കവിയുടെ നിപുണതയും സൂക്ഷ്മതയുമാണ്. ചരിത്രത്തിന്റെ, ഭൂതകാലജീവിതത്തിന്റെ നിഴൽപ്പറമ്പുകളിലേക്കാനയിച്ചു നിർത്തി കവിത അനുഭവിപ്പിക്കുന്ന, ചിരിപ്പിക്കുന്ന ഒരു കവിയെ അനാവശ്യദൈർഘ്യത്തിന്റെ പേരിൽ ഒരു ഭാവുകനും മാറ്റിനിർത്താൻ കഴിയുമെന്നു തോന്നുന്നില്ല. അനൗചിത്യത്തിന്റെ പേരുപറഞ്ഞ് ആരും ആക്ഷേപിക്കുമെന്നും തോന്നുന്നില്ല.

മണിപ്രവാളകവികൾ പെണ്ണുടലു വർണ്ണിക്കുന്നതു പോലെയല്ലെങ്കിലും ഒട്ടൊക്കെ അതിനെ അനുസ്മരിപ്പിക്കുന്ന രീതിയിൽത്തന്നെ ഒരു 'ക്ലാസ്സിക് ടച്ചോടെ' താളാത്മകമായി ദമയന്തിയെ വർണ്ണിച്ചിരിക്കുന്നതു നോക്കുക.

'നിറമുടയ തലമുടി ചുരുണ്ടുനീണ്ടങ്ങനെ
നീലമേഘങ്ങൾക്കു തോലിനല്കുന്നിതേ;
കുറുനിരയുമൊരുകുറിയുമുരുനിടിലഭംഗിയും
കൂത്താടുമോമനച്ചില്ലിവില്ലാട്ടവും
കമലദളവിമലചലലോചനദ്വന്ദ്വവും

കാമാസ്ത്രതുല്യകടാക്ഷവീക്ഷങ്ങളും
തിലകുസുമസമസുഷമനാസികാശോഭയും
തിങ്കളോടൊക്കും കപോലസ്ഥലങ്ങളും
മധുമധുരമൃദുലതരമധരസൗഭാഗ്യവും
മാലതീമൊട്ടിനോടൊത്ത ദന്തങ്ങളും
വലയകുലകിലുകിലിതകരയുഗളകേളിയും
വാഴ്ത്തിസ്തുതിപ്പാൻ നമുക്കെളുതല്ലെടോ!'

ദമയന്തിയുടെ ഉടലെഴുത്തുകൾ ഇവിടെ തീരുന്നില്ല. പദസങ്കലനത്തിന്റെ മധുരതരമായ ക്ലാസ്സിക്പാടവമാണ് ഇവിടെ നാം കാണുന്നത്. ഹൃദ്യവും വശ്യവുമായ ഈ ഉടലെഴുത്ത് മണിപ്രവാളത്തിൽ നാം കാണുന്ന തരത്തിൽ കാമാതുരനിഷ്ഠവുമല്ല. ഈ ഉടലെഴുത്തുസൗഭഗത്തിന്റെ നേരേ മറുപുറമാണ് 'രുക്മിണീസ്വയംവര'ത്തിൽ, രുക്മി നടത്തുന്ന നര സൗന്ദര്യനിരീക്ഷണം. അതും ഒട്ടു ദീർഘമായിത്തന്നെയാണ് നമ്പ്യാർ അവതരിപ്പിച്ചിട്ടുള്ളത്. നമ്മുടെ സൗന്ദര്യബോധങ്ങൾക്ക് കനത്ത ഒരു തിരിച്ചടിതന്നെ നല്കുകയാണു നമ്പ്യാർ, ഇവിടെ.

'കുറ്റം കൂടാതുള്ള നരന്മാർ
കുറയുംഭൂമിയിലെന്നുടെ താത!
ലക്ഷം മാനുഷർ കൂടുമ്പോളതിൽ
ലക്ഷണമുള്ളവരൊന്നോ രണ്ടോ
ഉടലതിരമ്യമൊരുത്തനു കാൽക്കൊരു
മുടവുണ്ടവനു നടക്കുന്നേരം
മറ്റൊരു പുരുഷൻ സുന്ദരനെങ്കിലു-
മൊറ്റക്കണ്ണനതായതു ദോഷം
ചേർച്ചകൾ പലതുണ്ടൊരുവനു കിഞ്ചിൽ
പൂച്ചക്കണ്ണുണ്ടെന്നൊരു ദോഷം'

ഇങ്ങനെ രൂപപരമായ കുറ്റങ്ങൾ പലതും കണ്ടെടുത്തു പറഞ്ഞുകൊണ്ട്,

'നല്ലൊരു ജാതിയിൽ വന്നു പിറന്നു
നല്ലൊരു രൂപഗുണങ്ങളുമുണ്ട്
ഹരിയെന്നാദിയൊരക്ഷരമവനുടെ-
യരികേകൂടിപ്പോയിട്ടില്ല'

എന്നു രൂപേതരമായ വൈകല്യങ്ങളിലേക്കും കടക്കുന്നു കവി. 'ക ക കംസൻ, കി കി കി കി കൃഷ്ണൻ, പു പു പു പു പൂതന' എന്നൊക്കെ വിക്കുള്ളവരുടെ ഭാഷയും അപ്പാടെ കവിതയിൽ അനുകരിച്ചിരിക്കുന്നതും നാം കാണുന്നുണ്ട്.

സ്വയംവരമായാൽ സദ്യയുണ്ടാവണം. സദ്യയുടെ വിഭവങ്ങളൊ

രുങ്ങി എന്നൊന്നും പറഞ്ഞു നിർത്താൻ നമ്പ്യാരെക്കിട്ടില്ല. സദ്യയുടെ വിഭവങ്ങൾ മുഴുവൻ പറഞ്ഞുതീർത്തെങ്കിലേ നമ്പ്യാർക്കു തൃപ്തി വരൂ. സ്വാദു നോക്കി ആഹരിച്ചിരുന്ന ഒരു തീറ്റപ്രിയൻ നമ്പ്യാരിലുണ്ടായിരുന്നുവെന്നു വ്യക്തമാക്കുന്ന തരത്തിൽ അദ്ദേഹം സദ്യവട്ടങ്ങൾ വിവരിക്കുന്നുണ്ട്, 'രുക്മിണീസ്വയംവര'ത്തിൽ. മലയാളസാഹിതിയിൽ ഇത്ര സൂക്ഷ്മമായി തീറ്റവിഭവങ്ങളെ എഴുതിയിട്ടുള്ളത് വി.കെ.എൻ. മാത്രമാണെന്ന് ആനുഷംഗികമായി ഒരുവൻ ഓർത്തുപോയേക്കാം.

കുറിയരിവെച്ചു വെളുത്തൊരു ചോറും
കറികളുമാശു വിളമ്പി നിരന്നു
നറുനെയ് ശർക്കര നേന്ത്രപ്പഴവും
ചെറുപപ്പടമൊരു പത്തിരുനൂറും
ആനച്ചുവടൻ പപ്പടമൊരുവക
തേനും നല്ലൊരു പഞ്ചാരപ്പൊടി
ചേനക്കറി ചില പച്ചടി കിച്ചടി
പാനകമൊരു വക നാരങ്ങാക്കറി
മാങ്ങാപ്പച്ചടി ഇഞ്ചിപ്പച്ചടി
ചേനവറുത്തും പയറു വറുത്തും
ചക്കപ്രഥമനടപ്രഥമൻ വിധ-
മൊക്കെപ്പറവാൻ നേരം പോരാ

എന്നിങ്ങനെ സദ്യയുടെ വിഭവങ്ങളെഴുതി നിർത്തിയാൽ പൂർണ്ണമാകില്ല എന്നു നമ്പ്യാർക്കറിയാം. സദ്യ വടിച്ചുനക്കിക്കഴിച്ച ശേഷം കുറ്റം പറയുന്ന ചില എമ്പോക്കികളെ നമ്പ്യാർ ഓർത്തുകൊണ്ടാവണം,

'ഭരിപ്പുകാരാ തന്റെ ഇരിപ്പു ചിതമല്ല
നിരപ്പിൽ നടന്നൊരു ഭരിപ്പലതേ നല്ലൂ
എരിച്ച കറിവെച്ചു കരിച്ചതെന്തേ? പിന്നെ-
പുളിച്ച കറിയൊന്നു തിളച്ചാലെന്തു ചേതം
പഴത്തിനൊന്നും നല്ല പഴുപ്പു മതിയല്ല
പഴപ്രഥമൻ പാരം കുഴപ്പമായിപ്പോയി
കരിമ്പിൻ നീരിന്നു തരിമ്പു പുളിയുണ്ട്
വറുത്തവിധമെല്ലാം കറുത്തനിറമായി

തുടങ്ങിയ 'കുറ്റംപറച്ചിലുകൾ' വിവരിക്കുന്നത്. ഇവിടെയൊക്കെ നാടിനെയും നാട്ടാരെയും അവരുടെ വികലസ്വഭാവങ്ങളോടെ അവതരിപ്പിച്ചിരിക്കുന്നു. സദ്യയുടെ വിഭവങ്ങളൊക്കെ മാറിയിട്ടുണ്ടെങ്കിലും സദ്യയുണ്ടുകഴിഞ്ഞ സമൂഹത്തിന്റെ സ്വഭാവത്തിനു വലിയ മാറ്റമൊന്നും സംഭവിച്ചതായിക്കാണുന്നില്ല. ഉണ്ടെഴുന്നേറ്റുകഴിഞ്ഞ് ഇന്നും അവർ ഈ വിധം

കുറ്റം പറയുന്നതു നാം കേൾക്കുമ്പോളാണ് നമ്പ്യാരുടെ വിമർശനം കൂടുതൽ പ്രസക്തമാകുന്നത്.

കൃഷ്ണനോടും ബലദേവനോടും യുദ്ധം ചെയ്തു നേടാനാവില്ല എന്നു മാത്രം സൂചിപ്പിക്കുവാൻ എത്രയോ കാര്യങ്ങളാണ് നമ്പ്യാർ അവതരിപ്പിക്കുന്നതെന്നോ! സ്ഥൂലരചനയുടെ പേരിൽ താൻ കുറ്റപ്പെടുത്തപ്പെടുമെന്നൊന്നും നമ്പ്യാർ വിചാരിക്കുന്നതേയില്ല!

'എലികളൊരായിരമുണ്ടെന്നാലൊരു
പുലിയൊടു കലഹിപ്പാനെളുതാമോ?
കുറുനരിലക്ഷം വന്നാലിന്നൊരു
ചെറുകടുവായെ വധിപ്പാനെളുതോ?
ഉപ്പുചുമന്നു നടക്കുന്നവനൊരു
കപ്പലു കടലിലിറക്കാൻ മോഹം
അണ്ടികൾ ചപ്പിനടക്കുന്നവനൊരു
തണ്ടിലിരിപ്പാനാശകണക്കെ
കുണ്ടുകിണറ്റിൽ തവളക്കുഞ്ഞിനു
കുന്നിൻമീതെ പറക്കാൻ മോഹം
ചൊട്ടച്ചാൺവഴി വട്ടം മാത്രം
കഷ്ടിച്ചങ്ങു പറക്കും കോഴികൾ
ഗരുഡനു പിറകേ ചിറകും വീശി
ഗ്ഗഗനേ ഗമനം വാഞ്ഛിക്കുന്നു
ഞാഞ്ഞൂലെന്നൊരു കൂട്ടം ഭൂമിയി-
ലഞ്ഞൂറായിരമെണ്ണം കൂടി
സ്വരൂപിച്ചെങ്കിലനന്തനെടുക്കും
ധരണിയെടുപ്പാനെളുതായ് വരുമോ?'

ഇതിൽ ഏതെങ്കിലും ഒന്നു പറഞ്ഞാൽത്തന്നെ കാര്യം വെളിവാകുമെന്നിരിക്കെ, നമ്പ്യാർ സാധാരണജനജീവിതത്തിന്റെ വ്യവഹാരവൃത്തങ്ങളിൽ നിന്നു ധാരാളം ഉദാഹരണങ്ങൾ നിരത്തുകയാണ്. പാമരജനത്തിന് ഇതിലേതെങ്കിലും ഒന്നു മനസ്സിലാകാതെ വരില്ലല്ലോ! പിന്നെ, മനസ്സിൽ തിക്കിത്തിരക്കി കടന്നുകൂടുന്ന വിഭവസമൃദ്ധി അങ്ങൊഴുക്കിവിടുകയാണു നമ്പ്യാർ. ത്യാജ്യഗ്രാഹ്യ വിവേചനമൊന്നും കൃത്യമായി ദീക്ഷിക്കാൻ തനിക്കു മനസ്സില്ലെന്ന മട്ടിലുള്ള ഈ രചനാസവിശേഷത അത്യന്തം രസകരവും ജ്ഞാനദായകവുമാണെന്നതുകൊണ്ട് മലയാളിക്കും മലയാളത്തിനും മുതൽക്കൂട്ടുകളാകുന്നു.

'സത്യാസ്വയംവര'ത്തിലും സ്വയംവരം തകർത്തുവാരി ഉത്സവമാക്കുന്ന നമ്പ്യാർ ഉത്സവാത്മകതയുടെ കവിയെന്നു വിളിക്കപ്പെടുന്നതിൽ

തെറ്റില്ല. 'ഇല കുല ചേന കിഴങ്ങിത്യാദികൾ' എന്നു തുടങ്ങി സ്വയംവരത്തിന്റെ ഒരുക്കങ്ങൾ പറഞ്ഞുതുടങ്ങുമ്പോൾ നാനാരാജ്യങ്ങളിൽ നിന്നു രാജാക്കന്മാരെത്തിത്തുടങ്ങി എന്നെഴുതുന്നതിനു പകരം എല്ലാ രാജ്യങ്ങളുടെയും പേരുകൾ കൂടി ചേർക്കാൻ നമ്പ്യാർ മറക്കുന്നില്ല.

മഗധമഹീപതി നിഷധമഹീപതി
കൊങ്കണഭൂപതി കേകയഭൂപതി
അങ്കണഭൂപതി മാളവഭൂപതി
കർണ്ണാടാധിപനർണ്ണവഭൂപതി
വത്സമഹീപതി കാശിമഹീപതി
പാണ്ഡ്യകഭൂപതി ചേദിമഹീപതി
അശ്മകഭൂപതി സാല്വമഹീപതി
നേപ്പാളക്ഷിതിപാലകനെന്നിഹ...

ഇങ്ങനെ രാജ്യനാമം ചേർത്ത് എല്ലാ രാജാക്കളെയും പറഞ്ഞില്ലെങ്കിൽ നമ്പ്യാർക്കു തൃപ്തി വരുമായിരുന്നില്ല. രാമാനുചരിതത്തിൽ നാരദൻ ഒളിച്ചുകാണുന്ന കൃഷ്ണലീലകൾ വായിച്ചുരസിക്കാത്തവരെ 'അരസികന്മാർ' എന്നു നമുക്കു തീർത്തും വിളിക്കാം. വളരെ വിവരിച്ചുതന്നെ അവതരിപ്പിക്കുന്ന ഈ ഭാഗം പക്ഷേ, കൃഷ്ണനെ മുൻനിർത്തി അന്നു കേരളത്തിലുണ്ടായിരുന്ന ബഹുഭാര്യാത്വത്തിലേക്കും അമ്പുകളയയ്ക്കുന്നില്ലേ എന്നു തോന്നിപ്പോകും. കപോലകല്പിതമാണ് രാമാനുചരിതത്തിന്റെ പ്രമേയമെന്നു തോന്നുന്നു. കൃഷ്ണൻ, ഗന്ധമാദനത്തിൽ കഴിയുന്ന ഹനുമാനെ കൊണ്ടുവരാൻ ഗരുഡനെ അയയ്ക്കുന്നതാണു പ്രമേയം. പതിനാറായിരത്തെട്ടു ഭാര്യമാരുള്ളപ്പോൾ ഓരോ ഭാര്യയും കൃഷ്ണസംഗമത്തിനായി കാത്തിരിക്കേണ്ടി വരുന്ന കാലയളവിനെക്കുറിച്ചുള്ള നാരദന്റെ ആശങ്കയോടെയാണു തുള്ളൽ തുടങ്ങുന്നത്.

പ്രതിദിനമോരോ നാരികളോടും
രതിസുഖമനുഭവമെന്നുവരുമ്പോൾ
ഉഴവില്ലാതൊരു പുല്ലുകിളുർത്തൊരു
പഴനിലമെന്ന കണക്കേ സ്ത്രീകൾ-
ക്കൂഴം വരുവാൻ വളരെക്കാലം
പാഴിലിരുന്നേ മതിയാകുള്ളു
മുപ്പതുമെട്ടുമൊരഞ്ചും വർഷം
മാസം പത്തും ദിവസമൊരെട്ടും
അഞ്ചുകഴിഞ്ഞാലൊരുദിനമവനൊടു
സംഗമമംഗനമാർക്കു ലഭിക്കും
രണ്ടാംകുറി വരുമളവേ നാരികൾ

കണ്ടാലാകാതായ് വരുമപ്പോൾ
തണ്ടാർമാതിൻ കണവനുമായവൾ
വേണ്ടാതായ് വരുമക്കാലത്ത്
തലമുടിയൊക്കെ വെളുത്തുനരച്ചും
മുലയിണതൂങ്ങിയുലഞ്ഞുചമഞ്ഞും
ചിലപല്ലിന്നുമിളക്കം വരുമൊരു
വിലപിടിയാത്തവളായ് വരുമപ്പോൾ...

എന്നിങ്ങനെ രസകരമായിട്ടാണു രാമാനുചരിതം മുന്നോട്ടു പോകുന്നത്. പതിനാറായിരത്തിയെട്ടു ഭാര്യമാരുണ്ടെങ്കിൽ ഓരോ ഭാര്യയും കൃഷ്ണ നെക്കാണാൻ കാത്തിരിക്കേണ്ട കാലം തിട്ടപ്പെടുത്തിയിരിക്കുന്നു നമ്പ്യാർ! തുടർന്നങ്ങോട്ടുള്ള ഭാഗം ഒന്നിലധികം ഭാര്യമാരുണ്ടായാലുള്ള അപകടമാണു വിവരിക്കുന്നത്.

മുറ്റുമൊരുത്തിയെ ലാളിക്കുമ്പോൾ
മറ്റേപ്പെണ്ണിനു മുഞ്ഞി കറുക്കും
തെറ്റെന്നവളെ സമ്മാനിച്ചാൽ
കുറ്റം മറ്റവളൊന്നുണ്ടാക്കും
അറ്റമതില്ലാതംഗനമാർക്കിഹ
കൊറ്റു കൊടുത്തും കോപ്പുകൾ തീർത്തും
പേറ്റിനു കടുകും മഞ്ഞളുമുള്ളിയു-
മേറ്റം പലവക ചെലവുകളിട്ടും
വളരെ സ്ത്രീകളെ വച്ചുപുലർത്തും
ജളപുരുഷൻ മുതലുള്ളതശേഷം
കളവാനുള്ളൊരു സംഗതിയാകും
കളവാണികളിൽ കാംക്ഷ മുഴുത്താൽ...

എന്നിങ്ങനെ എഴുതി ബഹുഭാര്യാത്വത്തിന്റെ അനഭിലഷണീയത കൂടി വെളിവാക്കാൻ നമ്പ്യാർ ഈ സന്ദർഭം ഉപയോഗപ്പെടുത്തുന്നുണ്ട്. പഞ്ചേ ന്ദ്രോപാഖ്യാനം തുള്ളലിൽ കാലനില്ലാത്ത കാലം വരുമ്പോൾ ഭൂമിയിലെ അവസ്ഥ നമ്പ്യാർ സങ്കല്പിച്ചെടുത്തെഴുതിയിരിക്കുന്നത് ആരെയും ചിരിപ്പിക്കുമെങ്കിലും നാം അതോർത്തു ഭയപ്പെടുക കൂടി വേണം. ആനു കാലികജനസംഖ്യാപ്പെരുപ്പത്തിന്റെ തോതുമായി നാം ഇതു കൂട്ടിവാ യിക്കുക കൂടി വേണമെന്നു തോന്നുന്നു. നമ്പ്യാർ പെരുപ്പിച്ചെഴുതിയ കാര്യങ്ങൾ ചിരിക്കാൻ മാത്രമുള്ളതാണോ എന്നും ആലോചിക്കേണ്ട താണ്. വിവരണാത്മകമായ ഒരു ചിരിയെഴുത്തു മാത്രമല്ല അത്.

ചത്തുകൊൾവതിനേതും കഴിവില്ലാ കാലനില്ലാ
മുത്തച്ഛൻ മുതുക്കന്റെ മുത്തച്ഛനിരിക്കുന്നു

മുത്തച്ഛനവനുള്ള മുത്തച്ഛൻ മരിച്ചീല
അഞ്ഞൂറുവയസ്സുള്ളൊരപ്പൂപ്പന്മാരുമിപ്പോൾ
കുഞ്ഞായിട്ടിരിക്കുന്നു അപ്പൂപ്പൻ അവർക്കുണ്ട്

....

കഞ്ഞിക്കു വകയില്ല വീടുകളിലൊരേടത്തും
കുഞ്ഞുങ്ങൾക്കെട്ടുപത്തു പറ അരി കൊണ്ടുപോരാ
പത്തുനൂറുപറവച്ചാൽ മുതുക്കന്മാർക്കതുകൊണ്ട-
ങ്ങത്രമാത്രം രണ്ടുവറ്റുവിളമ്പുമ്പോളെത്തുമെല്ലാം
പത്തുകോടി ജനമുണ്ടു പല്ലുപോയിട്ടൊരു വീട്ടിൽ
കുത്തിവച്ച പാവപോലെ തിങ്ങിവിങ്ങിക്കിടക്കുന്നു.

എത്ര ഭീകരമായിരിക്കുന്നു ഈ എഴുത്ത്! ഏതുകാലത്തും കാലനില്ലാത്ത കാലമോർത്തു മനുഷ്യൻ ഭയന്നുവിറയ്ക്കേണ്ടതാണ്. ഭാവിയിലെപ്പോഴെങ്കിലും ശാസ്ത്രം തന്നെ നമ്മെ അവിടെക്കൊണ്ടെത്തിച്ചുകൂടായ്കയുമില്ല! ഇപ്പോഴേ അതിന്റെ ദയാരഹിതമായ അനന്തരഫലം ഓർത്തുവയ്ക്കുന്നതു നന്ന് എന്നു പറഞ്ഞാൽ വിഡ്ഢിത്തമെന്നു വ്യാഖ്യാനിക്കപ്പെട്ടേക്കാം. നമ്പ്യാർ തമാശയെഴുതിയപ്പോൾ അതിൽ അവാന്തരം ചെയ്തിരിക്കുന്ന ഭീകരമായ സാദ്ധ്യത ഓർത്തിട്ടുണ്ടാവില്ല. മഹാകവികൾ അറിയാതെയും ഇത്തരം ദാർശനികസമസ്യകൾ എഴുതിപ്പോകും എന്നേ ഇതിനെക്കുറിച്ചു പറയാനാകൂ. ഇതു കാലനില്ലാത്ത കാലമല്ല. എല്ലാവരും കാലന്മാരാകുന്ന കാലമാണ്. നമ്പ്യാർ സങ്കല്പിച്ച കാലനില്ലാക്കാലം ഒരിക്കലും വരില്ലെന്നാശ്വസിക്കാൻ അതുകൊണ്ടുതന്നെ നമുക്കു വകയുണ്ട്!

താളഗരിമ

നമ്പ്യാർക്കവിത പ്രകടിപ്പിക്കുന്ന പ്രവാഹശേഷി അന്യാദൃശമാണ്. പദങ്ങളെടുത്തു കടുകു വറക്കുന്നുവെന്നൊക്കെ ചിലർ പറയുന്നത് ഈ പ്രവാഹത്തെയാണെന്നു തോന്നുന്നു. വാക്കുകൾ ഇടതടവില്ലാതെ ഒഴുകിയെത്തുന്ന അനുഭവം നമ്പ്യാർക്കവനങ്ങൾ ഭാവുകനു വാഗ്ദാനം ചെയ്യുന്നുണ്ട്. വാഗർത്ഥങ്ങൾ പൂർണ്ണമായി മനസ്സിലാക്കാതെ തന്നെ ഭാവാർത്ഥങ്ങളാരചിക്കാൻ കഴിയുന്ന വിദ്യ നമ്പ്യാർക്കു വശപ്പെട്ടിരുന്നു. ഓണോമാട്ടോപ്പിയ(onomatopoeia) എന്നു പറയുന്ന ധ്വന്യനുകരണാലങ്കാരത്തിലൂടെ കാര്യങ്ങൾ ബോധിപ്പിക്കുന്ന രീതി ചിലപ്പോഴൊക്കെ നമ്പ്യാർ പ്രയോഗിച്ചുകാണുന്നുണ്ട്. ഉദാഹരണത്തിന് 'കാർത്തവീര്യാർജ്ജുനവിജയം' തുള്ളലിന്റെ തുടക്കം ശ്രദ്ധിക്കുക:

'അക്കാലങ്ങളിലതിഭുജവിക്രമ-
ധിക്കൃതശക്രപരാക്രമനാകിയ
നക്തഞ്ചരപതി രാവണനെന്നൊരു
ശക്തൻ വന്നു പിറന്നു ധരായാം;
പത്തുമുഖങ്ങളുമിരുപതുകൈകളു-
മത്യുന്നതഗിരിസന്നിഭമാകിയ
ഗാത്രവുമുരുതരഭീഷണമിരുപതു
നേത്രവുമുൽക്കടദംഷ്ട്രാനികരം'

എന്നിങ്ങനെ രാവണനെ എഴുതിയിരിക്കുന്നു. ഇതിൽ, ഭുജവിക്രമം, ധിക്കൃതശക്രപരാക്രമൻ, അത്യുന്നതഗിരിസന്നിഭൻ തുടങ്ങിയവയുടെ അർത്ഥം പൂർണ്ണമായി മനസ്സിലാകാത്ത സാധാരണക്കാരനും രാവണൻ ഒരു ഭയങ്കരനാണെന്ന തോന്നൽ ഉളവാക്കാൻ നമ്പ്യാർക്കു കഴിയുന്നുണ്ട്. സവിശേഷപദങ്ങളുടെ, വിശിഷ്യാ, മുഖരങ്ങളായ പദങ്ങളുടെ സന്നിവേശത്താൽ സാധിച്ചെടുക്കുന്ന കാര്യമാണത്. ഒരുതരം 'ഓണോമാട്ടോപ്പിയ'. 'കുണ്ടനാച്ചി'താളം ചെണ്ടമേളവുമായി ബന്ധപ്പെട്ടിരിക്കാനാണു സാദ്ധ്യത എന്നു ശ്രീ.കടമ്മനിട്ട വാസുദേവൻപിള്ള നിരീക്ഷിച്ചിട്ടുണ്ട് (പടേനിയുടെ ജീവതാളം, പുറം. 105) അതനുസ്മരിപ്പിക്കുന്ന വിധത്തിൽ ചെണ്ടയുടെ താളത്തിലെ 'ണ്ട'ശബ്ദം ബോധപൂർവ്വം പ്രയോഗിച്ചുകൊണ്ട് 'ഹരിണീസ്വയംവര'ത്തിൽ നമ്പ്യാർ എഴുതിയിരിക്കുന്ന വരികൾ നോക്കുക;

'കുണ്ടനാച്ചിതാളമകുണ്ഠമായ മേളവുമിങ്ങനെ
രണ്ടുകൂട്ടവുമൊത്തുവരേണം
കണ്ടവർക്കു കൗതുകമുണ്ടുതാനുമെത്രയുമായതു
കൊണ്ടു നല്ല കീർത്തിയുമുണ്ടാം
ചെണ്ടകൊട്ടീടുമീവകകണ്ടതാളമൊക്കെയെടുത്തിഹ
കൊണ്ടുവന്നുകൂട്ടിയടുത്താൽ
പണ്ടു കണ്ടറിഞ്ഞതുകൊണ്ടു പോരുമെന്നുമാത്രം പുന-
രുണ്ടതിൽ ചിലർക്കുകൊള്ളാം.'

ഇവിടെ ചെണ്ടയിൽ കോലു വീഴുമ്പോളുണ്ടാകുന്ന 'ണ്ട' എന്ന ശബ്ദത്തിന്റെ താളാത്മകമായ ആവർത്തനം ശ്രദ്ധേയമായിരിക്കുന്നു. ചില സവിശേഷതാളാത്മകത കൊണ്ടു നമ്പ്യാർ 'ഓണോമാട്ടോപ്പിയ'യുടെ ഇഫക്റ്റ് സാധിച്ചെടുക്കുന്ന വേറെ സന്ദർഭങ്ങളുമുണ്ട്. രാഗതാളങ്ങളുടെ പേരുകൾ താളത്തിലൊതുക്കി എഴുതിയിരിക്കുന്ന വരികൾ നൃത്തത്തിന്റെയും ആലാപനത്തിന്റെയും സുഖം പകരുന്നതു 'കാളിയമർദ്ദന'ത്തിൽ ഭാവുകൻ അനുഭവിക്കുന്നുണ്ട്.

ചമ്പ ചെമ്പട പഞ്ചകാരിക കുണ്ടനാച്ചി, യടന്തയും

കുംഭ, കാരിക ലക്ഷ്മി, രൂപക മർമ്മതാളവു, മേകവും
താളമീവക കാലുകൊണ്ടു ചവിട്ടിനിന്നു നടിക്കയും
മേളമോടിടകൂടി നല്ലൊരു ഭാവവും മൃദുഹാസവും
ഇന്ദളം പുനരിന്ദിശാ,ന്തരി പാടി നാട്ടയു,മാർത്തനും
വീരതർക്ക മുഖാരി ഗൗരി കാനക്കുറിഞ്ഞിയുമിങ്ങനെ ...

എന്നിങ്ങനെ നൃത്തഗാനവിശേഷങ്ങൾ താളരാഗനാമങ്ങളെക്കൊണ്ട് നമ്പ്യാർ അനുഭവിപ്പിക്കുന്നു. തുടർന്ന് കൃഷ്ണന്റെ അംഗോപാംഗചലനങ്ങൾ ആവിഷ്ക്കരിച്ചുകൊണ്ട് നൃത്തത്തിന്റെ ചടുലത അറിയിക്കുന്നു

നറുംപീലി കലരുന്ന തിരുമുടിയഴിയുന്നു
കുറുനിര വിറയ്ക്കുന്നു നറുമലർ കൊഴിയുന്നു
കവിളിണ വിളങ്ങുന്നു കടകങ്ങൾ കിലുങ്ങുന്നു
ഉടയാട കിഴിയുന്നു ഉടഞ്ഞാണുമഴിയുന്നു
തുട രണ്ടുമിളകുന്നു വനമാല തളരുന്നു...

ഇവിടെയൊക്കെ ചുവടുവയ്ക്കുന്നതിനനുസരിച്ചു പദങ്ങൾ കിലുങ്ങി വീഴുന്ന അനുഭവം ശ്രദ്ധിച്ചാൽ നമുക്ക് ഉൾക്കാതറിയാനാകും. നാട്ടുമ്പുറത്തു നിന്നും അധഃസ്ഥിതവർഗ്ഗത്തിന്റെ അപൂർവ്വതാളങ്ങൾ തപ്പിയെടുത്തു മിനുക്കി അഭിജാതന്റെ നേരേ പിടിച്ചതാണ് നമ്പ്യാർ ചെയ്ത ശ്രദ്ധേയമായ ഒരു കാര്യമെന്നു നേരത്തെ സൂചിപ്പിച്ചിട്ടുണ്ട്. മേൽ വിവരിച്ച പല താളങ്ങളും നമ്പ്യാർ തുള്ളലിൽ ഉപയോഗിച്ചിട്ടുള്ളവയാണ്. ചിലതിനൊക്കെ അദ്ദേഹം ലക്ഷണനിശ്ചയം ചെയ്യുകയും ചെയ്തിരിക്കുന്നു. 'ഹരിണീസ്വയംവര'ത്തിൽ കുണ്ടനാച്ചിതാളത്തിനും കാരികതാളത്തിനും കുംഭതാളത്തിനും ലക്ഷ്മിതാളത്തിനും ലക്ഷണം കുറിച്ചിരിക്കുന്നതു നോക്കുക:

'സദ്രുതാ ലഘുദ്വയീ സദ്രുതാ ലഘുത്രയീ പിമ്പഥ
സദ്രുതാ ലഘുദ്വയാ പിന്നെ
സദ്രുതം പ്ലുതം പുനരിത്തരം സ്വരൂപമതാകിന
വസ്തു താനിതെന്നറിയേണം' (കുണ്ടനാച്ചി)
'ലഘു ലഘു ലഘു ഗുരുയുത കാരികതാളം;
ലഘുതരമിതു മാത്ര പഞ്ചകയുക്തം' (കാരിക)
'ലഘു ലഘു ലഘു ലഘു ലഘുക്കളും- ദ്രുതയുഗളവും
ലഘു മൂന്നു ദ്രുതദ്വയവും
ലഘു ഗുരു ഗുരു ലഘു ലഘുക്കളും ലഘു ലഘുവതും
ലഘു മൂന്നുമശബ്ദമിദം' (കുംഭ)
'രണ്ടു ലഘു ഗുരു രണ്ടുദ്രുതം ലഘു
ഗുരുവും ലഘുവും ലഘുദ്രുതദ്വന്ദ്വം

സലഘുദ്രുത ലഘു മൂന്നുദ്രുതം ലഘു
രണ്ടതിനഗ്രേ ലഘുത്രയാ ശബ്ദം
ഇരുപതു മാത്രകളിതിനുണ്ടാമതു
പരിചൊടു മതിമാൻ ധരിച്ചുകൊള്ളേണം' (ലക്ഷ്മി)

മർമ്മതാളത്തിന്റെ ലക്ഷണം പക്ഷേ, നമ്പ്യാർ നല്കുന്നില്ല. മർമ്മതാളം 'പടേനിയുടെ ജീവതാളം' എന്ന പുസ്തകത്തിൽ കടമ്മനിട്ട വാസുദേവൻപിള്ള ഒട്ടുവിശദമായിത്തന്നെ ചർച്ച ചെയ്യുന്നുണ്ട്(പുറം.137-153). 'നമ്പ്യാർ തുള്ളലിലൂടെ പാടിയും ആടിയും തെളിയിക്കുകയും രേഖപ്പെടുത്തുകയും ചെയ്ത ഈ താളവിദ്യയിൽ വേരാഴ്ത്തി നില്ക്കുന്നതാണ് തുള്ളൽ അടക്കമുള്ളതും, കൃഷ്ണനാട്ടത്തിലെ ജീവസ്വരപ്രയോഗത്തിൽ മിതത്വം ദീക്ഷിച്ചു പ്രകടമാകുന്നതും കഥകളിയിൽ പദാർത്ഥാഭിനയത്തിലൂടെ വികസ്വരമാകുന്നതുമായ കേരളീയഗാനപദ്ധതി' എന്നെഴുതിയിരിക്കുന്നു ശ്രീ.കാവാലം നാരായണപ്പണിക്കർ(അവതാരിക-പടേനിയുടെ ജീവതാളം,കടമ്മനിട്ട വാസുദേവൻപിള്ള,ഭാഷാഇൻസ്റ്റിറ്റ്യൂട്ട്,1997). മാർദ്ദംഗികനായ ഒരു കവിക്കേ ഇതൊക്കെ സാദ്ധ്യമാകൂ. ഭരതമുനിയുടെ സിദ്ധാന്തമനുസരിച്ച് ആലിംഗ്യകവും ഊർദ്ധ്വകവും ആങ്കികവുമായ മൃദംഗങ്ങളിൽ, മേൽപ്പോട്ടു മുഖം വച്ചു വാദനം ചെയ്യുന്ന മിഴാവ് ഊർദ്ധ്വകമൃദംഗമാണ്. ഉള്ളിലുണ്ടായിരുന്ന താളത്തെ തുണച്ച വാക്കാണു നമ്പ്യാർക്കവിത എന്നു സൂക്ഷ്മനിരീക്ഷണം വെളിവാക്കുന്നുണ്ട്.

ഇവിടെ, നാം നമ്മുടെ സംഗീതപാരമ്പര്യത്തെക്കുറിച്ച് ചിലത് അറിഞ്ഞുവയ്ക്കുന്നതു നന്നായിരിക്കും. കർണ്ണാടകസംഗീതത്തിനു കേരളത്തിൽ പ്രചുരപ്രചാരമുണ്ടായത് സ്വാതിതിരുനാൾ വന്നതോടെയാണെന്നു സംഗീതചരിത്രമെഴുതിയവർ പറയുന്നുണ്ട്. സോപാനസംഗീതം, നാടൻസംഗീതം എന്നിവ അതിനു മുമ്പ് ഇവിടെയുണ്ടായിരുന്നു. എന്നാൽ ഗീതകലയെക്കാൾ കേരളീയർ പ്രാധാന്യം കല്പിച്ചിരുന്നത് വാദനകലയ്ക്കായിരുന്നുവെന്നു കാണാം. വിശിഷ്യാ, താളവാദ്യങ്ങളായിരുന്നു നമ്മുടെ ശബ്ദപാരമ്പര്യത്തിൽ മുന്തിയ സ്ഥാനം കയ്യേറ്റത്. താളത്തിന്റെ രമ്യഹർമ്മ്യങ്ങൾ പണിയുന്നതിലായിരുന്നു നമുക്ക് ഏറെ താല്പര്യം. സംഗീതത്തിന്റെയോ നൃത്തത്തിന്റെയോ അകമ്പടിയില്ലാതെ, സ്വതന്ത്രമായി മേളക്കൊഴുപ്പുകൾ സൃഷ്ടിക്കുന്നവർ കേരളീയർ മാത്രമാണ്. 'സംഗീതത്തിന്റെ മൃദംഗമാർഗ്ഗങ്ങളിൽ നിന്ന് തീർത്തും വിഭിന്നമായി ഒച്ചയുടെ വലിയ വലിയ ഘടനകളെ സൃഷ്ടിക്കുകയും ആസ്വദിക്കുകയും ചെയ്യുന്നു എന്നതിലാണ് കേരളത്തിന്റെ ശബ്ദസംസ്കാരം മറ്റു ദേശങ്ങളിൽ നിന്ന് തീർത്തും വിഭിന്നമായിരിക്കുന്നത്' എന്നെഴുതിയിരിക്കുന്നു, ശ്രീ.കെ.സി.നാരായണൻ 'കേരളശബ്ദം' എന്ന ലേഖനത്തിൽ

(നാദധാര-എഡിറ്റർ-ടി.ആർ. അജയൻ, പുറം 63 സൊർബാ പബ്ലിക്കേഷൻസ്, അയിലൂർ, പാലക്കാട്, 2004). 'തമിഴ്നാട്ടിലേതു പോലുള്ള ഭീമവാസ്തുശില്പങ്ങളൊന്നും അവകാശപ്പെടാനില്ലാത്ത കേരളം അതിന്റെ ഉത്സവകാലരാത്രികളിലുടനീളം ശബ്ദത്തിന്റെ ഈ ഉന്നതമായ പ്രാകാരങ്ങൾ ഉയർത്തിക്കൊണ്ടേയിരിക്കുന്നു' എന്നും ശ്രീ.നാരായണൻ തന്റെ 'താളത്തിന്റെ ഗോപുരങ്ങൾ' എന്ന ലേഖനത്തിൽ എഴുതിയിട്ടുണ്ട് (ഗദ്യപ്രദീപം, പുറം.181, കേരളസർവ്വകലാശാല, 1999).

നമ്പ്യാർക്കവിത പര്യാലോചനയ്ക്കെടുക്കുമ്പോൾ, ശ്രീ.എ.കെ രവീന്ദ്രനാഥ് പറയുന്നതു ശ്രദ്ധേയമായി തോന്നുന്നു. 'കഥകളിസംഗീതത്തിൽ ഇന്നു പ്രയോഗിക്കുന്ന ഇന്ദളം, ഇന്ദിശ, കാനക്കുറിഞ്ഞി തുടങ്ങിയ അപൂർവ്വരാഗങ്ങളും കാമോദരി(കാംബോജി), എരിക്കളക്കാമോദരി(യദുകുലകാംബോജി), ധനാശി(ധന്യാസി)തുടങ്ങിയ പ്രചാരമുള്ള രാഗങ്ങളും അദ്ദേഹം(നമ്പ്യാർ) തന്റെ കൃതികളിലൂടെ പരിചയപ്പെടുത്തുന്നു. രാഗങ്ങളിലെന്നപോലെ താളങ്ങളിലും അദ്ദേഹത്തിന്റെ വ്യുൽപ്പത്തി അപാരമായിരുന്നു. ചെമ്പട(ആദി), ചമ്പ(ഝംപ), മുറിയടന്ത(മിശ്രചാപ്പ്) തുടങ്ങിയ സർവ്വസാധാരണതാളങ്ങളും പ്രാചീനഗ്രന്ഥമായ വനചൂഡാമണിയുടെ താളസമുദ്രത്തിൽ പരാമർശിച്ചിട്ടുള്ള ലക്ഷ്മി, കുംഭ, എന്നീ അപൂർവ്വതാളങ്ങളും ലക്ഷണസഹിതം അദ്ദേഹം തന്റെ കൃതിയിൽ വർണ്ണിക്കുന്നു.'(ദക്ഷിണേന്ത്യൻ സംഗീതം, മൂന്നാം ഭാഗം,പുറം 59,60-കേരളഭാഷാ ഇൻസ്റ്റിറ്റ്യൂട്ട്, ഏപ്രിൽ 2008). ഇതു പറഞ്ഞിരിക്കുന്നത് ഒരു സംഗീതവിദ്വാൻ തന്നെയാണ് എന്നതും ഓർമ്മിക്കേണ്ടതാണ്. നമ്പ്യാർക്കു താളത്തിലുണ്ടായിരുന്ന 'അപാരവ്യുൽപ്പത്തി' തുള്ളൽക്കൃതികളിൽ സന്നിവേശിച്ചിരിക്കുന്നത് സംഗീതജ്ഞരെപ്പോലും അന്ധാളിപ്പിക്കുന്നതാണ് എന്നു ചുരുക്കം.

മേൽ പറയപ്പെട്ടിരിക്കുന്ന താളങ്ങളൊക്കെത്തന്നെ ശ്രീ. കാവാലം നാരായണപ്പണിക്കരുടെ 'സോപാനതത്വം' എന്ന കൃതിയിലും കടമ്മനിട്ട വാസുദേവൻപിള്ളയുടെ 'പടേനിയുടെ ജീവതാളം' എന്ന കൃതിയിലും വിശദമായി ചർച്ച ചെയ്തിട്ടുണ്ട്. ഇവയുടെ സൂക്ഷ്മസ്വഭാവങ്ങൾ കൃത്യമായി അറിഞ്ഞുവച്ചിട്ടുള്ള വ്യക്തികളിൽ ഒരുപക്ഷേ, ഇന്നു കേരളത്തിൽ പ്രമുഖരായിട്ടുള്ളവർ ഇവരാണെന്നു തോന്നുന്നു. വായ്ത്താരി ഉപയോഗിച്ച് താളങ്ങളെ 'ഡമോൺസ്ട്രേറ്റ് 'ചെയ്യാൻ പോലും കഴിയുന്ന മനോജ് കുറൂർ ഉൾപ്പടെയുള്ള താളകുശലന്മാർ അനന്തരതലമുറയ്ക്കു പ്രയോഗിക്കാൻ പാകത്തിൽ താല്പര്യമുള്ളവരിലേക്ക് ഇവയെ പകർന്നുകൊടുക്കുമെന്നു നമുക്കു പ്രത്യാശിക്കാം.

നാട്ടുചൊല്ലുകൾ, നമ്പ്യാർച്ചൊല്ലുകൾ

നമ്പ്യാർ സാധാരണമലയാളിയിൽ ജീവിക്കുന്നത് അദ്ദേഹം സൃഷ്ടിച്ച ഒട്ടനേകം ചൊല്ലുകളിലൂടെയാണ്. പലരും എഴുതിയിരിക്കുന്നത് നമ്പ്യാർ പഴഞ്ചൊല്ലുകൾ ഉപയോഗിച്ചു കവിതയെഴുതി എന്നാണ്. അത് അർദ്ധസത്യം മാത്രമാണ്. നമ്പ്യാർ സൃഷ്ടിച്ച ചൊല്ലുകൾ പിന്നീടു പഴഞ്ചൊല്ലുകളായി മാറുകയായിരുന്നു. മലയാളിയുടെ ദൈനന്ദിനജീവിതത്തിൽ അവനറിയാതെ നമ്പ്യാർ ആധിപത്യമുറപ്പിച്ചത് ഈ ചൊല്ലുകളിലൂടെയാണ്. ലോകോക്തികൾ കണ്ടെത്തി നമ്പ്യാരെഴുതി വച്ചത് നമ്പ്യാർമൊഴികളെന്നറിയാതെതന്നെ സമൂഹത്തിൽ പ്രചരിക്കുകയും സാമൂഹികജീവിതത്തിന്റെ ഭാഗമാകുകയുമായിരുന്നു. അവയെ പഴഞ്ചൊല്ലുകളാക്കിയതു പിന്നീടു വന്നവരാണ്. അവയിലേറെയും നമ്പ്യാർച്ചൊല്ലുകളാണ് എന്നറിയാതെ തന്നെ നാമിന്ന് ഉപയോഗിച്ചുവരുന്നു! ഇതു മറ്റൊരു കവിക്കും ലഭിക്കാത്ത പുണ്യമാണെന്നു പറയണം.

സത്സംഗം കൊണ്ടു നമുക്കും ഗുണമുണ്ടാകുമെന്നുപറയുന്നതിന് *'മുല്ലപ്പൂമ്പൊടിയേറ്റുകിടക്കും കല്ലിനുമുണ്ടാമൊരു സൗരഭ്യം'*എന്നു നമ്മൾ പറയാറുണ്ട്. ഇതു പക്ഷേ, നമ്പ്യാർച്ചൊല്ലാണെന്നറിയാതെയാണു പലരും പറയുന്നത്. കിരാതം തുള്ളലിലെ വരികളാണെന്ന് അറിഞ്ഞുകൊണ്ടായിരിക്കില്ല പലരുമിതു പറയുന്നത്. ഇതു പഴഞ്ചൊല്ലല്ല. നമ്പ്യാർച്ചൊല്ലു പഴഞ്ചൊല്ലായി പരിണമിച്ചതാണ്. ഒരു കവിയുടെ മഹത്വം നാമറിയുന്നത് ഇത്തരം സന്ദർഭങ്ങളിലാണ്. ഒരു ഭാഷയിലെ, ആരാണ് ഉപജ്ഞാതാവെന്നറിയുകപോലുമില്ലാത്ത സുവിദിതമായ ചൊല്ലിന്റെ ഉപജ്ഞാതാവാകുക! ചില്ലറക്കാര്യമല്ല അത്. പ്രായവും പക്വതയും പരിചയസമ്പന്നതയുമൊക്കെയുണ്ടെങ്കിലും ചില കാര്യങ്ങൾ ഒരാളെക്കൊണ്ടു ചെയ്യാൻ കഴിയാതെ വരുമ്പോൾ നാം സാധാരണ ഉപയോഗിക്കുന്ന ഒരു ചൊല്ലുണ്ട്, 'പാണ്ടൻ നായുടെ പല്ലിനു ശൗര്യം...'മുഴുമിക്കാതെ തന്നെ കാര്യം മനസ്സിലാകുന്ന ഈ ചൊല്ല് കിരാതത്തിലെ തന്നെ *'പാണ്ടൻ നായുടെ പല്ലിനു ശൗര്യം പണ്ടേപ്പോലെ ഫലിക്കുന്നില്ല'* എന്ന വരികളാണെന്നു നാം അറിയണം. ഇതു നമ്പ്യാരുടെ തന്നെ ചൊല്ലാണെന്ന കാര്യത്തിൽ തർക്കത്തിനവകാശമില്ല. നായയ്ക്ക് ഉചിതമായ പേരു നല്കി ഇങ്ങനെ ഒരു ചൊല്ല് അവതരിപ്പിക്കാൻ നമ്പ്യാർക്കേ കഴിയുമായിരുന്നുള്ളു. ഇതിൽ നമ്പ്യാരുടെ ഭാവമുദ്ര പതിഞ്ഞുകിടക്കുന്നുണ്ട്.

നാം പണി ചെയ്യുകയും മറ്റൊരാൾ ഫലം അനുഭവിക്കുകയും ചെയ്യുമ്പോൾ പറയാറില്ലേ, 'തല്ലുകൊള്ളാൻ ചെണ്ടയും കാശുവാങ്ങാൻ

മാരാരും' എന്ന്. *'തട്ടും കൊട്ടും ചെണ്ടയ്ക്കത്രേ കിട്ടും പണമതു മാരാർക്കും'*(സ്യമന്തകം) എന്ന നമ്പ്യാർ മൊഴി ഓർത്തുനോക്കൂ. ഇതിൽ ആദ്യമുണ്ടായത് ഏതെന്നു പറയുക വയ്യ. 'കണ്ടാലറിയാത്തവൻ കൊണ്ടാലറിഞ്ഞുകൊള്ളു'മെന്നത് *'കണ്ടാലറിയാതുള്ള ശഠന്മാർ കൊണ്ടാലറിയും കളിയല്ലരശാ!'*(ഘോഷയാത്ര)എന്നതിൽ നിന്നുണ്ടായതോ, മറിച്ചോ? വായിട്ടടിക്കുന്നവൻ പ്രവർത്തിക്കില്ല എന്നതിന് 'കുരയ്ക്കും പട്ടി കടിക്കില്ല' എന്നു പറയുമ്പോൾ അതു നമ്പ്യാർ എടുത്തുപയോഗിച്ചതോ അതോ നമ്പ്യാരിൽ നിന്നു നമ്മളെടുത്തുപയോഗിക്കുന്നതോ എന്നു സംശയം വരും. ഏതായാലും *'കുരയ്ക്കും പട്ടി കടിക്കില്ലെന്നു പ്രസിദ്ധം'* എന്നു ഘോഷയാത്ര തുള്ളലിൽ എഴുത്തുണ്ട്. നമ്പ്യാർച്ചൊല്ലു പഴഞ്ചൊല്ലായതോ പഴഞ്ചൊല്ലു നമ്പ്യാർച്ചൊല്ലായതോ എന്നു തിരിച്ചറിയാൻ പാടില്ലാത്ത ഒട്ടേറെ ചൊല്ലുകൾ നമ്മുടെ ഭാഷയിൽ അലിഞ്ഞു ചേർന്നിരിക്കുന്നു.

മലയാളത്തിലെ വളരെ പ്രസിദ്ധമായ ചൊല്ലാണ് *'കനകം മൂലം കാമിനി മൂലം കലഹം പലവിധമുലകിൽ സുലഭം'* എന്നത്. ഇതു നമ്പ്യാർ കിരാതത്തിൽ എഴുതിയിരിക്കുന്നതാണെന്ന വിവരത്തോടെയാണോ സാധാരണ മലയാളി ഉപയോഗിക്കുന്നത്? അതുപോലെ അദ്ദേഹത്തിന്റെ അനേകായിരം ചൊല്ലുകൾ ഭാഷയുടെ ഭാഗമായിത്തീർന്ന് നിലനില്ക്കുന്നുണ്ട്. ഷേക്സ്പിയർ പതിനായിരക്കണക്കിനു പ്രചാരലുപ്തങ്ങളായ പദങ്ങളെ പ്രചാരത്തിലെത്തിച്ചു. അതിനടുത്ത സ്വകീയ ഭാഷാനാണയങ്ങളും മൊഴികളും പ്രദാനം ചെയ്ത് ഇംഗ്ളീഷിനെ ധന്യമാക്കി. ഇംഗ്ലീഷിൽ വ്യവഹാരം നടത്തുന്നവർ, അവയൊക്കെ ഷേക്സ്പിയറിന്റേതാണെന്നറിയാതെതന്നെ ഉപയോഗിച്ചുവരുന്നുമുണ്ട്. 1)To be or not to be 2) Loan oft loses both itself and friend 3)There is nothing either good or bad, but thinking makes it so 4) Brevity is the soul of wit 5) When sorrows come, they come not in single spies, but in battalions(Hamlet) 6) It was Greek to me 7)A dish fit for the gods 8)Men at sometime are masters of their fates 9)The valliant never taste death but once 10)Beware the ideas of March! (Jullus Caesar) 11.Love is blind and lovers cnnot see the pretty follies that themselves commit 12) All that glisters is not gold(Merchant of Venice) 13.The true beginning of our end (A Midsummer Night's Dream)14) Nothing will come out of nothing 15. The worst is not , so long as we can say,there is the worst (King Lear) ഇങ്ങനെ ഉദാഹരണങ്ങൾ നല്കാൻ തുടങ്ങിയാൽ പല പുസ്തകങ്ങൾ നിറയും! അറിഞ്ഞും അറിയാതെയും ഇംഗ്ലീഷുഭാഷയിൽ ആ

മഹാകവി നിറഞ്ഞുനില്ക്കുന്നുവെന്നറിയുന്നവർ ഇങ്ങനെ എഴുതി: "It's not wonder that expressions from the works of William Shakespeare have become anonymous parts of the English language'. മലയാളഭാഷയുടെ അജ്ഞാതകർത്തൃകാംശങ്ങളായി പരിണമിച്ച ധാരാളം expressions നമ്പ്യാരുടെ സംഭാവനകളാണ്!

ഒരു കവിയുടെ സ്വന്തം ചിന്തയിൽ ഉയിർക്കൊണ്ട ലോകോക്തികളും ചൊല്ലുകളും പില്ക്കാലത്തു പഴഞ്ചൊല്ലുകളായതിന്റെ കണക്കെടുപ്പു നടത്തിയാൽ നമ്പ്യാർക്കു ലഭിക്കുന്ന സ്ഥാനം മറ്റൊരു കവിക്കും സാഹിത്യകാരനും മലയാളത്തിൽ ലഭിക്കുകയില്ല. അത്രയ്ക്കുണ്ട് മലയാളിയുടെ ജീവിതത്തിൽ അലിഞ്ഞുചേർന്നിട്ടുള്ള നമ്പ്യാർച്ചൊല്ലുകൾ. *'തന്നേക്കാൾ പ്രിയമല്ല ജനത്തിനു തന്നുടലീന്നു പിറന്നതു പോലും'*(കിരാതം) എന്നതു നമ്പ്യാർച്ചൊല്ലോ ലോകോക്തിയോ ജീവിതസത്യമോ? *'കുണ്ടുകിണറ്റിൽ തവളക്കുഞ്ഞിനു കുന്നിനു മീതേ പറക്കാൻ മോഹം'* എന്നതു നമ്പ്യാർച്ചൊല്ലാണെന്ന കാര്യത്തിൽ ആർക്കും സംശയമുണ്ടാവാൻ വഴിയില്ല. കഴിയാത്തത് ആഗ്രഹിക്കുന്നവരെ പറയാൻ നാം ഈ ചൊല്ലു ധാരാളമായി ഉപയോഗിക്കുമ്പോൾ പക്ഷേ, അതു 'രുക്മിണീസ്വയംവര'ത്തിലെ നമ്പ്യാരെഴുത്താണെന്നറിയുന്നില്ലെന്നു മാത്രം! നമ്പ്യാരുടെ പൂർണ്ണസ്പർശമുള്ള ചൊല്ല്, നമ്മളിൽ പലരും പലപ്പോഴും പറയുന്നത്- *'എമ്പ്രാനല്പം കട്ടുഭുജിച്ചാൽ അമ്പലവാസികളൊക്കെക്കക്കും!'* എന്നത് 'ശീലാവതീചരിത'ത്തിൽ നമ്പ്യാരെഴുതിയിട്ടുള്ളതാണ്. ജീവിതത്തിന്റെ ഒട്ടേറെ സന്ദർഭങ്ങളിൽ ഈ ചൊല്ലു നമുക്ക് ഉപയോഗിക്കേണ്ടി വരുന്നുണ്ട്. അതു പക്ഷേ, നമ്പ്യാരുടേതാണെന്നറിഞ്ഞുകൊണ്ടുതന്നെയാവണം. കാരണം, ആ ചൊല്ലിൽ നമ്പ്യാർ നിറഞ്ഞുനില്ക്കുന്നുണ്ട്. *'ആശാനക്ഷരമൊന്നു പിഴച്ചാൽ..'* എന്നുമാത്രം പറഞ്ഞാൽ മതി, സാധാരണക്കാരൻ പോലും *'അമ്പത്തൊന്നു പിഴയ്ക്കും ശിഷ്യന്'* എന്നു കൂട്ടിച്ചേർക്കും. ഇതിനോടു ചേർത്തുവായിക്കാൻ പറ്റുന്ന മറ്റൊരു നമ്പ്യാർമൊഴി 'സ്യമന്തക'ത്തിൽ നാം വായിക്കുന്നുണ്ട്-

'നിന്നോതിക്കോൻ മുള്ളുന്നേരം
ഉണ്ണികൾ മരമേറീട്ടും മുള്ളും'

ചിരിയുതിർക്കുന്ന ചൊല്ലുകളാണിവയൊക്കെത്തന്നെ. ഇവയിലൊക്കെ സവിശേഷമായ ഒരു'നമ്പ്യാരിത്തം' നാം തിരിച്ചറിയുന്നുമുണ്ട്. 'ശീലാവതീചരിത'ത്തിൽത്തന്നെ

'കാര്യക്കാരൻ കളവു തുടർന്നാൽ
കരമേലുള്ളവർ കട്ടുമുടിക്കും'

എന്നത് ഇതിനു സമാനമായ മറ്റൊരു ചൊല്ലാണ്.

'കാച്ചിത്തിളപ്പിച്ച പാലിൽ കഴുകിയാൽ
കാഞ്ഞിരക്കായിന്റെ കയ്പു ശമിക്കുമോ?'

എന്നു 'നൃഗമോക്ഷ'ത്തിൽ നമ്പ്യാർ കുറിച്ചിരിക്കുന്നു.

'കാരസ്കരത്തിൻ കുരു പാലിലിട്ടാൽ
കാലാന്തരേ കയ്പു ശമിപ്പതുണ്ടോ'

എന്ന ശ്രീകൃഷ്ണചരിതം മണിപ്രവാളത്തിലെ വരികൾ ഇവിടെ ഓർമ്മിക്കാവുന്നതാണ്. 'അങ്ങാടീൽ തോറ്റതിനമ്മയോട്' എന്നതാണോ

'അങ്ങാടികളിൽ തോലി പിണഞ്ഞാൽ
അമ്മയൊടപ്രിയമെന്നതുപോലെ'

എന്നതാണോ ആദ്യമുണ്ടായതെന്നറിയില്ല. 'നളചരിത'ത്തിൽ കടന്നു വരുന്ന ചൊല്ലാണിത്. ഇതു പോലെ ധാരാളം നമ്പ്യാർച്ചൊല്ലുകളും പഴഞ്ചൊല്ലുകളും നാം തുള്ളൽക്കൃതികളിൽ വായിക്കുന്നുണ്ട്.

നമ്പ്യാർച്ചൊല്ലുകളുടെ പ്രാമാണികത വെളിവാക്കുന്ന വി.കെ. എൻ. കഥ 'ഇഷ്ടവൈദ്യൻ'ഇവിടെ സാന്ദർഭികമായി ചേർത്തുവയ്ക്കേണ്ടതുണ്ടെന്നു തോന്നുന്നു. 'ആനയ്ക്കു കുരുവായിരുന്നു. ഗജകുരു. വലതുകാലിനു മുകളിൽ അരയ്ക്കു താഴെ പൊതിക്കാത്ത ഒരു തേങ്ങ വലുപ്പത്തിൽ ഉരുണ്ടുകൂടിയ കുരു. ദിവസങ്ങൾ ചെന്നിട്ടും പൊട്ടിയില്ല, വെള്ളം മാത്രം ഒലിച്ചിരുന്നു. അനങ്ങാൻ വയ്യാതെ ആന ചരിഞ്ഞുകിടപ്പാണ്.' അഷ്ടവൈദ്യനും ആനവിദഗ്ദ്ധനുമായ കേശു നമ്പൂതിരി വരുന്നു. പ്രദക്ഷിണം വച്ചും മഷി വച്ചും നിരീക്ഷിച്ചു. ഗണിതമുപയോഗിച്ചും വിരലനക്കിയും രോഗചിന്തനം ചെയ്തു. അവസാനം നമ്പൂതിരി പറഞ്ഞു:

ച്ചാൽ കുരുവാണെന്നു നിർണ്ണയിക്കാം.

കാര്യസ്ഥൻ കുഞ്ഞൻ മേനവൻ പറഞ്ഞു:

അതു ഞങ്ങൾക്കും തോന്നാതെയിരുന്നില്ല.

നമ്പൂതിരി കളിയാക്കി;

ഹോ! അതു കുഞ്ഞനും തോന്നി, അല്ലേ?

കുഞ്ഞൻ മേനവൻ പ്രതികരിച്ചു;

കുഞ്ഞൻ മാത്രമല്ല, മേനവൻ കൂടിയാണ്.

നമ്പൂതിരി പുഴുക്കുമരുന്നിനു ചാർത്തെഴുതി. കുഞ്ഞൻ മേനവൻ ഇടഞ്ഞു:

കീറി ദുഷ്ടു കളഞ്ഞതിനു ശേഷം മരുന്നു പുരട്ടുന്നതല്ലേ നല്ലത്?

നമ്പൂതിരി ചോദിച്ചു:

ഏതുപ്രമാണമനുസരിച്ചാണ് മേനോന്റെ വിധി?
കുഞ്ഞൻ മേനവൻ സന്ദേഹമേതുമില്ലാതെ മറുമൊഴി ചൊല്ലി:

കുഞ്ചൻനമ്പ്യാർ തന്നെ പ്രമാണം.

എന്നിട്ടു കിരാതത്തിലെ രണ്ടുവരി കാച്ചി:

'ദുഷ്ടു കിടക്കെ വരട്ടും വ്രണമതു
പൊട്ടും പിന്നെയുമൊരു സമയത്തിൽ'

നമ്പൂതിരി പിണങ്ങിപ്പോകുന്നതും വാക്കത്തി കാച്ചി കുഞ്ഞൻ മേനവൻ വ്രണം പൊട്ടിക്കുന്നതും ആന സുഖപ്പെടുന്നതും കഥയുടെ ഫലശ്രുതി.

ഇവിടെ, വേണ്ടിവന്നാൽ മാതംഗലീലയിലേക്കും നമ്പ്യാരെ കൂട്ടിക്കെട്ടാമെന്നു ധ്വനിപ്പിക്കുന്ന വി.കെ.എൻ, മലയാളിയുടെ ജീവിതത്തിലെ ഏതു സന്ദർഭത്തിലും നമ്പ്യാർ കടന്നുവരുന്നതിനെയല്ലേ ഓർമ്മിപ്പിക്കുന്നത്. (നമ്പ്യാർ മരിച്ചിട്ടില്ല, വടക്കേ കൂട്ടാല നാരായൻ കുട്ടിയായി ജീവിക്കുന്നുണ്ട് എന്ന് വി.കെ.എൻ. ജീവിച്ചിരുന്നപ്പോൾ ആരെങ്കിലും പറഞ്ഞിട്ടുണ്ടാവുമോ? ഉണ്ടാവണം!) മനുഷ്യജീവിതത്തിലെ ഏതു സന്ദർഭവുമായിട്ടാണ് നമ്പ്യാരെ ചേർത്തുവയ്ക്കാൻ നമുക്കു കഴിയാതിരിക്കുക?

നൂറ്റിപ്പത്തോളം ചൊല്ലുകൾ 'പഴഞ്ചൊല്ലുകൾ' എന്ന ശീർഷകത്തിൽ പി.കെ.ശിവശങ്കരപ്പിള്ള നല്കിയിട്ടുണ്ട്. ഈ ചൊല്ലുകൾ ഭാഷയ്ക്കു നല്കിയ ഉന്മേഷം ആർക്കെങ്കിലും തള്ളിക്കളയാനാകുമെന്നു തോന്നുന്നില്ല. ഭാഷയെ ഓജസ്സോടെ കാത്തുസൂക്ഷിക്കാൻ ഇവ ചെയ്യുന്ന ധർമ്മം വളരെ നിർണ്ണായകമാണ്. കണ്ടെടുത്തതും സ്വയം നിർമ്മിച്ചതുമായ ഈ ചൊല്ലുകൾ മലയാളിയുടെ ഭാഷാജീവിതത്തിന്റെ അവിഭാജ്യഘടകങ്ങളായി പരിണമിച്ചിരിക്കുന്നു. ഏതു കാട്ടുമുക്കിലും അനുനിമിഷം ഉയിർത്തെഴുന്നേറ്റു നമ്പ്യാർ ഇന്നും ജീവിക്കുന്നത് ഈ ചൊല്ലുകളിലൂടെയാണ്. ചിരിയോടു സവിശേഷമമത വച്ചുപുലർത്തുന്ന മലയാളി സ്ഥാനത്തും അസ്ഥാനത്തും വിവേചനരഹിതമായും ഇതുകൾ വിളമ്പിക്കൊണ്ടിരിക്കുന്നു!

കുഞ്ചൻ നമ്പ്യാർ ഭാഷയെ നാനാവിധത്തിൽ പരിഷ്ക്കരിച്ച കവിയാണ്. ആവശ്യമായി വന്നാൽ പദങ്ങളുടെ പുതിയ രൂപങ്ങൾ തന്നെ സൃഷ്ടിക്കാനും പദങ്ങൾ തെറ്റായി ഉപയോഗിക്കാനും ഒന്നും അദ്ദേഹം മടിച്ചിരുന്നില്ല. ഭാഷയുടെ ഉപയോഗം അർത്ഥം ധ്വനിപ്പിക്കുകയാണെന്നുള്ള വ്യക്തമായ ധാരണയോടെ പെരുമാറിയ കവിയാണു നമ്പ്യാർ. പുലരുമ്പോൾ എന്നതിന് 'ഉഷയ്ക്കുമ്പോൾ' എന്നെഴുതാനും നിഷ്ക്കർഷിച്ച് എന്നതിന് 'നിഷ്കരിഷിച്ച്' എന്നെഴുതാനും നമ്പ്യാർ മടിച്ചിട്ടില്ല. പോയി എന്നതിനു 'പോട്ടു' എന്നു നമ്പ്യാർ എഴുതിയെന്നു വരും!

'കാന്താരാടനം' എന്നു ഭാഷയിൽ പുതിയ നാണയമിറക്കും! മരണമടുത്തു എന്നതിനു 'പ്രാണങ്ങൾക്കു പ്രയാണമടുത്തു' എന്നെഴുതും. എന്തിന് സ്യമന്തകത്തിൽ *'അംബരചാരിൻ! അംബുജധാരിൻ!'* എന്നൊക്കെ എഴുതിയിരിക്കുന്നതു കാണുക! ആധുനികകവി എന്ന് വിളിക്കപ്പെട്ട അയ്യപ്പപ്പണിക്കർ പോലും *'ഹേ, ഗഗാറിൻ! ഗഗനചാരിൻ!'* എന്നുപയോഗിച്ചത് നമ്പ്യാരുടെ ഈ ബലത്തിൽ നിന്നല്ല എന്നു പറയാമോ? ഭാഷയിലും വളരെ നവീനമായ ഇടപെടലുകൾ നടത്തിയ കവിയാണു കുഞ്ചൻ നമ്പ്യാർ.

പതിനെട്ടാം നൂറ്റാണ്ടിലെ കേരളീയസമൂഹത്തെ നമ്പ്യാർ അപ്പാടേ പകർത്തിയിരിക്കുന്നുവെന്നൊക്ക പറയുന്നവരുണ്ട്. അതു ഭാഗികമായി മാത്രം സ്വീകരിച്ചാൽ മതിയാകും. നമ്പ്യാർ എന്തിനെയും പെരുപ്പിച്ചു പ്രദർശിപ്പിക്കുന്നതിൽ തല്പരനായിരുന്നു. അതു ഹാസ്യം ജനിപ്പിക്കേണ്ടുന്നതിലേക്കുള്ള 'ടെക്നിക്' കൂടിയായി നമ്മൾ മനസ്സിലാക്കണം. നമ്പ്യാർ ജീവിച്ച കാലത്തെ മലയാളിസമൂഹത്തിന്റെ ഏകദേശരൂപം രണ്ടാമദ്ധ്യായത്തിന്റെ അവസാനഭാഗത്തു നല്കിയിട്ടുണ്ട്. സാമൂഹികതയെ സമൃദ്ധവും സമർത്ഥവുമായി ആഘോഷിച്ച കവിയാണു നമ്പ്യാർ. അതിനു മുമ്പും പിമ്പും ഈ അളവിൽ സമൂഹത്തെ കവിതയിലേക്കു സ്വീകരിച്ചവരുണ്ടാവില്ല. രണ്ടു നൂറ്റാണ്ടിപ്പുറം, തകഴിയിലും മറ്റുമാണ് ഈ സാമൂഹികത ശക്തിപ്രാപിക്കുന്നതു നാം കാണുന്നത്. അതു നമ്പ്യാരിൽ നിന്ന് ഏറ്റുവാങ്ങിയ ഊർജ്ജമാണെന്നു തകഴി തന്നെ പലയാവൃത്തി പറഞ്ഞത് ഇതെഴുതുന്ന ആൾ കേട്ടിട്ടുമുണ്ട്. അന്നു നമ്പ്യാരു ചെയ്തതു തന്നെ മറ്റൊരു രീതിയിൽ തകഴി ചെയ്യുകയായിരുന്നുവെന്നു മനസ്സിലാക്കുമ്പോളാണ് നമ്പ്യാരുടെ മഹത്വം ഗുണീഭവിക്കുന്നത്. തകഴി, കുട്ടനാടൻ ചെളിയുടെ ഉപ്പും പുളിയും അവിടുത്തെ മനുഷ്യരേയും അവരുടെ സങ്കടങ്ങളേയും ആവാഹിച്ചെടുത്തെങ്കിൽ, രണ്ടു നൂറ്റാണ്ടു മുമ്പ് അവയെല്ലാം അവരുടെ താളങ്ങളും രാഗങ്ങളുമുൾപ്പടെ ഖനനം ചെയ്തെടുത്തു വരേണ്യവർഗ്ഗത്തിന്റെ തട്ടിൽ കയറ്റി തുള്ളിച്ച കവിയാണു നമ്പ്യാർ. തകഴിയോളം താഴെയിറങ്ങി വിശപ്പിനെക്കുറിച്ചും വേദനയെക്കുറിച്ചും നമ്പ്യാർ എഴുതിയിട്ടില്ല എന്നതു യാഥാർത്ഥ്യമാണ്. നമ്പ്യാരുടെ കഥാപാത്രങ്ങൾ കുട്ടനാട്ടുകാരുമല്ല. പക്ഷേ, നമ്പ്യാർ ചിത്രീകരിച്ച നാട്ടുമ്പുറസൗഭഗം മുഴുവൻ കുട്ടനാട്ടിൽ നിന്നു കടംകൊണ്ടതാണ്. നമ്പ്യാർ ഉപയോഗിച്ച താളരാഗങ്ങൾ ആ മണ്ണിന്റെ മക്കളുടെ പാരമ്പര്യസൂക്ഷിപ്പുകളിൽ നിന്നു കണ്ടെടുത്തു മിനുക്കിയവയായിരുന്നു. നമ്പ്യാർ സാമൂഹികമായ ഇടപെടലുകൾ നടത്തിയത് ആക്ഷേപിച്ചു ശുദ്ധീകരിക്കുക എന്ന ലക്ഷ്യത്തോടെയായിരുന്നു.

അപ്പോൾ അതിന് അതിന്റേതായ പരിമിതികളുമുണ്ടായിരുന്നു. ഒരു കവിക്കു സമൂഹമെന്നാൽ അയാൾക്കു ചുറ്റും കാണുന്നതും അയാൾ ചേർന്നുനിൽക്കുന്നതുമായ മനുഷ്യക്കൂട്ടമാണ്. നമ്പ്യാർ മുഖ്യമായും 'കൊട്ടാരജീവിതം' നയിച്ച ആളാണ്. അതായത്, കൊട്ടാരത്തിന്റെ ഔദാര്യം കൊണ്ടു ജീവസന്ധാരണം നടത്തിയ ആൾ. സ്വാഭാവികമായും തനിക്കു ചുറ്റും കണ്ട ജീവിതത്തെയാണ് നമ്പ്യാർ വിമർശനവിധേയമാക്കിയത്. പുരാണേതിഹാസകഥകൾ പറയുമ്പോൾ അവയിൽ കയ്യേറ്റം നടത്തിക്കൊണ്ടാണു നമ്പ്യാർ അതു ചെയ്തതെന്നോർമ്മിക്കണം. എഴുത്തച്ഛനും ഈ അവസരം നിഷേധിച്ചിരുന്നില്ലല്ലോ. നമ്പ്യാർ ആ അവസരം കണ്ടെടുത്ത് ഉപയോഗിച്ചു എന്നതിലാണു മഹത്വം കാണേണ്ടത്. എതിർപ്പുകളും ഭർത്സനങ്ങളുമുണ്ടാകുമെന്നറിഞ്ഞുകൊണ്ടുതന്നെ ഇറങ്ങിപ്പുറപ്പെട്ട ഒരാളുടെ ധിക്കാരപരമായ ചങ്കൂറ്റം അതിൽ കാണേണ്ടതുണ്ട്. തുള്ളലുകൾക്കു നാമകരണം ചെയ്തപ്പോൾ ജാതിപ്പേരു മുൻനിർത്തിയതു വളരെ ബോധപൂർവ്വം തന്നെയാണെന്നു കരുതേണ്ടതുണ്ട്. മാറ്റിനിർത്തപ്പെട്ടിരുന്ന പലതിനെയും അഭിജാതവൃത്തങ്ങളിൽ കയറ്റേണ്ടതുണ്ടെന്ന നമ്പ്യാരുടെ തോന്നൽ തീർച്ചയായും അതിന്റെ പിന്നിലുണ്ടായിരുന്നു. അക്കാലത്ത് ആർക്കും അത്രപെട്ടെന്നു ചെയ്യാൻ കഴിയുന്ന കാര്യമായിരുന്നില്ല അത്. അധമമെന്നു കരുതപ്പെട്ടിരുന്ന സാമൂഹിക്കശ്രേണികളെ ഉത്തമമെന്നു കരുതപ്പെട്ടിരുന്ന ശ്രേണികളിലേക്കു കൂട്ടിക്കെട്ടാനുള്ള ശ്രമത്തിനു തുടക്കം കുറിച്ചതു നമ്പ്യാരായിരുന്നു എന്നുവേണം കരുതാൻ. അതു പക്ഷേ, പ്രത്യക്ഷമായിരുന്നില്ല എന്നു മാത്രം.

നാട്ടുവെളിച്ചം കൊണ്ടു ഗോപുരം തീർത്ത കവി

നാട്ടുശൈലികളും പഴഞ്ചൊല്ലുകളും പ്രാക്തനതാളങ്ങളും വൃത്തവിശേഷങ്ങളും ചേർത്തുവച്ചു മലയാണ്മ കുറിച്ചുവച്ച മഹാകവി! ഏതു കഥയെയും ഏത് ഇതിഹാസ കഥാപാത്രത്തെയും സാധാരണക്കാരന്റെ ചുറ്റുവട്ടങ്ങളിലേക്ക് മാറ്റിപ്പൊറുപ്പിച്ച ധിക്കാരി! ഇന്ദ്രനായാലും ചന്ദ്രനായാലും കൃഷ്ണനായാലും അവരുടെ വായിൽ നാട്ടുഭാഷ തിരുകിവച്ചുകൊടുത്ത സമ്പൂർണ്ണമലയാളി! ഏവരെയും കേരളഗ്രാമീണരാക്കിയെടുത്ത 'മണ്ണിന്റെ മകൻ'! ഏതു പുരാണകഥയിലും കപോലകല്പിതാംശങ്ങൾ മനോധർമ്മമനുസരിച്ചു കൂട്ടിച്ചേർത്ത നിർഭയൻ! നായരും പട്ടരുമൊന്നുമില്ലാത്ത ഇന്ദ്രസദസ്സും വേണ്ടെന്നു ശാഠ്യം പിടിച്ച സാമൂഹികതയുടെ അപ്പസ്തോലൻ! നാടകീയമുഹൂർത്തങ്ങളൊരുക്കിയെടുത്തു പുരാണേതിഹാസകഥകളെ അട്ടിമറിച്ച ധിഷണാശാലി! മനുഷ്യന്റെ

വീഴ്ചകൾ തിരഞ്ഞുപിടിച്ച് അതുകൾ അവനു നേരേതന്നെ തുറന്നുപിടിച്ച വിദൂഷകവര്യൻ! പരിചിതമായ എല്ലാ ജീവിതമണ്ഡലങ്ങളെയും പരാമർശനവിധേയമാക്കിക്കൊണ്ട്, അനിച്ഛാകരമായ എന്തിനെയും രൂക്ഷവിമർശനത്തിനു പാത്രമാക്കാൻ തന്റെ മാധ്യമത്തെ ഉപയോഗപ്പെടുത്തിയ പ്രതിബദ്ധനായ സാമൂഹികവിമർശകൻ! ലളിത പ്രതിപാദന രീതി കൊണ്ടും ആഹാര്യശോഭകൾ കൊണ്ടും വാചികത്തികവു കൊണ്ടും മികച്ച കലാരൂപമൊരുക്കി ജനങ്ങളിലേക്കിറങ്ങി നിന്ന മനുഷ്യസ്നേഹിയായ കലാകാരൻ! സാധാരണക്കാരെക്കുറിച്ച് അവരുടെ ഭാഷയിൽ ത്തന്നെ അവരോടുരിയാടിയ ഹൃദയസമ്പന്നൻ! മലയാളത്തിൽ ഇങ്ങനെ വിശേഷിപ്പിക്കപ്പെടാൻ മറ്റൊരാളുണ്ടോ, നമ്പ്യാര ല്ലാതെ? അദ്ദേഹത്തിനു മുമ്പും പിമ്പും ഇങ്ങനെയൊരാൾ ചരിത്രത്തിലെങ്ങും അടയാളപ്പെട്ടിട്ടുമില്ല.

കുഞ്ചന്റെ ജീവിതത്തിലെ ചില മുഹൂർത്തങ്ങൾ സങ്കൽപ്പിച്ചെടുത്തു ഭംഗിയിലെഴുതിയ ഒരു കവിതയുണ്ട്- ശ്രീ.എം.ഗോവിന്ദന്റെ 'അരങ്ങേറ്റം'.(എം.ഗോവിന്ദന്റെ കവിതകൾ രണ്ടാംഭാഗം, രഞ്ജിമ പബ്ലിക്കേഷൻസ്, മാമ്മൂട്, ചങ്ങനാശ്ശേരി -1989) കുഞ്ചനും അമ്മയുമായുള്ള സംവാദവും പരസ്പരം മനസ്സിലാക്കലും ആശീർവദിക്കലും എല്ലാം സങ്കൽപ്പിച്ചെടുത്തിട്ടുള്ള ഈ കവിതയിൽ,

'വാഴുന്നോരെനിക്കാരുമല്ല
വാളിന്റെ താളമെന്റെയല്ല
കിരീടക്കാരുടെ ചെങ്കോലും
കീഴടങ്ങാത്ത കുറിക്കോലും
ചേരാറില്ലൊരു ചേരിയിൽ
ചെയ്തി ചൊല്ലായ നീതിയിൽ
തിരുടരും തിരുമേനിമാരു-
മൊരുപോലെ, കളവും കരവു-
മൊരളവിൽ പിടിച്ചുപറി'

എന്നിങ്ങനെ നമ്പ്യാരുടെ നിലപാടു വ്യക്തമാക്കുമ്പോൾ, മലയാണ്മയാകുന്ന ആ അമ്മയ്ക്കു ബോദ്ധ്യമായി. തീർത്തും ബോദ്ധ്യമായി.

ഉച്ചിയിലിരുകയ്യും വച്ചാളമ്മ
ഉച്ചത്തിൽത്തന്നെയുരച്ചാളമ്മ
നന്മ നേരുന്നു മകനേ,നിനക്കമ്മ:
നിൻ വാഴ്‌വിൻവഴി നീയേയാക!

അനുഗ്രഹം ഏറ്റുവാങ്ങി കുഞ്ചൻ മൊഴിഞ്ഞു:

'തേടലും നേടലുമൊത്തു

കൂടുമ്പോൾ പൂവും പഴവും'
അങ്ങനെ പൂവിട്ടിറങ്ങിയ, ഫലിച്ചിറങ്ങിയ ആ ധന്യജീവിതമാണ്, കുഞ്ചന്റെ കവിതയാണ് അടുത്തറിവുകളാക്കാൻ ഞാൻ ശ്രമിച്ചത്.

ശ്രീ. സി.ആർ.ഓമനക്കുട്ടന്റെ നാലുവരി കൂടി ഉദ്ധരിക്കാതെ ഈ കൈക്കുറ്റപ്പാട് മുഴുമിക്കുന്നത് ഉചിതമല്ല എന്നു തോന്നുന്നു.ഉദ്ധരണി, എം.ജി.ചന്ദ്രശേഖരന്റെ നമ്പൂരി രാമായണം ബാലകാണ്ഡം(2005 -നൈതൽ മീഡിയ, ആലപ്പുഴ-3) എന്ന കൃതിയുടെ മുഖത്തെഴുത്തിൽ നിന്ന്- 'കേരളീയമായ മൊഴിയുടെയും ചിരിയുടെയും ആൺകരുത്ത് പരശുവേന്തി അവതാരം കൊണ്ടതു കുഞ്ചനിൽ. പ്രഥമാവതാരം ഇരുപത്തിയൊന്നുവട്ടം ക്ഷത്രിയനിഗ്രഹം വരുത്തിയതിൻ ശേഷം മഴുവെറിഞ്ഞ് കേരളം സൃഷ്ടിച്ചെന്നു കഥ; അറുപത്തിയൊന്നു കളമെഴുതി നാരായമെറിഞ്ഞ് വാമൊഴിക്കടലിൽ നിന്നുകുഞ്ചൻ ചാരുകേരളഭാഷ സൃഷ്ടിച്ചെന്നതു കാര്യം. മലനാടിന്റെ കുലദൈവം കോടാലിരാമനാണെങ്കിൽ മലയാളത്തിന്റെ തനതുദേവത കലക്കത്തു കുഞ്ചനാകുന്നു...'

എഴുത്തും വായനയും സാഹിത്യവുമൊക്കെ വരേണ്യവർഗ്ഗത്തിന്റെ കുത്തകവൃത്തത്തിനുള്ളിലായിരുന്നു, ഒത്തിരിക്കാലം. മദ്ധ്യവർത്തിസമൂഹത്തിനിടയിലേക്ക് അവയെ ഇറക്കിക്കൊണ്ടുവന്ന കവി എന്ന നിലയ്ക്കും ഭാഷാപരിഷ്ക്കർത്താവ് എന്ന നിലയ്ക്കും നമ്പ്യാർ വിലയിരുത്തപ്പെടേണ്ടതുണ്ട്.

വരേണ്യവർഗ്ഗത്തിന്റെ നിശിതവും നിഷ്കൃഷ്ടവുമായ 'ക്ലാസ്സിക് മാനദണ്ഡങ്ങൾ' കൊണ്ട് അളന്നെടുത്താൽ നമ്പ്യാർക്കവിത ഉദാത്ത മല്ലെന്ന് ഒരുവനു തോന്നിയേക്കാം. മനുഷ്യനെ, മലയാണ്മയെ മുൻനിർത്തി പര്യാലോചിക്കുമ്പോൾ പക്ഷേ, മറിച്ചു തോന്നുമെന്നതും തീർച്ച.

തുള്ളൽക്കവിതകൾ മലയാണ്മയുടെ നിറവുകളാണ്. മനുഷ്യത്വത്തിന്റെ നനവുകളാണ്. ഹാസ്യത്തിന്റെപ്രകാശഗോപുരങ്ങളാണ്. കേരളീയസാന്മാർഗികതയ്ക്കു കാവലാണ്! മലയാളിയുടെ സാംസ്കാരിക ജാഗ്രതയാണ്. അംബരതടിനീപുരം എന്നും വാനോർനദീപുരം എന്നുമൊക്കെ നമ്പ്യാർ വിശേഷിപ്പിച്ച അമ്പലപ്പുഴ എന്ന ചെമ്പകശ്ശേരിയാണ് കുഞ്ചൻനമ്പ്യാരെ കുഞ്ചൻനമ്പ്യാരാക്കിയത്. നമ്പ്യാരാണ് അമ്പലപ്പുഴയെ അമ്പലപ്പുഴയാക്കിയത്. നമ്പ്യാരും അമ്പലപ്പുഴയും പരസ്പരപൂരകങ്ങളായ നാമങ്ങളാകുന്നു. നമ്പ്യാരെക്കൂടാതെ അമ്പലപ്പുഴയെക്കുറിച്ചോ അമ്പലപ്പുഴയെക്കൂടാതെ നമ്പ്യാരെക്കുറിച്ചോ ആർക്കും ഒന്നും ഓർമ്മിക്കുവാനാവില്ല! പറയുവാനാവില്ല! □

തുലാവർഷക്കാറിനുള്ളിൽ
മിന്നും പൊൻനൂലുപോലവെ
ഇറങ്ങിവന്ന സൗന്ദര്യ-
ദേവതേ, കവിതേ, തൊഴാം!
- പീ.

www.ingramcontent.com/pod-product-compliance
Lightning Source LLC
LaVergne TN
LVHW090347051026
849518LV00006B/2062
* 9 7 8 8 1 1 9 7 7 0 5 8 8 *